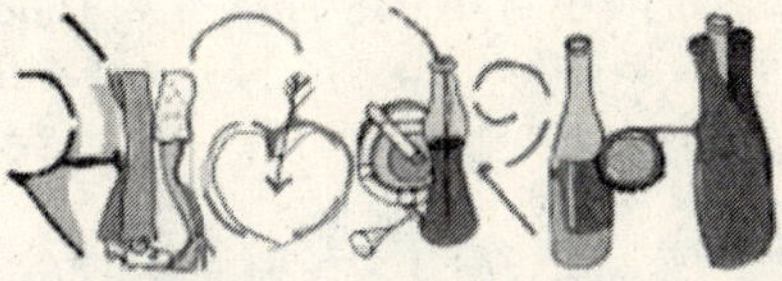

से लि ब्रे श न

स्वाती चांदोरकर

मेहता पब्लिशिंग हाऊस

CELEBRATION by SWATI CHANDORKAR

सेलिब्रेशन : स्वाती चांदोरकर / कथासंग्रह

Email : author@mehtapublishinghouse.com

© स्वाती चांदोरकर

प्रकाशक : सुनील अनिल मेहता, मेहता पब्लिशिंग हाऊस,
१९४१, सदाशिव पेठ, माडीवाले कॉलनी, पुणे ३०.

अक्षरजुळणी : एच. एम. टाईपसेटर्स, ११२०, सदाशिव पेठ, पुणे – ३०.

मुद्रक : ट्रिनिटी ॲकॅडमी फॉर कॉर्पोरेट ट्रेनिंग लिमिटेड

मुखपृष्ठ : चंद्रमोहन कुलकर्णी

प्रकाशनकाल : जानेवारी, २००७ / पुनर्मुद्रण : फेब्रुवारी, २०१५

किंमत : ₹ १८०

P Book ISBN 9788177667837
E Book ISBN 9788184985948
E Books available on : amazonkindle Apple Books Google Play Books

---

आज आपल्या लग्नाला चक्क पंचवीस वर्षं पूर्ण होत आहेत.
मागे वळून बघितलं तर अनेक ऋतू दिसतात,
ह्या पंचवीस वर्षांतले. वादळं आली, पूर आला,
तसाच गुलमोहर फुलला, रातराणीही बहरली.
त्या प्रत्येक क्षणाची उतराई म्हणून राजन,
हे माझं पुस्तक तुम्हाला....
ह्यापेक्षा वेगळी भेट मी आजच्या दिवशी
तुम्हाला काय देऊ शकणार?

प्रस्तावना

आज माझ्या आनंदाच्या ह्या क्षणांशी तुमचं नातं जुळवत आहे. हे माझं दुसरं अपत्य. दुसरा कथासंग्रह. ह्या निमित्ताने जराशा गप्पा!

ह्या संग्रहातल्या एका कथेबद्दल खुलासा करायचा आहे. 'भातुकलीचा खेळ!' कुणाला कितपत आठवत असेल? —माहीत नाही. श्री. वपुंची म्हणजे माझ्या वडिलांची 'भातुकली' नावाची एक कथा आहे. ती कथा त्यांच्या इतर अनेक कथांप्रमाणे मला कायम मोहवत आली आहे. त्यातल्या राणीच्या भातुकलीवर मी खूषच आहे. प्रत्येक जण वेगवेगळ्या अर्थाने कायम भातुकली खेळतच असतं. ही 'भातुकली' म्हणजे खरं तर एक 'सल' आहे. दुःख आहे. बापूंनी ही कथा जिथे संपवली तिथूनच माझी कथा सुरू झाली. गाभा तोच आहे; पण वीसएक वर्षांचा काळ मध्ये लोटला आहे आणि ह्या एवढ्या व्यतित केलेल्या काळानंतरची राणी कशी असेल? तिचे पूर्वीचे विचार अजूनही तसेच असतील का? ह्यावर ही माझी कथा आधारित आहे. बापू तर आज हयात नाहीत; पण तरी मी त्यांची मनोमन परवानगी घेते आणि भातुकलीचा पुढचा खेळ इथे मांडते.

ह्या कथासंग्रहाला, आधीच्या माझ्या कथासंग्रहाचेच प्रेषक लाभलेत. श्री. सुनील मेहता आणि मेहता सहकारी. खरं तर तो एक मोठा परिवारच आहे. श्री. पंडितांनी साथ दिली आणि उत्तम मुखपृष्ठ दिलंय, श्री. चंद्रमोहन कुलकर्णी ह्यांनी. मी ह्या सर्वांचे मनःपूर्वक आभार मानते आणि मनःपूर्वक आभार तुम्हा सर्वांचे— ज्यांनी माझा पहिला कथासंग्रह 'गोल गोल राणी' वाचून मला प्रोत्साहन दिलं.

अनुक्रमणिका

लेखक वाचक

'शुक् शुक्... अहो... अहो... लेखक'

'लेखक शब्द कानांवर पडल्याबरोबर लेखक थांबला.'

'कधीपासून बोलावतोय लेका तुला!'

'मी ऐकलं शुक् शुक्... पण ह्या एवढ्या गर्दीच्या गोतावळ्यात कोण नक्की कुणाला बोलावतोय हे कसं कळणार?'

'हे मात्र खरं आहे. काय गर्दी वाढलीय ना?'

'आपलं हेच चुकतं. स्वतः सोडून इतर सगळे जण म्हणजे तमाम जनता म्हणजे गर्दी! दुसऱ्यांसाठी आपणही गर्दीच असतो, हे प्रत्येकजण विसरतो. किती ह्या गाड्या, ट्रॅफिक - असं म्हणत आपण आपलंही वाहन त्यात सामील करतो. तेव्हा असा विचार करत नाही की हे वाहनही ट्रॅफिकचाच भार वाढवणारं आहे.'

'बाप रे! असा विचार करू लागलो, तर घरातून बाहेर पडायलाच नको.'

'तशी वेळ लवकरच येईल असं वाटतं!'

'लेखका, तू का नाही तुझ्या लिखाणातून हे सर्व मांडत!'

'मांडतोय रे! पण...'

'उपयोग होत नाहीये. असंच ना?'

'हो.'

'उदास होऊ नकोस. तू लिहित राहा. तुला नक्की एक ना एक दिवस यश मिळेल.'

'माझे विचार हे असे. कोण कशाला छापेल? सर्वांना हवंय, प्रेम, गृहकलह, प्रवास वर्णन ह्या तऱ्हेचं किंवा सस्पेन्स, गूढकथा वगैरेचं लिखाण! मला ते जमत नाही.'

'नको जमू दे. तू तुझं स्वतःचं वेगळं जे काही लिहू इच्छितोस ते लिहित राहा. मी आहे ना तुझा वाचक!'

'असं म्हणतोस? चल समोरच्या इराण्याकडे बसू. कटिंग किंवा सोडा-लाईम घेऊ.'

'आत्ता?'

'मग कधी! परवाच एक भन्नाट कल्पना आली डोक्यात. तुला ऐकवतो, कशी वाटते सांग. लगेचच लिहायला घेईन तुला आवडली तर.'

'मला आवडेलच. तू लिहायला घे. पूर्ण झालं लिहून की मला फोन कर. मी येईन.'

'तसंही चालेल.'

'बरं. निघू?'

'हो. पण फोन केला की ये हं नक्की!'

'शंभर टक्के!'

वाचक तिथून सटकला. काही अंतर चालून गेल्यावर त्याने सहज वळून बघितलं. लेखक तिथेच एका स्टॉपवर लोखंडी बारला टेकून अर्धवट बसलेला. अर्धवट उभा अशा पोझमध्ये होता. वाचकाला हसू आलं. तो पुढे निघाला. आता वाचकाच्या डोक्यात लेखकाचेच विचार घोळू लागले. 'हा प्राणी नक्की कुठे भेटला? खरं तर दोन-चार कार्यक्रमांतून त्याला ओझरतं पाहिल्याचं आठवतंय. हे कार्यक्रम म्हणजे कुठे पुस्तकांचं प्रदर्शन, तर कुठे एखाद्या संस्थेने आयोजित केलेली कुठल्या तरी विषयावर चर्चा, ह्याच स्वरूपाचे कार्यक्रम. हा चेहरा अशा ठिकाणी हमखास दिसायचा. फाटक्या अंगाचा, वाजवीपेक्षा काकणभर जास्त उंची, भरघोस केस, एकदम कडक कपडे. पण चेहऱ्यावरचे भाव कायम बावचळलेले. चेहरा सतत कुठेतरी हरवलेला. अशाच कुठल्या तरी एका कार्यक्रमात हा नेमका माझ्या शेजारी.' वाचकाला तो कार्यक्रम चांगल्यापैकी आठवला. विषयच तसा होता.

'उंदरपूर, मांजरवाडा. भागातील मराठी भाषेचे मूल्यमापन!'

वाचकाचा पिंडच तो. अशा तऱ्हेच्या गंभीर विचारमंथन करणाऱ्या चर्चेला तो उपस्थित राहिला नसता तरच नवल! चर्चा रंगात आली होती. मोठमोठे नावाजलेले, उच्च विचारसरणीचे विचारवंत स्वत:चे विचार हिरीरीने मांडत होते. वाचकाच्या शेजारी अगदी योगायोगाने बसलेला लेखक एका छोट्याश्या वहीत ते विचार, मुद्दे टिपून ठेवत होता. आणि कुणाच्याही ध्यानीमनी नसताना एका विचारवंत वक्त्याच्या एका वाक्यावर लेखकाने विरोध दर्शवला. अगदी शाळेमध्ये बाई काही शिकवत असताना एखादा विद्यार्थी एक बोट उंचावून मध्येच काहीतरी बाईंना विचारतो ना-तसा. वक्त्याने वक्तवलेलं ते महान वाक्य असं होतं, 'प्राण्यांची नावं असलेल्या ह्या भागांत मानवाची भाषा. तीही मराठी आपुली मायबोली,

शुद्ध बोलली जाण्याची शक्यता दुर्मिळ!' हे गहन वाक्य ऐकल्याबरोबर लेखक एक बोट उंचावून उभा राहिला. बोलला, 'कुठल्या भागाला कुठल्या नावाने संबोधलं जातं, ह्यावर मायबोलीची शुद्ध-अशुद्धता अवलंबून नाही. त्या त्या ठिकाणी वस्ती करून राहिलेल्या समाजाला जर मायबोलीचे ज्ञानच नसेल, तर त्या समाजाला कसं कळणार, भाषा शुद्ध आहे की अशुद्ध?' ह्या लेखकाच्या संवादावर कडाडून टाळ्या वाजू लागल्या. डोनाल्ड डक्, मिकी माऊस, ह्यांच्या कार्टून फिल्ममध्ये त्यांचे कान, शेपूट जसे आपोआप वर होतात, तशी लेखकाची कॉलर आपोआप ताठ झाली. वाचकाला मग राहावलं नाही. त्याने आपणहून लेखकाची ओळख करून घेतली. चर्चासत्र संपल्यावर वाचक-लेखक जोडीनेच बाहेर पडले. त्यांची पावलं आपोआपच इराण्याच्या हॉटेलकडे वळली. मार्बलचं गोल टेबल, लाकडी पाय असलेलं. मोठ्या लाकडी खुर्च्या, मळकं वातावरण, जुने गरगरणारे पंखे! काउंटरवर टिपिकल इराणी मालक. काचेच्या बरण्या, पाव केकच्या रिंगणात बसलेला. गोटी सोडा मिळण्याचं पक्कं ठिकाण! आता असे इराणी मुंबईतून अदृश्य होत चाललेत.

दोघं जणं खुर्च्यांवर विराजमान झाले. नुकत्याच ऐकलेल्या चर्चेबद्दल चर्वीचरण व्हायलाच हवं होतं. स्वत:शीच बोलल्याप्रमाणे लेखक बोलायला लागला, 'खेडेगावातून मराठी भाषेचं मूल्यमापन काय केलं जाणार! शहरांतून, महाराष्ट्रात, मुंबईत तरी ह्या भाषेचं मूल्यमापन आज काय होतंय! सर्व बिनसत चाललंय.'

'आणि तुम्ही...'

'तुम्ही नाही तू- आदरानं मला संबोधलं जावं, इतका काही मी मोठा नाही.'

'नाही कसं? आत्ताच तर तुम्ही त्या वक्त्याला एक सणसणीत विधान करून गप्प केलंत.'

'काही फार मोठं केलं नाही मी. माझं प्रेम आहे ह्या भाषेवर! माझी मातृभाषा मला खरंच प्रिय आहे. भाषेचं मूल्यमापन होऊच शकत नाही. ती अमूल्य आहे. मी एक लेख लिहिणार आहे; आजच्या ह्या चर्चेला उत्तर म्हणून!'

'जरूर लिहा.'

'प्रश्न इतकाच आहे की, तो छापणार कोण?'

'कुठल्याही वर्तमानपत्रांच्या संपादकांकडे पाठवून द्या ना!'

'पुन्हा अहो-जाहो.'

'बरं. पाठवून दे.'

'साभार परत येतात सर्व लेख!'

'असं?'

'हो ना! माझे विचार पटत नाहीत कुणाला.'

'फार कठोर, तडक-फडक असणार!'

'अर्थातच! गुळमुळीत लिखाण लिहूच शकत नाही मी! स्तुती करणारे अनेक असतात. पण वर्मावर बोट ठेवणारा एखादाच! जसा मी.'

'अगदी मान्य! आत्ताच अनुभव घेतला ना मी. आणि ते वाक्यंही विचित्रच होतं. काय तर म्हणे 'प्राण्यांची नावे असलेला...'

'हेच. हेच मला पटत नाही. प्राण्यांनी काय घोडं मारलंय माणसांचं?'

'आं?'

'हो. शब्दप्रयोग चुकला. इथेही 'घोडं' म्हणायला नको होतं मी. आता घोडा हा प्राणी! किती उपयोगी पडलाय माणसाच्या? अजूनही पडतोय. प्रत्येक गाडीची क्षमता 'किती हॉर्स पॉवर' ह्यावरच ठरते ना?'

'वा!'

'आता मांजर! काय पण एकेक... म्हणे मांजर आडवं गेलं तर अपशकुन होतो. म्हणजे मांजरांनी कधी रस्ता क्रॉस करायचाच नाही का? बिचारे प्राणी. मांजर आडवं गेलं की, तुला सांगतो मी स्वत: बघितलंय, माणसं दहा पावलं मागे उलटी चालतात. आता मांजरांच्या दृष्टिकोनातून विचार करून बघ. मांजर रस्ता क्रॉस करतंय, माणूस त्याला आडवा गेला तर मांजर त्याला अपशकुन समजून दहा-नाही, चार पाच नाही म्हणजे किती बरं? वीस-चाळीस काय असतील ती- तितकी पावलं उलटी मागे चालत जातं का?'

'असा विचार तर मी कधीच केला नाही रे!''

'आता कर! तसंच उंदरांचं!'

'त्यांचं काय?'

'गणपतीबाप्पाबरोबर आले तर आनंदी आनंद! एकटा येऊ दे घरात, लगेच पिंजरा हजर!'

'सॉलिड आहेस रे!'

'तुला गंमत सांगतो, आमच्या शेजारी एक घारूआण्णा म्हणून गृहस्थ राहतो. अगदी मन लावून पूजाअर्चा करणारा. आपले सर्व सण साग्रसंगीत साजरे करणारा. तर, त्याचं झालं असं, नागपंचमी होती. घारूआण्णा सकाळीच पूजा वगैरे करून तयार झाले. दादरला मंडईसमोर ह्या दिवशी बरेच जण नाग घेऊन बसलेले असतात. दूध, लाह्या घेऊन घारूअण्णा दादरला गेले. नैवेद्य दाखवला. नागाने दूध लाह्या खाल्ल्या म्हणून सार्थक होऊन परतले. दिवसभर नागाच्याच गप्पा. दुसऱ्या दिवशी सकाळी हा गडबड गोंधळ!'

'काय झालं?'

'घारूआण्णांच्या स्वप्नांत साप का नाग आला! त्यांची पाचावर धारण बसली होती. असं म्हणतात की स्वप्नात साप-नाग दिसला तर मरण लवकर येतं. मी खो खो हसायला लागलो.'

'हसलास?'

'मग काय? आदल्या दिवशी ज्याची मनोभावे पूजा केली, त्या प्राण्याला प्रत्यक्ष बघितलं, काही झालं नाही आणि स्वप्नात बघितलं, तर मरण ओढावतं? त्यातून नाव काय? तर घारू! घार सापावर झडप नाही का घालत? हसू नको तर काय?'

वाचक लेखकावर बेहद्द खूष झाला होता. त्यानंतर असाच अधूनमधून वाचक लेखकाला भेटू लागला.

लेखक तसा एक साधा माणूसच होता. पण खूप खरा होता. म्हणूनच वाचकाला तो आवडला. वाचक घरी आला. त्याच्या डोक्यात सर्व प्राण्यांनी वस्ती केली होती. लेखकासारखंच तोही त्या मुक्या जीवांचा मनुष्यप्राणी कुठे कसा वापर करतो, उल्लेख करतो हे पडताळून पाहू लागला. आणि विचार करता करता त्याला असे अनेक प्राणी आढळले. उदा. टिंब!

'कशाला खार खाऊन आहेस?' बिच्चारी खार!

'अरे कुत्र्या...., एवढ्या इमानदार प्राण्याचा शिवीसारखा उल्लेख करायचा म्हणजे छे: काहीतरीच! मोर. आपला राष्ट्रीय पक्षी! पण चोराबरोबर मोराला जोडलं आपण! काय हे.'

ज्या प्राण्याला मनुष्य घाबरतो, त्याचा उल्लेख आसन म्हणून करायचा? काय तर. 'सिंहासन.' सिंह खरोखरचा समोर आला तर मनुष्य 'आसना'तला फक्त 'आ' वासेल. माकड तर आपले वंशजच! 'स्त्रीच्या चालण्याला, हावभावांना नाव काय? तर गजगामिनी! यादी संपेना. खरंच हे प्राणी नसते तर मानवाने कुणाच्या उपमा दिल्या असत्या? म्हणजे? मनुष्याचं स्वत:चं असं वेगळं अस्तित्वच नाही की काय? प्राण्यांच्या उल्लेखाशिवाय मनुष्याचं वर्णन होऊच शकत नाही की काय? किती परावलंबी!

लेखक महान आहे, हे वाचकाला पुन्हा एकदा पटलं. लेखकाने लिहित राहिलं पाहिजे. समाजासमोर हे असे विचार यायलाच हवेत.

वाचकाने न राहवून लेखकाला गाठलं. ते इराण्याचं हॉटेल त्यांचं संकेत स्थळ झालं.

'लेखका, तू लिही.'

‘माझंही तेच म्हणणं आहे, तीच इच्छा आहे पण...’

‘आता पण काय?’

‘त्याचं काय आहे वाचका, काही महान निर्मिती हातून घडण्याकरता वेदनेची नितांत गरज असते. साधं सरळ, ज्यात काही मर्म नाही असं लेखन कुणीही करू शकतं. पण अगदी डिप म्हणजे खोल असं साहित्य, वेदनेशिवाय शक्य नाही. माझ्या मते वेदनेशिवाय निर्मिती नाही!’

‘वा...!’

‘म्हणूनच प्रश्न असा आहे की लेखन कसं करू?’

‘का बरं?’

‘मला काही वेदनाच नाही ना!’

‘पण, वेदना अगदी हवीच का?’

‘महान निर्मितीकरता? होच!’

‘मग वेदना तुला नाही म्हणतोस?’

‘नाही ना?’

‘मग वेदना तयार करा!’

‘कशी?’

‘घरात तुझ्या कोण कोण असतं?’

‘सगळे. आई, वडील, भाऊ, बहीण आणि मी!’

‘कसे वागतात तुझ्याशी?’

‘अगदी छान!’

‘तुलना वगैरे? म्हणजे भाऊ, बहीण आणि तू तुलना होते का?’

‘नाही. आम्ही तिघंही सारखेच! असं आई, वडील म्हणतात. नुसतं म्हणत नाहीत, तर तसं वागतातही. तिघांनाही सारखंच प्रेम करतात, कुठलीही वस्तू तीनच्याच पटीत आणली जाते. तिघांनाही वेगवेगळी कामं वाटून दिली आहेत. एकाचं काम दुसऱ्यानं करायचं नाही. त्यामुळे तू-तू, मी-मी होत नाही.’

‘वहिनी आली नाहीये वाटतं अजून घरांत!’

‘आहे ना! म्हणजे लग्न ठरलंय भावाचं. पण ती सुद्धा नात्यातलीच आहे. आत्ये-मामे भावंडं! तिला आपल्या घराची पद्धत व्यवस्थित माहीत आहे. तीही तशीच वाढलीये ना!’

‘म्हणजे, सासू-सून...’

‘छे-छे शक्यताच नाही!’

‘म्हणजे घरातून तरी तुला दुःख वेदना मिळण्याचे चान्सेस...’

‘शून्य!’

'तुझी नोकरी-ऑफिस? तिथे साधारणपणे अन्याय होत असतात. पात्रता नसलेल्यांना बढती मिळते. बॉसला खूष ठेवण्यासाठी काय काय करावं लागतं! ते ते सर्व करूनही त्याची मर्जी संपादूच असं काही ठामपणे सांगता येत नाही.'

'वेदनेचा अजून एक पर्याय कायमचा बंद!'

'म्हणजे? तुझा व्यवसाय काय?'

'फोटोग्राफर आहे. फ्री लान्स!'

'अच्छा! म्हणजे ही जी चौकोनी, लेदरची बॅग घेऊन तू हिंडतोस...'

'माझा कॅमेरा... उपजिविकेचं साधन! माझी आवड! आणि माझ्यातली अजून एक कला!'

'कमाल आहे!'

'इथेच तर माशी शिंकली ना! माझे वेदना मिळवण्याचे सर्व रस्ते बंद झाले.'

'लेखका, असा हताश होऊ नकोस. मला जरा विचार करू देत!... अं... सापडला मार्ग सापडला!'

'कोणता?'

'वेदना. हमखास वेदना मिळवण्याचा!'

'काय सांगतोस? कुठला मार्ग?'

'प्रेमाचा. लेखका, तू प्रेमात पड! वेदना होणारच.'

'खात्री आहे?'

'अगदी शंभर टक्के! आय. एस. आय.चा शिक्का असतो ना तसा एका पेपरवर मारून देतो आणि त्यावर हे माझं विधान लिहितो.'

'प्रेम म्हणजे वेदनेची सुरुवात आणि प्रेम म्हणजेच वेदना. हृदयभंग म्हणजे वेदनेचा शेवट!'

'असं म्हणतोस?'

'अनुभव घे, मग सांग.'

'पण कोण मिळणार मला प्रेमासाठी?'

'फोटोग्राफर आहेस. अनेक समारंभातून जातोस. अनेक जणी भेटतील.'

'अनेक नकोत. सध्या माझ्या लेखनकलेकरिता वेदना देणारी एक जरी भेटली तरी खूप झालं.'

'मग, लाग कामाला...'

महिनाभराच्या अंतराने वाचकाला लेखकाचा फोन आला. बातमी विलक्षण होती. एक कन्यका लेखकाच्या प्रेमात पडली होती. लेखक खूष होता. त्याच्यासाठी साहित्याचं दालन उघडलं गेलं होतं. आता निर्मितीला तोटा नव्हता. लेखकाचा

थोडासा विक्षिप्त स्वभाव, त्याच्या जराश्या वेगळ्या कल्पना ह्याने ती कन्यका लवकरच जेरीस येणार आणि मग भांडणं होणार! आपल्या मनातल्या महान विचारवंताला, आपला जोडीदार समजून घेऊ शकत नाही, म्हणून भ्रमनिरास होणार आणि वेदनेची पहिली कळ येणार! मग समज-गैरसमज, भांडणं, कलह-रुसवा फुगवी आणि शेवट कशात? तर विरहांत! वा-जमलं. मग सरस्वती प्रसन्न होणार. विचारांना योग्य दिशा मिळणार!

'काय लेखक? कसं काय चाललंय?'

'चाललंय?'

'अरे, ही निराशा कशासाठी?'

'काही नाही. ठिक आहे की!'

'सूर तर वेगळाच आहे.'

'अरे, काय पण माणसं असतात एकेक!'

'कोण?'

'ती लेखिका रे!'

'ही नवीन लेखिका कोण?'

'अरे माझी प्रेयसी.'

'ती पण लेखिका आहे?'

'च तसं नाही रे! बघ डॉक्टरच्या बायकोला काय म्हणतात?

'डॉक्टरीण'. 'वकिलांच्या?'

'वकिलीण!'

'ह्याचा अर्थ त्या डॉक्टर किंवा वकील असतात का?'

'समजलो- नसतात. पण नवऱ्याच्या व्यवसायामुळे त्यांनाही तसं संबोधलं जातं...'

'तसंच माझं - मी लेखक म्हणून माझी प्रेयसी-'

'लेखिका! बरं - तिचं काय?'

'अरे- चिडतच नाही माझ्यावर! मी कसाही वागलो तरी. उलट म्हणते, तुम्ही कलाकार मंडळी असेच असता, विक्षिप्त! त्या विक्षिप्तपणालाच तर सांभाळणारी जोडीदार हवी! मी अगदी तश्शीच आहे!'

'काय नशीबवान आहेस लेका!'

'अरे, मी काय नशीबवान होण्यासाठी प्रेम केलंय काय? माझं ध्येय काय आहे? विसरलास? आणि तू तर अगदी आय. एस. आय.चा शिक्का मारला होतास. म्हणे प्रेम कर! वेदना ठरलेलीच! हा तर भरवश्याच्या म्हशीला टोणगा

असं झालं ना!'

'मला तरी काय माहीत हे असं होणार! मी तर तुला जे काही सांगितलं प्रेमाबद्दल ते स्वानुभवावरून! मग आता? पुढे काय?'

'तेच तर सुचत नाहीये. मला एखादा भारी आजारही नाही. नाही तर मी सुद्धा पुस्तक काढलं असतं. 'माझे अ-स्वास्थ्याचे क्षण!' किंवा 'माझ्यातला मी आणि अमुक तमुक आजार!' होते ती साधी सर्दी! खरं तर सर्दी ह्या आजारावर लिहावं तेवढं कमीच! कॅन्सर, हार्ट अ‍ॅटॅक वगैरे परवडला, पण सर्दी.. नको रे बाबा! बरं ह्या सर्दीत तरी काही डिग्निटी आहे का? ह्या आजाराला काही वेटेज नाही! 'बाप रे- सर्दी?' असं कुणीही म्हणत नाही.'

'अजून काही वेगळा पर्याय!'

'नाही. मला पाककला येत नाही. निदान भारताबाहेरचे म्हणजे परदेशातले काही पदार्थ तरी मला यायला हवे होते. टेस्टी पुस्तक काढलं असतं. आद्यमानव खाद्य ते प्रगतमानव खाद्य.. तत्सम!'

'ते काहीही असो. पण लिखाण हे व्हायलाच हवे!'

'वाचका, असं म्हणून लिखाण होत नाही रे! खरं तर खूप विषय आहेत. राजकारण आहे, मुंबईत घुसणारे भैय्ये लोकं, बांगलावासी, खेडेगावातून जगायला येणारे, उडपि-असे बरेच...! पण हे विषय लिहून लिहून गुळगुळीत झाले आहेत. आता ह्या विषयावरच्या लिखाणांनी चेव येत नाही. असं लिखाण वाचून वाचक सैरभैर होत नाहीत. रोजच्या मीठासारखं ह्या विषयांचं झालंय; फक्त खारटपणा उरलाय. कुठल्याही विषयात हे मीठ घातलं तरी त्याची चव काही वाढत नाही. कितीतरी सोहळे मी बघतो. कितीतरी मृत्यू बघतो. आनंदही वरवरचा आणि दुःखही तसंच, वरवरचं! खोल, आतमध्ये कुठेच काही हलत नाही. सगळे तरंग उमटतात. ते वरवरच्या पातळीवरच!'

'लेखका, हेच हेच तर साहित्य आहे तुझं. हेच तर लिहायला हवं आहेस! जाग आण सर्वांना. तमाम दुनियेला कळू देत आनंद उपभोगायचा तर तो अगदी खळखळून, आणि दुःख झेलायचं तर ते अगदी उन्मळून!'

'हे मी शब्दांतून काय मांडणार रे? ह्या तर अनुभवायच्या भावना आहेत. वाचक गप्प झाला. लेखक कसनुसा सुनासुना झाला. हे असं होणं म्हणजेच वेदना. हे काही त्याच्या लक्षात आलं नाही. वाचकाला मात्र ते जाणवलं. पण त्यानेही ठरवलं. असू दे- लेखकाला त्याच्या अनुभवातूनच हे समजू दे. कारण ह्या तर भावना आहेत. ज्याला त्याला जेव्हा केव्हा समजतील, तेव्हा समजतील. तोपर्यंत वाचक वाट बघणार!

लेखकाच्या लग्नाची सनई वाजली. सर्वसामान्य माणसाच्या लग्नाची वाजते- तशीच. सुरांना लहान मोठ्याची काय तमा? ते आपले स्वत:च्याच सुरात मग्न असतात.

वाचकाला आशा होती. आता तरी काहीतरी वेगळं लेखकाच्या आयुष्यात घडेल. तसं तर खूप काही घडू शकलं असतं. उदा. टिंब म्हणजे लेखकाने प्रेम केलं. दोन्ही घरांपैकी निदान एका तरी घरातून विरोध होऊ शकला असता. नाही झाला. लग्नांत रूसवे फुगवे, मानपानावरून होऊ शकले असते. नाही झाले. पण अजून आशा होती. दोन जावांचं एकमेकांत पटणं त्रिकालात शक्य नाही! मग मात्र आत्तापर्यंत सुरळीत जगत आलेला लेखक सरपटेल. भावांभावांत नसलेलं वैमनस्य सुरू होईल. लेखकाचे केस पिंजारले जातील. तो समस्या सोडवता सोडवता हताश होईल. समस्येच्या वादळांतून वेदनाच वेदना होतील आणि मग निर्मिती होईल ती त्याच्या खोलवर खदखदणाऱ्या विचारांची. जी शब्दस्वरूपात प्रकट होईल. सच्ची, खरी, सुंदर गोष्ट, कथानक, नाट्य आणि तो लेखक मग शांत शांत होईल.

लेखकाने वाचकाला तडकाफडकी भेटायला बोलावलं. वाचकाला कळलंच, काहीतरी नवीन, खोल असं ऐकायला मिळणार!

'वाचका-वाचका...'

'बोल. काय, किती लिहिलंस?'

'वाचका...'

'बघ. मी तुला म्हटलं होतं ना. प्रेम, लग्न, संसार. वेदनेला निश्चितपणे आमंत्रण!'

'नाही रे नाही. चुकलास! पुन:पुन्हा चुकलास.'

आता वाचक हताश झाला. वाचकाचे केस पिंजारल्यासारखे झाले. सगळं गणित चुकतंच आहे.

'तुला सांगतो लेखिका आणि मॅनेजरीण...'

'मॅनेजरीण?'

'भाऊ मॅनेजर आहे मग त्याची बायको...'

'बरं...'

'तर दोघी जणी जुन्या मैत्रिणीप्रमाणे गळ्यात गळे घालून राहतात रे! काही म्हणजे काहीच नाही होत! एक तक्रार नाही. उलट सर्वजण अगदी मजेत असतात.'

'सांगू नकोस हे कुणाला. कुणी विश्वास ठेवणार नाही. टी. व्ही. वर चालू असणाऱ्या सर्व 'क च्या बाराखड्या' तुझ्या घरात घुसतील आणि मजेत असणाऱ्या घराला 'क' चा आशीर्वाद-तीर्थप्रसाद देऊन जातील.'

'ते सर्व 'क' घरात गुण्यागोविंदाने समुहाने बघितले ज्ञातात आणि वर त्या सर्वांची खिल्लीही उडवली जाते. विनोदाचा भाग आहे तो आमच्या घरातला!'

'बाप रे! आता रे?'

'आता काही नाही. आहे तसं मान्य करायचं. जमेल तसं लिहायचं. त्याची खोली मोजत बसायची नाही.'

खांदे पाडून लेखक निघून गेला. वाचकाला वाईट वाटलं. फक्त त्याला समाधान एकच होतं की लेखकाला मदत करण्यात त्याच्या सर्व घडामोडीत त्याने मदत केली. खारीचा वाटा तरी उचलला.

वर्ष सरलं. दीड-दोन वर्षे सरली. लेखक-वाचक आणि इराणी, जसेच्या तसे होते. तसं बघायला गेलं तर रोज रोज काहीच बदलत नाही. सगळं काही तसंच असतं. बदलते ती माणसाची नजर, माणसाची वृत्ती, त्याचे विचार! वयोमानाप्रमाणे, अनुभवांनी ते जास्त प्रगत होत जातात.

सर्वसामान्य माणसांच्या आयुष्यात घडणाऱ्या घटना लेखकाच्या आयुष्यात घडल्या नाहीत. सासू-सुना भांडणं, जावा-जावांमधील स्पर्धा, इस्टेटीवरून भावंडात तू-तू-मी-मी हे काहीही झालं नाही. पण सर्वसामान्यांप्रमाणे एक गोष्ट मात्र झाली. लेखिकेला दिवस गेले. लेखकाने तिची योग्य ती काळजी घेतली. खूप आनंद वगैरे होणारी बातमी नव्हती ही लेखकासाठी. कारण एकच! लग्न करताना लोकं पत्रिका बघतात. पण ह्याने मात्र ब्लड ग्रुप तपासून घेतला होता. कारण त्याने ऐकलं होतं. एकाच ब्लड ग्रुपच्या माणसांचं अपत्य सुदृढ असतच नाही. ब्लड ग्रुप मॅच करूनच लग्न झालं होतं. त्यामुळे लेखिकेला आई होण्यामध्ये काहीच बाधा येणार नव्हती. आणि सगळं सुरळीतच होणार होतं.

वाचकाला ही बातमी लेखकाने कळवली. वाचकाला वाटलं, चला, हा आता पूर्णपणे संसारात गुरफटला. हाही आता एक माझ्यासारखाच वाचक! पण...

'वाचका, धावत ये!'

'अरे-आत्ता? मी तर ऑफिसमध्ये आहे.'

'अरे, अस रे! पण ताबडतोब, अगदी लगेचच इराण्याकडे ये!'

वाचक धावला. काही वाईट बातमी? नसावी. लेखकाचा आवाज फोनवर आनंदी वाटत होता. वाचक इराण्याकडे थडकला.

'वाचका, वाच!'

वाचक वाचू लागला. भराभर पानं उलटू लागली. वाचकाने एकदाही मान वर केली नाही, इकडे तिकडे बघितलं नाही. वाचता वाचता वाचक हसू लागला, त्याच्या डोळ्यांत आनंदाश्रू आले. इराण्याचं मळकं वातावरण उजळून निघालं, काचेच्या बरण्यांच्याजागी त्याला प्लॉवरपॉट दिसू लागले. गरगरणारे पंखे, बासरी सारखे मंजुळ झाले. वाचन संपलं आणि त्याची नजर लेखकाकडे वळली. लेखकाचा चेहरा नुसता फुलून आला होता. वाचकाने खुणेनेच विचारलं? हे कसं काय झालं? लेखक म्हणाला,

'गड्या, काय सांगू तुला? हे सर्व मी कसं लिहिलं, हे मलाच कळलं नाही. कुठल्या दुनियेत होतो तेव्हा? कोण लिहून घेत होतं माझ्याकडून! काही म्हणजे काहीच कळलं नाही.'

'दोस्ता, एवढी मोठी कुठली वेदना झाली तुला! लेखिका बरी आहे ना? कालच तिला हॉस्पिटलमध्ये ॲडमिट केलंय ना? तिचं...'

'नाही रे वाचका. लेखिका उत्तम आहे. मला कुठलीही वेदना नाही.'

'आणि तरीही... हे इतकं सुंदर लिखाण?'

'मी चुकीचा होतो. माझे विचार चुकीचे होते. मी म्हणायचो, 'वेदनेशिवाय निर्मिती नाही.' साफ चूक.'

'समजलो नाही.'

'थांब. टप्प्याटप्प्याने सांगतो. तुझ्या सांगण्यावरून मी प्रेम केलं. पण त्यामागे एक उद्देश होता. ते निखळ प्रेम नव्हतं. व्यवसाय म्हणून फोटोग्राफर आहे. ती एक कला आहे. माझं ह्या कलेवर प्रेम आहे असं म्हणत राहिलो. पण मी काढलेल्या फोटोंमध्ये आणि चार पत्रे एकमेकांना जोडून आर. टी. ओ. च्या बाहेर बसलेले पासपोर्ट साईज फोटो काढणाऱ्या फोटोग्राफरांचे फोटो ह्यामध्ये काहीच फरक कधी जाणवला नाही. मी माझी आतली नजर कधी कॅमेऱ्याला लावलीच नाही. म्हणूनच समरस होणं, एखाद्या कृतीमध्ये वाहून जाणं म्हणजे काय, हे मला कधी कळलं नाही. घरातली सर्व मंडळी एकमेकांच्या संगतीत इतकी आनंदी कशी काय राहू शकतात. ह्याची मोजमापं मी कधी घेतली नाहीत. मी कलहाची वाट बघत राहिलो. लेखिकेचा आणि माझा मिळून एक जीव ह्या जगात येणार. ह्याने मी बहरलो नाही तर त्याला विज्ञानाची मापं लावली. खरं तर सगळे जण मला काही भरभरून देऊ इच्छित होते आणि मी माझे तळवे उपडे ठेवले होते.

काल रात्री प्रथमच माझे तळवे सरळ झाले, जेव्हा नर्सने एक लहानसा जीव

माझ्याजवळ आणला. त्याला घेण्यासाठी माझे तळवे सरळ झाले. तो जीव माझा आणि लेखिकेचा, अनाहूतपणे तो माझ्यात सामावला. आणि वाचका तुला सांगतो. त्या छोट्याशा जीवाने मला काय काय दिलं? काय काय शिकवलं? सांगू?'

'सांग!'

'त्याने माझी रिकामी ओंजळ भरली. त्या जीवाने त्याचे छोटेसे डोळे उघडले. तो निरागस जीव, कुठल्याही संस्कारविरहित असा. अतिशय निर्मळ, सुंदर, पवित्र त्याचे छोटेसे हात, छोटीशी जीवणी आणि सुंदर डोळे! केवढा हा आनंद. ह्या आनंदाला कुठलेही हेतू चिकटलेले नव्हते. निरभ्र आनंद, सप्तरंगी आनंद! काहीही देणं-घेणं नसलेला स्वच्छ आनंद!

असं मी कधी ह्यापूर्वी अनुभवलं नसतं. हे काहीतरी वेगळं होतं. खूप खूप छान होतं. पुढे काय झालं, कळलं नाही. सरसर कागदांवर काहीतरी उमटायला लागलं. जसं पूर्ण झालं तसा तुझ्याकडे आलो.'

लेखकाचे डोळे चमकत होते. त्याचाच चेहरा आत्ता त्या निरागस बाळासारखा झाला होता. पुढे तो म्हणाला,

'वाचका हातून कुठलीही निर्मिती होण्यासाठी वेदनेची आवश्यकता नसते. आवश्यकता असते एकच! स्वच्छ, सुंदर, भावनेची! ही भावना कुठलीही असो. राग, निराशा, उत्सुकता किंवा आनंद! फक्त एकच. ह्या भावनेमध्ये तीव्रता हवी. तीव्र वेदना, तीव्र राग किंवा मला झालाय तसा निखळ निर्मळ आनंद!

लेखक आज प्रत्येक भावना तीव्रतेने जगतोय. कुठलंही मोजमाप न लावता. कुठलेही तर्क न करता. आणि त्याची ओंजळ यशाने भरभरून वाहतेय. वाचक थक्क होऊन त्याला बघतोय. मनात म्हणतोय 'लेखका तू लिहित राहा. लिहित राहा.'

◆

वृत्ती प्रवृत्ती

हा असा समोर बेडवर पडून राहिलाय. गेले अनेक दिवस. कुत्रं सुद्धा फिरकलं नाहीये त्याला बघण्यासाठी, तो कसा आहे अशी विचारपूस करण्यासाठी. मी आपला एकटा इथे बसलोय, त्याच्या सोबतीला. अहोरात्र. दिवस न् दिवस.

त्याचं असं का बरं झालं?

खरं तर हा विचार करणं म्हणजे सुद्धा एक मूर्खपणाच आहे. अशा माणसांचं असंच होतं.

माणसं हवीत, माणसं हवीत, म्हणून माणसं मिळत नाहीत. ती मिळवण्यासाठी त्या माणसांना जपण्यासाठी कृतीही तशीच व्हावी लागते आणि तशी वृत्तीही लागते. हा जो असा समोर एकटा पडून राहिलाय, ह्याला काहीही नाव गाव न देता, त्याचं आहे ते नाव न उच्चारता नुसतं त्याला एक वृत्ती म्हटलं तर?

'वृत्ती!' काय अजब प्रकार आहे हा. मुळातच वृत्ती असते का? अनुभवांमुळे वृत्ती तशी बनते का?

ह्या वृत्तीच्या अनेक छटा मला महाभारतामध्ये बघायला मिळाल्या. त्याग, नम्रता, एकनिष्ठता, दुष्टता, प्रेम, आणि सर्वांत तीव्र भावना म्हणजे तिरस्कार, बदला, जबरदस्त कटुता, रिव्हेंज!

त्याग करण्याकरता फार मोठी तपश्चर्या लागते असं मला वाटतं.

नम्रता येण्याकरता मनाला, अहंकाराला शेकडो मैल दूर ठेवावं लागतं.

एकनिष्ठता असण्यासाठी लोभ सोडून देता यायला हवा.

दुष्टता सोडून देण्याकरता सर्व ठिकाणी चांगुलपणाच अंगी बाणवावा लागतो.

प्रेम म्हणजे 'स्व'ला विसरून जाण्याची किमया. ती मात्र चिरंतन टिकली तरच उपयोगी.

आणि तिरस्कार, बदला, कटुता म्हणजे सहजी उपलब्धता. ह्यासाठी वेगळं काही करावंच लागत नाही.

हा महाभारताचा इतिहास! ह्याच सर्व भावनांवर आधारित, होत्याचं नव्हतं करून टाकणाऱ्या ह्या वृत्ती!

म्हणूनच इतिहास मला आवडत नाही. काय काय घडून गेलंय, त्याचा अभ्यास का करायचा? असं का घडलं? याचा अभ्यास व्हायला हवा. आणि त्यापुढे, हे असं घडलं म्हणून आता आपण सावध राहून त्या इतिहासाची पुनरावृत्ती तर होत नाहीये ना, असं बघायला हवं. खरं तर प्रत्येक व्यक्ती म्हणजे एक इतिहास आहे. आज प्रत्येक व्यक्ती आत्मचरित्र लिहू शकेल इतकं काय काय त्या प्रत्येक व्यक्तीच्या आयुष्यात घडतंय.

हा, समोर बेडवर झोपलाय ना, तोही लिहू शकतो, त्याच्या आयुष्याचा इतिहास.

हा इतिहास असेल सर्व संमिश्र भावनांचा. दया येते मला कधी कधी ह्याची. ह्याला आयुष्यभर कळलं नाही, 'त्याला नक्की काय हवंय?' अशी माणसं चाचपडत राहतात. पण हा? हा चाचपडत बसला नाही, तर कायम दुसऱ्यावर खापर फोडत बसला. मी त्याला किती समजावलं. तू हे जे वागतोस ते बरोबर नाही. पण नाही ऐकलं त्यानं. ही न ऐकण्याची त्याची वृत्ती अगदी लहानपणापासूनची.

आता शाळेत त्याला टीम लिडर म्हणून घेतलं नाही, तर स्वत:ची क्षमता वाढवायला हवी ना ह्याने! तर ते नाही. उलट जो त्याचाच मित्र बरं का, अगदी जीवलग म्हणावा असा, टीम लिडर झाला तर ह्याला त्याचा राग यायचा. सख्खा मित्रं एवढं एखाद्या खेळात वरच्या स्थानावर पोहोचला तर एखाद्याला आनंद झाला असता. पण नाही. ह्याने त्याच्याशी बोलणंच सोडून दिलं. तो त्याचा मित्र इतका गरीब, आला माझ्यापाशी. कळवळून मला म्हणाला, 'सांग रे ह्याला. मी तर काहीच केलं नाही. सरांनीच मला निवडलं, तर त्यात माझी काय चूक?' मी मधल्यामधे बेजार. पण मला मित्राची दया आली. मी गेलो ह्याला समजवायला, तर उलटा माझ्यावरही उरफाट! मला म्हणतो 'तू त्याची रदबदली करू नकोस. इतका माझा मित्र म्हणवतो तर सरांना सांगू शकला असता, की 'सर, माझ्यापेक्षा हा सरस आहे, त्यालाच टीम लिडर करा म्हणून. बोलला का तो तसं?' मी चूप. काय सांगणार आणि समजवणार ह्याला? मनातून ह्याला सुद्धा कळत होतंच की, ह्याच्यापेक्षा मित्र सरसच होता. आता ही किती साधीशीच गोष्ट होती. बरं, मी तरी ह्याला म्हटलं, 'अरे, तू जरा श्रम घे, मेहनत कर, तुझ्या मित्रापेक्षाही वरचढ हो. सर तुला कायमचा टीम लिडर करतील!' पण कष्ट कोण घेणार?

कष्ट कोण घेणार? हेच खरं. ह्याची मर्जी सांभाळायची, मैत्री तुटायला नको म्हणून त्या बिचाऱ्या मित्राने सरांना सांगून टाकलं. 'मी टीम लिडर होऊ शकत नाही.' लगेच ह्याची कळी खुलली. पुन्हा ह्याने त्या मित्राच्या गळ्यात गळा घातला.

ह्याची ही वृत्ती बनण्याकरता सर्वांत पहिला कारणीभूत तो मित्रच ठरला.

विनाकारण त्या मित्राने ह्याचं महत्त्व वाढवलं. मित्राने त्याग केला आणि ह्याने अहंकार जपला. आहेत ना महाभारतातल्या ह्या दोन्ही वृत्ती? शिक्षणाचा ह्याने तसा बोऱ्याच वाजवला. 'प्रेम हवं' असं म्हणून ते मिळतं का? पण अभ्यास केला तर यश नक्की मिळतं, हे कळायला ह्याने चांगली पाच-सहा वर्षं घेतली.

आणि ती तरी काय? सारखी घाबरून राहायची. हा असा फाटक्या तोंडाचा. जरा एखादी घटना मनाविरुद्ध झाली की संपलं. घटना म्हटलं की फार मोठा प्रसंग घडला असणार असं आपल्याला वाटतं. पण काही मोठा वगैरे नाही घडला प्रसंग, तर अगदी छोटासाच. आणि तोही नेमका माझ्यासमोर.

त्या दिवशी संध्याकाळी हा तिला भेटायला जाणार होता. दोघांचं अगोदरच ठरलं होतं. मी ह्याच्याच बरोबर होतो. तिच्या घराशेजारच्याच बागेच्या गेटशी दोघं भेटणार होते. ती आली, त्याला सांगू लागली, 'आज मला थांबता नाही येणार. माझी खूप जुनी मैत्रीण आत्ताच घरी आलीये. तिचं लग्न आहे, त्याचं आमंत्रण देण्यासाठी. मला ती इतक्या वर्षांनी भेटलीय म्हणून मीच तिला रात्रीच्या जेवणासाठी थांबवून ठेवलंय. प्लीज, आपण उद्या भेटू.' साधीशी समजून घेण्याची बाब, पण हा बिथरला, 'माझ्यापेक्षा तुला ती जवळची कधीपासून झाली?' ती म्हणाली, 'नाही रे. तूच जवळचा आहेस म्हणूनच तू समजून घेशील. आपण उद्या भेटतोच आहोत ना.' 'मला माहीत नाही उद्या मी तुला भेटेन की नाही ते.' ती गयावया करायला लागली. हा ऐकेना. शेवटी नाइलाजाने ह्याच्याबरोबर फिरायला गेली. त्या मैत्रिणीचं पुढे काय झालं? तिच्या घरात तिच्या आई-वडिलांनी तिला पुढे काय केलं, काय बोलले? काही कल्पना नाही. पण ही स्वारी मात्र खूष! ही दुसरी व्यक्ती, जिने ह्याच्या ह्या वृत्तीला खतपाणी घातलं.

अजीर्ण झालं की ओकून टाकावं लागतं.

तिलाही केव्हातरी अजीर्ण झालं असेल, तेव्हा तिने ह्याच्या आयुष्यातून काढता पाय घेतला. मी दुरुनच सर्व बघत होतो.

ह्याचं तिच्यावर नितांत प्रेम होतं ही गोष्ट खरी, पण त्या प्रेमात ह्याचा 'स्व' वारंवार डोकावत राहिला. तिच्या जोपर्यंत पचनी पडत होतं, तोपर्यंत तिने ह्याला जपलं, खरं तर ह्याच्या वृत्तीत भरच घातली. पहिल्याच प्रसंगात जर ती म्हणाली असती, 'ठीक आहे. नाही भेटू शकत तू उद्या तर नको भेटूस, पण आज मला माझ्या मैत्रिणीसाठी जायलाच हवं.' तर काय करू शकला असता हा? मी सांगतो, काहीही करू शकला नसता आणि झक् मारत दुसऱ्या दिवशी तिला भेटायला गेला असता.

पण अशा वृत्तींना माणसं घाबरतात. दबून वागतात आणि मग केव्हातरी असह्य होतं तेव्हा सोडून जातात.

प्रेमात जर समर्पणाची भावना नसेल आणि फक्त स्वामित्वाची भावना असेल तर प्रेम टिकणं कठीण.

अशा वृत्तींना मग देवदास व्हायला वेळ लागतो काय?

आधार शोधत देवदास होत हिंडत राहायचं.

त्याच्या आईवडिलांनी आणि बहिणीने मात्र ह्याला खूप सांभाळलं. कुठल्या कुठल्या संस्थेत घेऊन गेले. व्यसनमुक्ती केंद्रात त्याचं नाव नोंदवलं. महिनो न् महिने हा तिथं राहिला, तेव्हा कुठे सर्व व्यसनातून मुक्त झाला. स्वत:च्या दणदणीत प्रकृतीची मात्र पार वासलात लावली ह्यानं.

त्यानंतरचे काही महिने हा शांत होता. मला बरं वाटलं. वाटलं होतं, 'देर आये, दुरूस्त आये.'

'पण!' हा पण माणसाला अगदी शापच आहे. इतिहासातही हे असेच 'पण' विनाशाला कारणीभूत ठरले. त्या थोऱ्यामोठ्यांची वासलात लागली, हा तर एक य:कश्चित मनुष्य!

मित्र, नातेवाईक सर्वच ह्याला जपत होते. ह्याला जास्तीत जास्त आनंदात ठेवण्याच्या प्रयत्नात राहिले. ह्याला वाटलं, 'हाच ग्रेट!' पुन्हा ह्याच्या बढाया सुरू झाल्या. ह्याच्यामुळेच घर चालतं, हाच सर्वांना ओळखून आहे, ह्या भ्रमात पोहोचायला ह्याला वेळ लागला नाही. आणि मग पुन्हा ये रे माझ्या मागल्या. स्वारी पुन्हा प्रेमात पडली. बहिणीने ह्यावेळेस मात्र त्याला टोकलं.

'तुझं प्रेम आहे तिच्यावर?' तिने सरळ सरळ विचारलं होतं.

'हो.'

'लग्न करणार आहेस?'

'मग काय? उगीचच फिरतो तिंला घेऊन?'

'तसं नाही रे, पण तुझ्या नोकरीचं काय?'

'मिळेल.'

'केव्हा?'

'मी प्रयत्न करतोय ना!'

'मग आधी नोकरी मिळव आणि मगच लग्न कर.'

'आता तू उपदेश दे मला.'

'तुझा आणि तिचा विचार करत्येय, म्हणून...'

'तू करू नकोस. मी समर्थ आहे. मी बघेन काय करायचं ते. नाही तर धंदा करेन.'

'कसला?'

'हे बघ! राहायला हा मोठ्ठा ब्लॉक आहे. बाबांची नोकरी मस्त चालू आहे. आई घर सांभाळतेच आहे. मी बिझनेस करेन आणि तिला नोकरी आहेच.'

'तेच विचारतेय. कसला बिझनेस करणार आहेस?'

'मी विचार करतोच आहे. पक्कं झालं की सांगेन.'

'म्हणजे अजून विचारच चालू आहे?'

'ए, तू आहेस ना तुझ्या नवऱ्याकडे सुखात. मग राहा ना तशी. इथे कशाला लुडबूड करत्येस? आई बाबा विचारत नाहीत मला कधी, आणि तू डोकं खातेस माझं!'

नाइलाजानं ती निघून गेली. तिला एकच गोष्ट जाणवली ती म्हणजे तिला ह्याच्या लेखी काहीही महत्त्व नाही. बिचारी विचार करत असणार की, अगदी वाया गेलेल्या ह्या भावाला माणसात आणून तिने काय मिळवलं?

ह्याने बिझनेस केला. कसला? पन्हं, कोकम सरबत, मसाला ताक घरी तयार करायचं आणि पिशव्या भरून तीन रुपयांना दुकानात पोहोचवायचं. आता हा काय वर्षभर चालणारा बिझनेस झाला का? पण ह्याला सांगणार कोण? एकदा सकाळी पन्नास शंभर पिशव्या तीन-चार दुकानांतून पोहोचवल्या की दिवसभर हा मोकाट. वर मिजास अशी की, माल पोहोचवण्यासाठी मोटार सायकल हवी. म्हणून तगादा. ह्याच्या वडिलांनी कर्ज काढून ती घेऊन पण दिली. हातात वाहन आल्यावर रात्री-अपरात्रीपर्यंत हा घरातून बेपत्ता.

ही अजून एक चूक, ह्याच्या वडिलांची. अशा मुलांसाठी कशाला कर्ज काढून वाहन घेऊन द्यायचं? पण ह्याच्या तोंडाला गप्प करण्याकरता त्यांना हे करावंच लागलं. मला तर वाटत होतं, सरळ त्यांनी ह्याला घराबाहेर हाकलून द्यायला हवं होतं. पण नाही जमलं त्यांना ते. ही त्यांची वृत्ती.

ह्याच्या ह्या प्रेयसीचे आईवडील ह्याला टाळतच. ती पण वेडी. त्यांचं न ऐकता तिने ह्याच्याशीच लग्न करण्याचा हट्ट धरला. मग त्यांनी नोकरीची अट घातली. कुठे कुठे कुणाचा वशिला लागू शकतो, ह्याचा ह्याने आढावा घेतला. गोड बोलून नोकरी मिळवली. लग्न झालं. जबाबदारी वाढली. पण ती पेलता येत नव्हती. तिलाही ह्याचे फटके बसायला लागले.

नोकरी करायची म्हणजे बॉसचं ऐकावं लागतं. कित्येकदा स्वत:ची चूक नसतानाही बोलणी खावी लागतात.

ह्याच्या ऑफिसमधला तो प्रसंग म्हणजे अगदी कमालच!

त्यानेच मला सांगितलं, काय घडलं ते. बॉसने ह्याला बोलावलं होतं. हा केबिनमध्ये गेला. बॉस म्हणाला,

'तुम्हाला सांगितलेल्या कामाचं काय झालं?'

'मी गेलो होतो ना. पण ते गृहस्थ रजेवर होते.'

'किती दिवसांसाठी?'

'ते काही मी विचारलं नाही.'

'दुसऱ्या दिवशी फोन केलात का त्यांना?'

'नाही. माझ्याकडे नंबर नव्हता.'

'आपल्या टेलिफोन ऑपरेटरकडे सर्व नंबर्स असतात, हे तुम्हाला माहीत नाही वाटतं?'

'माहितीये ना. पण विचार केला की प्रत्यक्ष भेटूनच काम होईल. फोनवर बोलून काही उपयोग नाही.'

'मग पुन्हा गेलात का?'

'मला काय फक्त चकराच मारण्याचं काम आहे का? अजूनही कामं आहेतच ना!'

'महत्त्व कुठल्या कामाला अगोदर द्यायचं हे ठरवता येत नसेल तर ह्या पोस्टसाठी तुम्ही अयोग्य आहात.'

'साहेब, कुणाला बोलताय? मला? मी कोण आहे माहीत आहे ना? मी इथे गेले वर्षभर काम करतोय. एक तरी चूक दाखवा माझी.'

'कशी होणार? काम केलं तर चूक होणार. नुसती हजेरी लावणं म्हणजे काम करणं नव्हे. तुमच्या वडिलांकडे बघून तुम्हाला सांभाळतो आहे. नाही तर कधीच.'

'तुम्ही काय मला हाकलणार. मीच लाथ मारतो असल्या नोकरीवर!'

ह्याची बायको खरं तर रडकुंडीलाच आली होती. त्यात ती गर्भार. पण काय करणार? अट्टाहासाने ह्याच्याशी लग्न केलं, त्यामुळे माहेरीही जायची लाज वाटायची.

ह्याला मी सांगत होतो असं करू नकोस. सांभाळ. खूप काही गमावलं आहेस आत्तापर्यंत. मान मागून मिळत नाही. तो स्वबळावर आणि चांगल्या वर्तनातून मिळवावा लागतो. हा संसार आहे. इथे शकुनीसारखे डावपेच खेळून चालत नाही. कुठलंही राज्य मिळत नाही. होतो तो फक्त सर्वनाश.

स्वत:त धमक नाही आणि बायकोवर सतत संशय!

ह्या संशयाचा उगम स्वत:तल्या कमतरतेमुळे होतो; हे त्याला कधीही कळलं नाही. वर स्वत:चीच स्वत: तारिफ करत हिंडायचं. माझी पत्रिका आणि गरवारेंची पत्रिका अगदी सेम आहे. हे ह्याचं अभिमानाचं विधान. त्याला एकदा त्याच्या मित्राने टोकलंच. विचारलं सरळ सरळ,

'बाबा रे, तुझी आणि गरवारेंची पत्रिका अगदी सेम आहे, हे मुळात तुला सांगितलं कुणी? ज्याने सांगितलं तो एक मूर्ख आणि त्याचं ऐकणारा तू शतमूर्ख.'

'ए साल्या...'

'हां हां, जीभ सांभाळून. बरं धरून चालतो' आहेत पत्रिका अगदी सेम टू सेम! मग तू का नाही त्या गरवारेंसारखा झालास?'

'मी मनाने तसं ठरवलं नाही म्हणून. माझ्या मनाने जर घेतलं ना...'

'तरीही काहीही होणार नाही.'

'हे तुम्ही असे सगळे माझ्या आजुबाजूला निगेटिव्ह थिंकिंगचे लोक!'

'मग काय म्हणणं आहे तुझं? तू गरवारे होऊ शकतोस?'

'दाखवतोच ना साल्यांनो. बघत बसाल. आणि याल नंतर माझ्यामागे, गोंडे हलवत. साली, तुमची जातच तसली.'

मी आवरतोय ह्याला. पण हा एकदा सुटला की सुटला.

फक्त बोलण्यात माहिर. बड्या बड्या गप्पा. बडे बडे प्लॅन्स. आणि कृती? शून्य.

ह्याचा बेटा हळूहळू मोठा होत होता. लहान मुलांना सर्व काही पटकन समजतं. हा सुरुवातीपासूनच ह्याच्यापासून दूर दूर होता. ह्यानेही कधी त्याला जवळ घेतलं नाही. कुरवाळलं नाही.

ह्याच्या मुलाचा वाढदिवस होता. मला वाटत असेल तिसरा किंवा चौथा. सर्वांना आमंत्रण दिलं होतं. सगळे जमले. ह्याची बहीणही त्या पोरासाठी म्हणून आली होती. आत्या आल्याबरोबर त्या पोराने तिच्याकडे धाव घेतली. ह्याला राग येतोय, हे त्याच्या चेहऱ्यावर स्पष्ट दिसत होतं. पण एवढ्या माणसात तो काही बोलू शकला नव्हता. मग केक वगैरे कापून झाला. खाद्यपदार्थांच्या डिशेस आल्या. ह्याने अगदी जबरदस्तीने पोराला स्वत:च्या मांडीवर दाबून ठेवलं होतं. ह्याच्या बहिणीने अगदी सहजतेने पोराला हाक मारली. पोराला ह्याच्या मांडीवरून उतरून आत्याकडे जायचं होतं. हा सोडेना. शेवटी तो रडायला लागला. त्याचा राग तोपर्यंत पराकोटीला पोहोचला होता. इतक्या माणसांदेखत त्या एवढ्याशा पोराला त्याने एकच लगावली आणि म्हणाला, 'काय रे, तुला काटे टोचतात काय माझ्या मांडीवर?' आणि दिला ढकलून. ते पोर धडपडलंच. गुडघ्याला जबर मुका मार लागला. कळवळला तो बिचारा. आत्या-आई-आजी-आजोबा, आम्ही मित्र, शेजारी-सर्वच धावले. हा मख्ख! सरळ उठला आणि दार आपटून घराबाहेर चालता झाला.

मी गेलोच त्याच्या मागोमाग.

'ए, काय चालवलं आहेस?'

'माझं पोरगं, माझ्यापाशी बसत नाही म्हणजे काय?'

'कसं बसेल? तू काय केलं आहेस आत्तापर्यंत त्याच्यासाठी?'

'तू गप रे. चल चालता हो.'

'नाही जाणार. तू चुकतो आहेस. आधीही चुकत होतास आणि आत्ताही.'

'तुलाही फितवलं तर माझ्याविरुद्ध सगळ्यांनी.'

'मला कशाला कुणी फितवेल? मला माझे विचार आहेत. मी बघतोय ना सर्व!'

'मग बस बघत...'

मी नाहीच त्याला सावरू शकलो. शेवटी एकटा पडला हा. पण हे एकटेपणही ह्याला मानवलं नाहीये असं नाही. कुठलीही जबाबदारी नाही. ना ह्याने मुलाचं कर्तव्य पार पाडलं, ना नवऱ्याचं, ना बापाचं. ज्या दिवशी हा घरातून बाहेर पडला, त्यादिवशी त्याक्षणीही ह्याला कुठलाही पश्चात्ताप झाला नव्हता. संशयानं ह्याचं मातेरं केलं, पण त्याला तेही जाणवलं नाही. ह्याची बायको ज्या ऑफिसात काम करायची तिथे तिच्या गुणांमुळे तिची बढती होत गेली. तिचं प्रत्येक प्रमोशन ह्याच्या आई, वडील, बहीण, मुलाने साजरं केलं आणि हा?

'त्यात काय? काय असं एवढं मोठं केलंय हिने? सतत कारकुनी करून एकाच ठिकाणी वर्ष वर्ष काम करून सर्वच माहितीतलं होतं. मग सिनिऑरिटीप्रमाणे प्रमोशन मिळतंच.'

त्याच्या वडिलांनी त्याला विचारलं,

'तू टिकलास का कुठे एका जागी? नाही ना? धंदा तरी एखादा व्यवस्थित केलास का? नाही. मग तुला काय कळणार प्रमोशनचा अर्थ?'

बायकोचं यश ह्याच्याच्याने पाहावलं नाही. त्याने अनेक, अगदी नसलेले काहीतरी क्षुल्लक वाद घातले. मग त्यानंतर नेहमीसारखी शिव्यांची लाखोली. वयांत आलेल्या ह्याचाच मुलगा हे सारं बघत होता. ऐकत होता. आणि न राहवून त्या मुलाने ह्याच्या अंगावर हात उगारला. आजी-आजोबांनी नातवाला साथ दिली. ह्याला हा स्वतःचा प्रचंड अपमान वाटला आणि हा घराबाहेर पडला. कुठलाही मागचा पुढचा विचार न करता. जे काही पैसे हातात होते, त्या जोरावर हॉटेलमध्ये राहिला. संपत आले तसा मित्रांकडे चकरा मारायला लागला. कोणी उभं केलं नाही ह्याला दारांत. अशीच कुठे तरी कशीबशी एका चाळीत गचाळ खोली मिळाली. तसा राहू लागला. पण परतून घरी काही गेला नाही.

आणि आता हा असा समोर बेडवर पडून राहिलाय. मधूनच विव्हळतो. दुखणं पराकोटीला गेलंय.

'आई गं' असं आत्ता विव्हळला हा. गंमत वाटते मला ह्याची. ती बिचारी ह्याची माय सर्व वेदना सहन करून, वेदनांचा उच्चारही न करता स्वर्गवासी झाली. त्या वेदना दिल्या कुणी? ह्यानेच. आणि आता त्याच आईचा धावा करतोय. ती येईल

सुद्धा तुझ्यासाठी. आठवतंय का रे तुला? 'आईचं काळीज' नावाची कविता आहे एक. तूही ती वाचली होतीस. त्या वेळेला तुझं लग्न झालं नव्हतं. काळीज कापून आणणाऱ्या त्या कवितेतल्या मुलाला तू लाखोली वाहिली होतीस. आणि त्यानंतर रक्त न वाहवता वार करणारा तू! छान.

छे! नुसतं असं ह्याच्याकडे बघत बसायचं म्हणजे एक प्रकारची शिक्षाच आहे. बाहेर जावं तर उन्हाचे चटके सहन होणं कठीण! ह्या सार्वजनिक अगदीच सी ग्रेड वॉर्डमध्ये बसून राहायचं हेही कठीणच की! गंजलेल्या खिडक्या, तुटक्या काचा, मळलेल्या टाईल्स आणि गरगर आवाज करत फिरणारा बाबा आदमच्या काळातला पंखा. बरं व्हायचंच असं ठरवूनही बरं होता येणार नाही असं रूप ह्या वास्तूचं. स्वच्छ आणि मोकळं असं एकमेव म्हणजे हा समोरचा खिडकीच्या आकाराचा आभाळाचा तुकडा. रखरखीत ऊन. जून महिना संपत आलाय. पण चार थेंबाचाही शिडकावा झालेला नाही. ही धरती माता सुद्धा टक लावून आभाळाकडे बघतेय. पृथ्वीला सूर्याचा ध्यास म्हणून ती तिचं सूर्याबद्दलचं प्रेम आळवत आळवत त्याच्याभोवती रिंगण घालतेय. युगानुयुगं. तर हा आपला चिडलेलाच. त्याच्या ह्या चिडून दाट ओकणाऱ्या किरणांतून तिला काही काळ तरी सुटका हवीशी वाटते. पण प्रेम मात्र कायम. ही सुटका हवी, पुन्हा ताजंतवानं होण्यासाठी. हे आकाश म्हणजे ह्या पृथ्वीचा बाप. बापाचं प्रेम कसं असतं मुलांवर? दुरूनच! आणि आईचं, जवळून स्पर्श करून व्यक्त करणारं. तसा हा बाप दुरूनच प्रेम करतोय. प्रेमाचा दाह सहन करून पृथ्वी थकली की हा त्याची गडद काळी शाल उघडतो. त्या शालीला संपूर्ण अंथरतो. ह्या बापाला खूप रडू येतं. ही वेडी पृथ्वी! कसं समजावयाचं हिला? हा सूर्य कधी तिला, तिच्या प्रेमाला न्याय देणार नाही. तिचा दाह, शिवाय विरह त्याला बघवत नाही आणि तो गदगदून रडू लागतो. बापाच्या ह्या अश्रूंनी पृथ्वी शांत शांत होते. बापाच्या ह्या प्रेमाला प्रतिसाद देताना ती हिरव्याशार रंगाची उधळण करते.

ह्याच्या आयुष्यातही आता नुसती रखरख आहे. पृथ्वीसारखाच हाही चार प्रेमाच्या शिंतोड्यांची वाट बघतोय.

मला उभं राहवेना ह्या खिडकीपाशी. परतून आलो पुन्हा त्या लोखंडी पांढऱ्या रंगाचे पोपडे उडालेल्या, डगडगणाऱ्या स्टुलापाशी.

'आई गं!'

'काय होतंय रे?'

'दुखतंय!'

'औषध देऊ?'

'नको. आता काही नको.'

'चेपून देऊ?'

'नको रे. बस असा जरासा जवळ. कित्येक दिवसात आपुलकीचा, प्रेमाचा स्पर्श नाही झालाय मला.'

'बोल.'

'काय बोलू?'

'काहीही, ज्याने तुला बरं वाटेल असं.'

'मला बरं वाटेल असं? नको. आयुष्य घालवलं फक्त मलाच बरं वाटण्यामध्ये. आणि आता...'

'विचार करू नकोस काही. शांत पडून राहा.'

'तू ऐकशील? खूप बोलावंसं वाटतंय.'

'ऐकतो ना. सांग.'

'हरलो रे मी.'

'जिंकायला-हरायला ही कुठली लढाई आहे का?'

'आहे ना. लढाईच आहे. मी लढलो तसा.

'कुणाशी?'

'स्वत:शीच. पण हरलो.'

'कदाचित...'

'नसतो जिंकलो. मला प्रत्येक गोष्ट फक्त माझ्या पुरतीच मर्यादित हवी होती. नाही मिळाली. अट्टाहास होता, माझ्या पलीकडे काहीही नाही असं माझ्या जोडीदाराला वाटावं. तसं नाही वाटलं. हरलो.'

'बोलू का? नाही आता तूच विषय काढला आहेस, तर बोलतोच. सर्व काही होतं तुझ्यासाठी. तुझे आई, वडील, बहीण, तुझे मित्र आणि आठवते तुला ती तुझी पहिली प्रेयसी? सगळेच तुझे होते. पण तू कुणाचा होतास? तू फक्त तुझाच होतास. तू ह्या सर्वांसाठी काय केलंस? मुळात तुझ्यावर इतकं तुटून सर्वांनी प्रेम करावं असं तुझ्यात आहे काय? तरीही त्यांनी केलं. पण प्रेमाच्या नावाखाली तू दंडेलशाही केलीस. ह्याचं खरं कारण सांगू? तुला तुझ्यातलं न्यूनत्व माहीत होतं. अति सर्वसाधारण तू आहेस, हे तू जाणून होतास. तुझ्यात दया, माया आहे. पण तू कायम असुरक्षित राहिलास म्हणूनच कुणावरही विश्वास ठेवू शकत नाहीस. थोडा जरी विश्वास तुला तुझ्या स्वत:बद्दल असता तर आज चित्र वेगळं असतं. तुझा मुलगा त्याला वडिलांचं छत्र मिळालं नाही. तू तुझं बालपण तर खूप मजेत

जगलास. सर्व तऱ्हेचे लाड, हट्ट पुरवून घेतलेस. त्या तुझ्या मुलाचं काय रे पण? त्याने कसं व्यतित केलं त्याचं बालपण? आदराने नमस्कार व्हावा पण तुझा मुलगा तुझ्या ओरडण्याला घाबरून नमस्कार करत होता. ते त्याचं तुझ्यासमोर वाकणं तुला अभिमानाचं वाटलं. तुला कधीच कळलं नाही. आदराने, प्रेमाने तो फक्त आजी-आजोबा-आई-आत्या समोर वाकत होता. ज्या घरात तू हसत खेळत मोठा झालास, त्याच घरात तुझा मुलगा मात्र दहशतीत मोठा झाला. काय मिळवलंस? तुला माणसं हवी होती ना? तुला प्रेमही हवं होतं. मिळालं असतं रे. सर्वजण देत होते, पण तुला घेता आलं नाही. आणि आत्ता काही दिवसांपूर्वी आजारी पडलास. त्या बकाल खोलीत, घाणेरड्या वातावरणात राहिलास. एकटा, हेही तुझ्या आजाराचं कारण होऊ शकतं. फोन केलेस सर्वांना, कोण आलं? एकटा मी आलो.

'बोल ना. थांबलास का? छान वाटतंय ऐकायला. ज्या गोष्टी माहीत असूनही मी माझ्याशी कधी कबूल करू शकलो नाही. त्या सर्व गोष्टी तुझ्याकडून ऐकताना हलकं वाटतंय. एक एक पापुद्रा सुटा होतोय. मोकळं वाटतंय.'

'तुला मोकळं वाटतंय? म्हणजे तू सर्व कबूल करतो आहेस.'

'पण आता काय उपयोग? उशीर झालाय.'

'जिथे चांगल्या गोष्टीची सुरुवात होते. तिथे उशीर झालेला नसतो. जर जाणीवच झाली नाही शेवटपर्यंत, तर त्याला उशीर म्हणायचं.'

'ए, आता मला खूपच बरं वाटतंय. सांग मी काय काय करू शकतो?'

'जे जे चांगलं तुला करावंसं वाटतंय ते ते सर्व काही.'

'ह्या अवस्थेत?'

'हो. ह्याही अवस्थेत.'

'सांग ना.'

'तू 'दान' करू शकतोस.'

'कशाचं! माझ्याजवळ तर काहीच नाही.'

'आहे ना. तुझे डोळे, तुझं हृदय.'

'हो? खरंच?'

'विचारतो डॉक्टरांना.'

'आत्ताच विचार.'

'व्हिजिटींगचे अवर्स नाहीयेत हे. ते येतील तेव्हा विचारतो.'

'तोपर्यंत उशीर होईल रे. किती ग्लानी येते सतत. आणि घरी पण कळव सर्वांना मी अवयव दान करतोय.'

'मी नर्सला नंबर देतो, ती फोन करेल.'

'ते येतील?'

माझ्याजवळ ह्याच्या ह्या प्रश्नाला उत्तर नाहीये. हा ग्लानीत आहे. मी पुन्हा खिडकीजवळ जाऊन उभा राहिलो. किती काळ गेला कळलं नाही. आभाळाकडे एक टक बघता बघता जाणवलं, आभाळाने हळूहळू काळी शाल उघडली आहे. तो ती शाल अलगद पृथ्वीवर पांघरतो आहे. सूर्यापासून आपल्या लाडक्या लेकीचं तो रक्षण करायला लागलाय. मी हसलो. रखरखीत दुपार मुलायम झाली. गार वारं सुटलं. त्याचक्षणी ह्याने माझ्याकडे मान वळवली. हाही हसलेला, माझ्यासारखाच. आणि तसाच हा शांत झाला. एकदम शांत.

मी हसलो. मी सुटलो. मी जिंकलोही. आयुष्यभर ह्याच्या संशयी, उग्र, तिरस्कार, रिव्हेंज ह्यासारख्या वृत्तींनी मला ह्याच्यापासून दूर ठेवलं होतं. पण शेवटी मी जिंकलो. मी जो ह्याच्यामधलं प्रेम होतो, वात्सल्य होतो, नम्रही होतो. पण 'त्या' वृत्तीचं प्रमाण माझ्यापेक्षा जास्त होतं आणि मी दबला गेलो. सतत. जेव्हा हा हतबल झाला तेव्हा ह्याला माझं महत्त्व पटलं. मीच किती कसा बरोबर होतो हे जाणवलं. ह्या माझ्या प्रवृत्तींनी ह्याच्या तकतकलेल्या चेहऱ्यावर हसू आणलं आणि मी जिंकलो.

'अरे बघितलंस का? तुझ्यासाठी सात-आठ सावल्या दारात उभ्या आहेत. त्यांच्या डोळ्यांतून अश्रू वाहत आहेत. त्या अश्रूंनी तुझ्या रखरखीत आयुष्यावर ओलावा शिंपडलाय. हे बघ, तुझ्या वडिलांनी नेत्रदानाच्या फॉर्मवर सही केली. मी सुखावलोय. आता इथे माझं काय काम? पण मी इथून जरी गेलो, तरी कायम स्वरूपात राहणार ह्या जगात. कारण चांगुलपणा, प्रेम, आत्मियता, दानत्व ह्यांना मरण असतं का?

नसतं, इतिहास साक्ष आहे.

◆

अंगाई

प्रिय चि. बयो,

अनेक आशीर्वाद,

तू सासरी गेलीस आणि घर अगदी सुनं सुनं झालं बघ. हे असं दर खेपेला होतं. एव्हाना तुझ्या माहेरी राहून पुन्हा सासरी जाण्याची सवय आम्हांला व्हायला हवी होती. पण मन तुझ्या जाण्याने आजही सुनं होतं. एक तऱ्हेची उदासीनता येतेच.

रावजी काही बोलत नाहीत. तुला त्यांचा स्वभाव माहीतच आहे. ते कधीच काही बोलून दाखवत नाहीत. तुला आठवत असेलच, बच्चू जन्मला तेव्हा तू होतीस सात-आठ वर्षांची. बच्चूला नक्की काय झालं ते कळलं नाही आणि वर्षाच्या आतच तो गेला. तू म्हणशील, कशाला जुन्या जखमा उघड्या करतेस? जखमा भरल्या आता. नुसता व्रण राहिलाय. बच्चू गेला आणि तू टाहो फोडलास. माझी मनःस्थिती तर वर्णन न करता येण्यापलीकडेच... रावजींनी स्वतःला सावरलं आणि आपल्या दोघींना. ताठ राहिले. पण तुला सांगू? एका रात्री त्यांच्या टेबलावर डोकं ठेवून ते गदगदून रडत होते, आवाजही न करता. मी पाहिलं होतं त्यांना तसं. पण मागल्या पावली परतले. सांत्वन करायला गेले असते, तर त्यांनी लगेच स्वतःला कोरडं केलं असतं आणि आतल्या आत घुसमटले असते. तू किती हट्ट केला होतास नंतर तुला एक भाऊ किंवा बहीण हवी म्हणून. पण मी आणि रावजींनी न बोलताच ठरवल्यासारखं झालं होतं. तू आहेस आमची, तेवढीच ठीक. अजून नको कुणी. त्यात माझीही नोकरी चालूच होती. तुझी तर तक्रार असायची, आम्ही दोघंही तुला आमचा वेळ देऊ शकत नाही आहोत म्हणून!

तू एकटीच, आपली आपण वाढलीस.

बयो, तू म्हणशील आज हे मी काय मांडलंय एवढ्या वर्षांनी?

बरोबरच आहे तुझं. पण केव्हातरी वाटतं ना मोकळं व्हावंसं! तू जेव्हा जेव्हा इथे येतेस तेव्हाचे सर्व दिवस फुलपाखरासारखे होतात. रंगीबेरंगी आणि पटकन उडून जाणारे. मी आणि रावजी दोघेही हलके फुलके होऊन जातो. तेव्हा असं सर्व काही बोलावंसं वाटत नाही आणि तसे विचारही नसतात गं मनात. तू इथून परतून गेलीस की जडत्व येतं. दोघं नुसते एकमेकांकडे बघत राहतो. तू जातेस त्याचं रिकामपण, दुःख असतं. पण तू सुखी आहेस ह्याचा आनंदही असतो. आणि तशी तर तुझी इंटरनेटवर भेट होतच असते. खरं सांगू का पण? त्या मशीनवरच्या पत्रात कुठला ओलावा जाणवत नाही. आपलेपणा जाणवत नाही. आपण फक्त लवकर पोहोचतो एक दुसऱ्यापर्यंत पण भावरूप इथेच राहातं. 'मिसिंग यू सो मच!' असं वाचण्यापेक्षा 'तुझी खूप सय येत्येय गं!' हे वाचणं जास्त भाव पोहोचवतं ना? आपल्या नावाचं पाकीट पोस्टमन दाराच्या फटीत किंवा कडीला अडकवून जातो. पाकीट बघून मनाला एक ओढ लागते. कुणाचं पत्र असेल? काय लिहिलं असेल? आणि त्याउलट कॉम्प्युटर सुरू करा. मेलमध्ये जा. मेसेज वाचा. छापील. हस्ताक्षराची आणि त्या कॉम्प्युटरमधल्या छापील अक्षरांची तुलना होऊ शकेल का कधी? म्हणूनच ह्या धावत्या जगात थोडासा विश्राम हवा. भावनांना मुद्देसूद करून एकएक भाव ओवता यावा म्हणून पत्राचाच आधार घेतला. तूही वेळ मिळेल तेव्हा शांतपणे वाचू शकशील. तुझ्या चिऊला निजवताना किंवा अगदी तिला पाजतानासुद्धा.

जप हो चिऊला. इतकुशी आहे पण भारी लबाड आहे. तुझं पहिलंच बाळंतपण हे, पण सुखरूप पार पडलं म्हणून कसं छान वाटतंय. अगं, तुझे फोटो आलेत डेव्हलप होऊन. रावजी रोज बघत असतात. तुझ्या त्या फोटोतल्या हसऱ्या चेहऱ्यावर त्यांची नजर खिळून राहते. स्वतःही हसतात मग हळूच. गालातल्या गालात.

डोहाळे जेवण छान झालं नाही? त्याची सी. डी. सुद्धा आली आहे. रावजी, मी एक दिवसाआड तरी बघतोच. पण इतर कुणाला दाखवत नाही बसत. काय आहे की आपलं कौतुक आपल्यापाशी. इतरांना त्यात कसा काय इंटरेस्ट वाटणार? हां, अगदी कुणी विचारलं, तर मात्र दाखवतो. परवाच दुपारी बघत होतो आम्ही तर रावजी म्हणाले, 'ही चवळीची शेंग, भोपळ्यासारखी झालीये. होईल ना गं जरा कमी?' आणि हसायला लागले. मी म्हटलं त्यांना 'बाळंतपणात होतात काही जणी जाड. पण नंतर पुन्हा बऱ्यापैकी पहिल्यासारख्या होतात. किती छान आणि तृप्त दिसतेस तू त्यात! हेच तर हवं असतं गं आईवडिलांना. आपलं मूल सुखात राहावं! बास.'

चिऊची काळजी घे हं. धांदरटपणा करू नकोस. तिला उचलताना मानेखाली हात धरत जा. कुणा दुसऱ्याच्या हाती टाळच देण्याचं. भारी नाजुक असतात हो बाळं ह्या वयात. रोज तिची दृष्ट काढत जा. काळी तीट लावायला विसरू नकोस. आणि तिला घेऊन बाहेरही जात जाऊ नकोस. तशा सासुबाई घेतीलच काळजी तुझ्या. ओळखते का गं माणसांना? हुंकार द्यायला लागली का? आवाज अगदी खणखणीत आहे चिऊचा.

ह्या चिऊमुळे तर तुझं ह्या वेळचं जाणं आम्हांला अगदी सुनं करून गेलंय. तुझं माहेरपणाचं वास्तव्य चांगलं चार एक महिन्यांचं! किती कामं होती तेव्हा! जेवणाची आमंत्रणं, खरेदी, चिऊचे कपडे, पाळणा, बारसं सततची ये जा. तुझ्या मैत्रिणींचा लोंढाच्या लोंढा! आता सगळं गपगार झालंय. मी आणि रावजी बस. ह्यांनाही चिऊची खूपच सवय झाली आणि लळाही लागलाय. बारशाचे फोटो, सी.डी. बघणं चालूच आहे. आणि बयो, मला फार बरं वाटलं तू ह्यांच्या पसंतीचं नाव ठेवलंस चिऊचं. तुझ्या घरच्यांनी पण संमती दिली. रावजी खूप आनंदात आहेत. नावाप्रमाणेच चिऊने आयुष्यभर तिची 'अस्मिता' जपावी असं त्यांनी मला तुला सांगायला सांगितलंय. तू तिला तसं वाढव, तसे विचार दे. तसा आदर्श दे. ही त्यांची आणि माझीही इच्छा आणि अस्मिताचा शॉर्ट फॉर्म करायचा नाही बरं. लाडाने चिऊ म्हणा चालेल. मी सुद्धा चिऊच तर म्हणतेय.

फार लांबलं बाई पत्र. संपवते आता. तूही तुझ्या सवडीने पत्रंच पाठव. इ-मेल नको.

काळजी घे. चिऊला आशीर्वाद. आणि तुला? तुला धन्यवाद. इतकं छान, गोजिरवाणं सुख दिलंस आम्हांला म्हणून.

अगं बयो, मी तिला अंगाईगीत म्हणायची ना, तसंच तूही म्हणत जा हं. लेकरू अगदी हसत हसत निजतं. आणि म्हणूनच तिला थोडी माझी आठवणही राहील. घरातल्यांना नमस्कार सांग.

तुझीच
आई.

॥ श्री स्वामी समर्थ ॥

प्रिय चि. बयो
अनेकाशीर्वाद,

आम्ही परवा संध्याकाळी साडेसहा वाजता पोहोचलो. प्रवास उत्तम झाला. आल्यावर आपलं फोनवर बोलणं झालं होतं. त्यामुळे प्रवासाचा

तपशील लिहित बसत नाही. पण जे फोनवर बोलता येण्यासारखं नाही ते मात्र लिहिते.

दृष्ट लागेल असा सोहळा केलास. तू आणि तुझ्या सासरच्या प्रत्येक व्यक्तीने. इतकं प्रेमळ घर तुला मिळालं ह्याचा पुनःश्च आनंद दाटून येतोय आणि अगदी खरं सांगते, आज बच्चू हवा होता. त्याच्या बायकोलाही असंच सासर आम्ही दिलं असतं. तुझ्या भरल्या घरातून इथे परतून आलोय ना, जरा वेगळं वाटतंय. आम्हीच आमचे आलो. आम्हीच आमचं दार उघडलं आणि आम्हीच आमचं स्वागत केलं. बच्चू असता तर सूनबाईने आमचं स्वागत केलं असतं.

हे बघ, मधूनच हल्ली असं काहीतरी होतं. नाही नाही ते आठवतं. वय झालं हे ह्यालाच म्हणतात का?

एका वर्षात किती मोठं झालं गं पिल्लू? छान बाळसं घेतलंय. नजरे-समोरून हलत नाहीये ती. मला, रावजींना ह्या आठवड्यात तिचा इतका जीव लागला की पाय निघत नव्हते आमचे. आधी तर आमच्याकडे यायलाच तयार होत नव्हती. तिला आमची ओळख पटेपर्यंत आमची निघायची वेळ आली.

चिऊ आता हळूहळू पावलं टाकायला लागलीये. आता घर लहान पडेल तिला. हसू नकोस. अगदी बंगला जरी असला तरी ह्या वयात तो लहान पडतो. सैरभैर फिरायचं कळतं. त्याचं कौतुक होतंय, हेही कळतं. त्यामुळे जप तिला. अंगणात दगड आहेत. पायाला टोचतील तिच्या. माती खाईल, तर लक्ष ठेव. तुझं नसतं लक्ष. मी मार्क केलं ना. रावजी म्हणत होते, 'बयो आई झाली पण धांदरटपणा काही जात नाही तिचा.'

तुझ्या सासूबाई सांगतात, ते ऐक. त्या तुझी नोकरी नको म्हणतात ना, तर नको करूस. काही जास्त फरक पडणार नाही. नाहीतरी तुझी पण धावपळच होते. घरातली चिऊला सांभाळतात. पण तरी आपलीही जबाबदारी असतेच. चिऊला जरा मोठं होऊ दे. मग कर तुला जे काही करायचं आहे ते. तुला तर कधीही, कुठल्याही कंपनीत नोकरी मिळेल, असं शिक्षण आहे तुझं. बघ, विचार कर. मला कळव त्याप्रमाणे.

चिऊचे फोटो पाठवून दे. आम्ही वाट बघतोय.

चिऊला अंगाईगीत म्हणत जा गं! पोरगं खूप छान झोपतं बघ!

तुझीच,
आई.

॥ श्री स्वामी समर्थ ॥

प्रिय चि. बयो,

आशीर्वाद.

तू काही महिन्यांसाठी माहेरपणाला यावंसं असं आम्हा दोघांनाही वाटतंय. कधी येतेस?

परवा तुझं मेल वाचलं. आपला कॉम्प्युटर कालपासून जरा नखरे करतोय. फोनही केला होता तुला पण तुलाच तिथून मोकळेपणाने बोलता येत नाहीये हे जाणवलं.

बयो, तुझा प्रॉब्लेम म्हणावा तितका मोठा नाहीये. खरं तर सगळं सोपं असतं. आपणच गोष्टी कठीण करून ठेवतो.

तू ये इथे. चिऊला बघूनही खूप सारे महिने लोटलेत. बघावंसं वाटतंय. चिऊची ती आजी नशिबवान आहे. दिवसागणित तिला मोठं होताना बघू शकते. आम्हांला मात्र ती एकदम मोठी झालेलीच दिसते. ये काही दिवस, तिला वाढताना बघावंसं वाटतंय.

तुझीच,
आई.

'झोपली का गं लबाड!'

'हो. आत्ताच. थापटून थापटून झोपवलं.'

'बयोऽऽ. भारी लाडावलं आहेस.'

'मी नाही बाबा. घरातल्या इतरांनी.'

'अगं, छान आहे. तक्रार नाही करत आहे मी.'

'पण माझी तक्रार आहे ना.'

'बयो, जरा शांतपणे घे. कशाला हवाय वाद? तुझ्या सासरचं सर्वच वेगळं आहे. पहिली नात आहे ही त्यांची. बाकीचे सर्व नातू. मुलीचं-नातीचं कौतुक वाटतंच त्यामुळे.'

'पण चिऊ बिघडतेय ना ह्या लाडाकोडामुळे.'

'ती जबाबदारी तुझी. त्यांना न दुखावता चिऊला बिघडू द्यायचं नाही.'

'बाबा, आई, मी नोकरी करते. जास्त काळ घराबाहेर असते आणि चिऊ जास्त काळ त्यांच्या सोबतीत असते. मग मी काय करू?'

'रावजी, आत्ता हा विषय राहू दे. चिऊ झोपलीये तोपर्यंत जेवणं उरकून घेऊ. नवीन जागा, आपणही अजून तसे तिला परकेच. हिला सोडायची नाही ती, नीट

जेवू द्यायची नाही.'

'चिऊबाई ओळखायला लागल्या ह्या आजीला! आजोबा कुठे गेले?'
'भुर्रर्र.'
'तुला जायचं?'
'हो.'
'संध्याकाळी जाऊ हं.'
'हो.'
'काय चाललंय?'
'गप्पा मारत्येय आमच्या चिऊशी. मम मम हवी?'
'ना.'
'असं नाही करू. मम मम खायची. गोष्ट सांगू?'
'ना.'
'मी खाऊ?'
'हो.'
'नाही काय म्हणत्येस? चल आ कर.'
'नको जबरदस्ती करूस. भूक लागली की खाईल आपणहून.'
'अगं, तिची जेवणाची वेळ आहे ही.'
'असू दे. पंधरा मिनिटं इकडे तिकडे झाली तरी चालतं.'
'आई, हे तू बोलत्येस?'
'म्हणजे?'
'मला वाटतं मी ह्या वयाची असताना तू जबरदस्तीने मला खाऊ घालायचीस. अर्थात मला काही ते आठवत नाही. पण तुझ्याच तोंडून ऐकलंय मी हे पुष्कळदा.'
'खरं आहे. घाल जेवू हिला. पण रडवू नकोस हो.'

'रावजी, सांभाळता येतंय ना नातीला?'
'हो तर.'
'नाही म्हटलं, तुम्हाला सवय नाही लहान मुलांना घ्यायची.'
'जमतंय बघ आपोआप. पण ही रडणार नाही ना. आई हवी म्हणून?'
'रडली तर घेऊन जाऊ बागेत.'
'बयो येणार आहे कधी?'
'सात वाजेपर्यंत यावी. तीनचा शो होता. जरा मोकळेपणाने गेलीये मैत्रिणी-बरोबर. आधी विचारलं होतं तिने मला जाऊ का म्हणून. जा म्हणूनच सांगितलं.

माहेरपणाचा आनंद उपभोगू देत.'

'किती वाजले गं?'
'साडेआठ होऊन गेले.'
'अजून कशी आली नाही ही?'
'येईल.'
'पोरगं कंटाळलं आता. फिरवून आणलं. खाऊ देऊन झाला. तिन्हीसांजा सरल्या. तिला आता आईच हवी.'
'बघते तिच्या मैत्रिणीकडे फोन करून.'
'हिला आधी वरणभात तूप भरव बघू. झोपेला आल्यासारखीही वाटत्येय.'

'सव्वानऊ झाले. अजून बयोचा पत्ता नाही.'
'मी चिऊला झोपवते. बघते प्रयत्न करून.'
'ते गाणं म्हण ना. जे तू बयो लहान असताना म्हणायचीस.'
'किती गोड गोड बाळ जसे, ते?'
'हो. बऱ्याच वर्षांनी ऐकेन तुझ्या तोंडून.'
'बच्चू गेला आणि त्याच्याबरोबर ते गाणंही.'
'हिलाच बच्चू समज. म्हण. गाडून टाकलेल्या गोष्टी आहेत त्या. विसर. नवजीवासाठी म्हण.'
'म्हणते.'

'आई, चिऊ?'
'हळू. झोपलीये आत्ताच. आणि किती उशीर गं?'
'अगं तीनचा शो हाऊसफुल्ल होता. म्हणून सहाच्या शोला गेलो आम्ही. घरी फोन लावत होते तर कुणी उचलला नाही.'
'बयो, एक सांगू का? फोन उचलत नाहीये कुणी म्हणजे आधी तू घर गाठायला हवं होतंस; काळजीने!'
'बाबा मी म्हटलं तिला, मला घरी गेलंच पाहिजे म्हणून. पण ती ऐकेना. म्हणाली, गेले असतील चिऊला घेऊन फिरायला.'
'म्हणून मग तूही तसंच धरून चाललीस.'
'हो. आई काही झालंय का वेगळं?'
'नाही. चिऊ रडायला नको म्हणून आम्ही बाहेर पडलो. तू जेवलीस?'
'हो.'

‘रावजी चला आपण जेवून घेऊ.’

‘बयो. हे तुझं वागणं बरोबर नाही.’

‘अगं आई खरंच...’

‘असू दे.’

‘मी इथे आलेय ना, तूच बोलावल्याप्रमाणे! सांग मग, जरा माहेरचा उपभोग घेतेय.’

‘तिथे सुद्धा चालूच असतात ना तुमचे कार्यक्रम?’

‘मिळतो एखादा रविवार. नाही तर आठवडाभर माझी नोकरी, ह्याची नोकरी. वेळच कुठे असतो? आठवडाभर घराबाहेर असतो म्हणून मग शनिवार, रविवार घरातली कामं करायची. चिऊचं बघायचं. घाण्याला जुंपल्यासारखंच असतं सगळं.’

‘ह्यातून मार्ग काढायला हवा. तुला तुझ्या चिऊसाठी वेळ देता आला पाहिजे.’

‘आई, आत्ताचे हे दिवस मी काहीतरी करून दाखवायचे दिवस आहेत. करियरचे. आणि तू म्हणतेस की मी चिऊसाठी वेळ देऊ. नोकरी करून उरलेला वेळ तिचाच तर असतो. शिवाय एक गोष्ट. तिच्यासाठी घरात वडीलधारी माणसं आहेत. तू नोकरी करायचीस तेव्हा तर मी मावशीकडे राहायची. अजून आठ-दहा मुलात. इथे निदान तसं तर नाही.’

‘चिऊ, टाक खाली. टाक खाली ते साल. नाही खायचं ते घाण घाण.’

‘अगं नुसतीच लांबून काय ओरडत्येस? तिच्या हातातलं साल तू काढून घे नं!’

‘नाही. तिला कळलं पाहिजे. मी काय सांगतेय हे तिला समजायला हवं.’

‘वय काय गं तिचं?’

‘तिच्या वयाला एवढं कळायलाच हवं.’

‘अगं, मोठमोठ्या वयांना लहान लहान गोष्टी कळत नाहीत. तू तिचं काय सांगतेस?’

‘खरं आहे.’

‘असं का बोलत्येस?’

‘माझा किती हट्ट होता नाही? मला एक भावंडं हवं. असतं तर एकटी वाढले नसते.’

‘कुठून कुठे येऊन पोहोचलीस बयो.’

‘टी. व्ही. जास्त वेळ दाखवू नकोस तिला. डोळ्यांवर ताण पडेल तिच्या.’

'हो बाबा. पण ते कार्टुन बघून बघा ना तिचे एक्सप्रेशन्स!'

'ही आजची पिढी अगदी हुशारच गं!'

'मी पण होते ना हो हुशार?'

'होतीस तर! पण तेव्हा टी. व्ही. वर एवढे चॅनेल्स नव्हते. फक्त दूरदर्शन होतं. पण टी. व्ही. पेक्षा संध्याकाळचे मैदानी खेळच तुला जास्त आवडायचे.'

'हो. ते तर मला अजूनही आवडतात. म्हणजे बघायला. आता कुठे मी खेळणार पूर्वीसारखी?'

'वयोमानाप्रमाणे खेळ बदलायचा असतो. संसार हाही एक खेळच. कधी जिंकायचं, कधी हरायचं. हरण्यातही मजा असते. पण हे तुमच्या पिढीला समजत नाही. खेळाला नियम असतात ते पाळले तर उत्तम खिलाडू होता येतं. नाही पाळता आले नियम तर बाद व्हायला लागतं किंवा एक्स्ट्रॉमध्ये गणती होते. हरूनही जिंकता कसं येईल, ह्याची एक कला आहे. त्यात प्राविण्य मिळवलं की सर्व सोपं होऊन जातं.'

'बाबा...'

'आता आमची तिसरी इनिंग सुरू झालीये. आमची चाल आणि चिऊची चाल एकाच गतीची. त्यामुळे तिचं आणि आमचं छानच जमणार. तुझी चाल गतीची. ते चालणं नाहीच. ते धावणं. ह्या धावाधावीत अडथळे येणारच. त्यांना हसत-मुखाने पार केलंस तर खेळाचा नियम तुला समजला असं म्हणायचं. अडखळून पडलीस तरी उठायला हवं. तेही न चिडता. मग तुला खेळातली गंमत समजेल.'

'काय चाललंय?'

'खेळ खेळतोय.'

'चल. झालीस का तयार?'

'हो. चिऊचे कपडे घेते एक दोन बरोबर.'

'रावजी, निघू आम्ही?'

'सावकाश जा आणि सुखरूप परत या.'

'तुम्ही जेवून घ्या.'

'हो. माझी नको काळजी. निघा.'

'कसं वाटलं बयो.'

'किती सुरेख मंदिर आहे हे.'

'तू लहान होतीस तेव्हा इथे तुला घेऊन आलो होतो आम्ही.'

'त्यानंतर आज येत्येस?'

'तशी दोन-तीन वेळा येऊन गेले होते. ऑफिसची ट्रीप काढली होती इथे.'

'मला आठवतं. मी असेन बारा वर्षांची तेव्हा.'

'हो. तुझ्यासाठी आणि तुझ्या मैत्रिणींसाठी खूप काही खायला करून ठेवलं होतं.'

'दिवसभर आम्ही धुडगूस घातला होता. पण जसजशी संध्याकाळ व्हायला लागली तश्या एक एक करून सगळ्या निघून गेल्या. घरभर पसारा झाला होता. मला खूप एकटं वाटायला लागलं होतं. एकदम उदासच होऊन गेले होते. तू आलीस थकून आणि पसारा बघून इतकी चिडलीस की...'

'राहू दे गं.'

'हो. राहूच दे. चल आपण खाली ओढ्यात जाऊ.'

'बयो, वीस एक दिवस झाले. तुझी रजा आता संपत येईल. चिऊला घेऊन निघून जाशील.'

'बाबा, जायला लागणारच ना.'

'हो. पण तुला माहित्येय ना इथे आम्ही तुला का बोलावून घेतलं?'

'होय.'

'मग काय विचार आहे तुझा?'

'मला नोकरी सोडता येणं शक्य नाही.'

'का?'

'बाबा तुम्ही चिऊचं नाव काय ठेवलंत?'

'अस्मिता.'

'आई म्हणाली होती, नावाप्रमाणेच मी तिला मोठं करावं.'

'बरोबर.'

'माझं नाव अस्मिता नाही. म्हणून मी माझी अस्मिता जपायची नाही का?'

'चल गं झोपायला. वाजले बघ किती.'

'आलेच.'

'चिऊला निजवते मी.'

'थांब आई, ड्रॅपर बांधायचा आहे तिला.'

'कशासाठी गं?'

'अंथरूण ओलं होतं ना.'

'होऊ देत. केवढा मोठा तो ड्रॅपर. काय गरज गं घरांत असताना घालायची?'

'अगं, एकसारखं पुसत बसायला लागत नाही आणि जास्तीचे कपडेही

धुवायला लागत नाहीत.'

'काही नको. मी धुवेन कपडे. तिला रॅश आली तर?'

'केवढी काळजी घेतेस गं चिऊची. हे नको नि ते नको. तू तर सासूबाईंच्या वरताण करतेस.'

'केवढासा जीव तो. आपण काळजी नाही घ्यायची तर कुणी?'

'किती बदललीयेस गं आई. आधी तू अशी नव्हतीस.'

'हो मला जाणवतंय ते.'

'तुझे हे विचार नवे आहेत.'

'परिस्थिती बदलली आहे. तुझ्या वेळेला मी आईच्या भूमिकेत होते. आता मी आजीच्या भूमिकेत आहे.'

'आणि मी!'

'तू. माझी मुलगीही आणि चिऊची आईही. ये, तूही जवळ ये माझ्या.'

'काय झालं गं आत्ता अचानक तुला?'

'तुझ्या जाण्याचा दिवस अगदी जवळ येऊन ठेपलाय. पुन्हा खूप कठीण जाणार आहे गं सगळं.'

'आई.'

'आत्ता नाही कळणार तुला ते. चिऊ मोठी झाली की समजेल.'

'का गं हसलीस?'

'अगं, माझी आईपण असंच म्हणायची, ते आठवलं. बयो, ये ना गं अशी मांडीवर डोकं ठेव माझ्या.'

'मग तुला मला थोपटावं लागेल. थोपटच. किती वर्षं गेली नाही मधे? तू थोपटून झोपवायचीस. ते गाणं म्हणायचीस.'

'बयो, आज कबुली द्यायची आहे एक तुझ्याजवळ.'

'कसली गं?'

'खूप अन्याय केला मी तुझ्यावर. तुझं बालपण, बालपण राहू दिलं नाही मी. तेव्हा नोकरी ही गरज होती. पण अजूनही इतर गोष्टींचं आकर्षण होतंच की. सिनेमा, नाटक, पार्टी, पिकनीक. त्यावेळेला कळत नकळत तुझ्यावर माझ्याकडून अन्याय झाला. फक्त 'घर' अशी मी नाही वागू शकले. त्या वयात मोह पाडणाऱ्या अनेक गोष्टी होत्या. रावजी तर सतत कामातच असायचे.'

'तू बाबांना रावजी म्हणतेस.'

'अहो, वगैरे कधी जमलंच नाही. नावाने हाक मारण्याची पद्धत त्याकाळी नव्हतीच. जेव्हा केव्हा गावी जायचो, तेव्हा सासूबाई लाडाने ह्यांना काय राव? असं विचारायच्या. मी थट्टेत रावजी म्हणायला लागले. मग गावातही म्हणजे घरची गडी

माणसं ह्यांना रावजी म्हणायला लागले. त्यावेळेला पिंजरा सिनेमा खूप गाजला होता. त्यातलं गाणं तर अगदीच फेमस झालं होतं. अजूनही आहे. पण त्या गाण्यातल्या रावजीपेक्षा हे रावजी म्हणजे अगदी जमीन-आसमान. तरीही हे मग रावजीच राहिले. हे सतत कामात आणि माझा नातेवाईकांचा आणि मित्रमैत्रिणींचा गोतावळा खूप मोठा. महिन्यातून दोन-तीनदा तरी कुठेना कुणाकडे काहीतरी कार्यक्रम असायचेच. पण ह्या सगळ्यात तू जरा एकटी पडत गेलीस. मी खरंच तुला जास्त वेळ दिला नाही. तुझ्या शाळेच्या गॅदरिंगला क्वचितच हजर राहिले.'

'आई, जाऊ दे गं. काय उगीचच...'

'उगीचच नाही, खरं आहे हे. तुझ्या गॅदरिंगची वेळ आणि माझ्या ऑफिसची वेळ कधी जुळलीच नाही. जेव्हा रजा घेता येणं शक्य होतं तेव्हा घेतली. पण...'

'आई, मला काही म्हणायचं नाहीये, माझी कुठलीही तक्रार नाहीये. तू, बाबा जे काही करत होतात ते घरासाठी, माझ्यासाठी. त्या वयात वाईट वाटायचं पण आता कळतंय ना.'

'पण ते वाईट वाटणं...'

'ते तर ओघानंच होतं. वय लहान होतं. यशाचं कौतुक करायला आपले आई-वडील समोर नाहीत, ह्याची बोच होती. पण आता तसं काही नाही.'

'हीच बोच तुझ्या चिऊला नको देऊस. हे तुझ्या हातात आहे. ज्या काही छोट्या छोट्या चुका माझ्या हातून झाल्या तुझ्याबाबतीत, त्या तू चिऊच्या बाबतीत होऊ देऊ नकोस. ध्येय असावं पण ते प्रेमाच्या आड, वात्सल्याच्या आड येऊ नये. माझी नोकरी हा माझा नाइलाज होता. पण तुझं तसं नाहीये. तुझं सासर सधन आहे. तुझ्या ध्येयासाठी तू घरातून काम करू शकतेस. तुझ्याकडे पर्याय आहे. आणि अगदी नसेलच तुला तसं जमत, तर कर नोकरी. पण प्राधान्य मात्र चिऊसाठीच असायला हवं.

एकदा तू खूप आजारी होतीस, मी रजा काढली. दहा दिवसांची रजा झाली. मग मला जॉईन व्हावंच लागलं. मग रावजींनी रजा घेतली. पण ज्या दिवशी मी ऑफिसला जायला निघाले, तू रडून आकांत केलास. तुला त्याक्षणी मीच हवी होते आणि मला जाणं भाग होतं. तुला रडतं ठेवून मी निघून गेले. तुझा तो रडका स्वर नंतर कित्येक दिवस माझा पाठलाग करत होता. आजही त्या गोष्टीचा पश्चात्ताप होतो. जेव्हा तुला माझी अत्यंत गरज होती तेव्हाच मी नव्हते. आणि आता मला सवडच सवड आहे आणि तू नाहीस. असे अनेक प्रसंग तरळत राहतात. मन खात राहतं. हे आता कायम असंच राहणार. चिऊसाठी तू चांगल्या आठवणी निर्माण कर. म्हणजे हे असं रिकामपण आल्यावर तुला भविष्यात त्रास होणार नाही. तू समजूतदार आहेस. मी काय सांगायचा प्रयत्न करत्येय, हे तुला कळतंय. हो ना? रडतेस?'

'नाही गं. पुन्हा लहान झाल्यासारखं वाटतंय. तुझी मांडी, कपाळावरून फिरणारा तुझा हात...'

'असं तुझ्याजवळ राहावं असं तेव्हाही खूप वाटायचं. तू म्हणालीस ते बरोबर आहे. चिऊ तुझ्या घरच्या माणसातच वाढतेय. तू मात्र परक्या घरी वाढलीस. आठ-दहा मुलांत. एवढ्या मुलांत मावशींना प्रत्येक मुलाचे मूड्स सांभाळता येणं शक्यच नव्हतं. त्या शिस्त लावायच्या, प्रसंगी ओरडायच्याही. तूही काही कारण नसताना त्यांचा ओरडा खाल्ला असशील. खरं तर तेव्हाच मी तुझ्यासाठी काही वेगळं करायला हवं होतं.'

'म्हणजे काय?'

'काहीही. पण तुला प्राधान्य द्यायला हवं होतं. मूल हवंच ही प्रबळ इच्छा प्रत्येक बाईची असते. पण पुढे त्या मुलासाठी आपण राहत नाही. ही गोष्ट वाईट. समजत होतं गं तेव्हाही. पण काही टक्केच जमलं, उरलेलं तुझं तूच सांभाळून घेतलंस.'

'मी दुखवलं तुला?'

'अजिबात नाही. मला हे कधी तरी बोलावंसं वाटतच होतं. आता मी मोकळी आहे. कुठलंही घड्याळाचं बंधन मला नाही. आता मी चिऊसाठी आहे म्हणून तिच्या कलाने घ्यावंसं वाटतं सगळं. पण मी आई होते तेव्हा माझ्याकडे वेळ नव्हता. तुझ्या कलाने गोष्टी घेता आल्या नाहीत. जी सवलत मी चिऊला देऊ करेन ती मी तुला त्या वयात देऊ केली नाही. जेवत नाहीस? घाल धपाटा, होमवर्क झालं नाही? कर शिक्षा, अंथरूण आवरलेलं नाही? रागे भरा. हे असंच चालू राहिलं. आता त्या चुका सुधारायच्या आहेत.

आणि खरं सांगू का? तेव्हा इतकी मॅच्युरिटी नव्हती. अवखळपणा जास्त होता. धीराने मूल लहानाचं मोठं करायचं हे कळतच नव्हतं. तुझी आजी तुला पाठीशी घालायची तर राग यायचा. तुझ्यासारखंच मलाही वाटायचं. त्या तुला लाडावून ठेवतात म्हणून. खरं तर त्यांचं बरोबर होतं. जे लाड मुलाला नाही देऊ शकलो, ते साठून राहतात. ते साठलेलं पोतं नातवंडापाशी रिकामं होतं.

आता असं वाटतं चिऊच्या रूपात तुझं लहानपण अनुभवतेय. तूच लहान झाल्यासारखी वाटतेस. ऐकतेस का माझं...

'हो. ऐकतेय...'

''खरंच, होऊन जा लहान. खूप वेळा असं वाटतं, हे काळाचं चक्र उलटं फिरवावं, मी पुन्हा तुझ्या जन्माच्या वेदना अनुभवाव्यात. तुझं बालपण, क्षण क्षण उपभोगावं. पान्हा फुटावा. तुला गोंजारावं, अंगाईगीत म्हणावं. जास्त जाणिवतेने तुला वाढवावं. माझ्या चुकांना सुधारत तुला लहानाचं मोठं करावं. पण काळाचं हे

चक्र नाही गं फिरवता येत. म्हणून तू चिऊला मोठं होताना अनुभवून घे. फार लवकर निसटतो हा काळ हातातून.

'आई, अंगाईगीत म्हणतेस?'

'म्हणते ना.'

अर्ध्या मांडीवर चिऊ. अर्ध्या मांडीवर बयो. चिऊपेक्षाही लहान झालेली. तशीच गोजिरवाणी, कुरळे केस, छोटुशी जिवणी, लालचुटूक ओठ...

किती गोड गोड बाळ जसे
कमल उमलले
ओठांच्या पाकळ्यात
ब्रह्म साठले...

शांत झोपलेली बयो मला माझं तारुण्यातलं आईपण देत होती. स्वर कधी जड झाला आणि दोन अश्रू कधी ओघळले कळलं नाही.

◆

जिंदाबाद

'**ह**मारी मांगे...'
'पुरी करो'
'हाय, हाय... हाय... हाय
कामगारांवर अन्याय
हाय... हाय!'
'जिंदाबाद जिंदाबाद...

तात्यासाहेब कांबळे जिंदाबाद'

'शांत व्हा! माझ्या सहकार्यांनो शांत व्हा! नुसतेच नारे लावून आपल्याला अपेक्षित सुधारणा होणं, कदापि शक्य नाही. आता मोठा लढा द्यायची तयारी ठेवा. एकजुटीने आणि एकमताने राहा. आपल्या एकजुटीत मोठ्या अधिकारपदाचं, तात्पुरत्या सोईंचं आमिष दाखवून फूट पाडायला मॅनेजमेंट कमी करणार नाही. त्या प्रलोभनांना बळी पडू नका. एकाचं भलं होईलही कदाचित पण त्यामुळे हजारोंचं नुकसान होईल, हे विसरू नका. आता जे काही होईल ते सर्वांचं मिळून होईल. मान्य आहे!'

'हो ऽ ऽ ऽ!'

'ठीक तर मग! आजच मॅनेजमेंटने मीटिंगसाठी बोलावलं आहे. बघू काय म्हणतात. तोपर्यंत तुम्ही सर्वांनी शांत राहावे, अशी माझी तुम्हांला विनंती आहे.'

'हम सब एक है ।
हम सब साथ रहेंगे ।
तात्यासाहेब कांबळे. जिंदाबाद ।'

'या या कांबळेसाहेब, बसा.'

‘नाही सर. उभाच ठीक आहे.’

‘बसा हो तात्यासाहेब.’

तात्या बसले.

‘हं बोला तात्यासाहेब, प्रॉब्लेम काय आहे?’

‘तो तर आम्ही आमच्या पत्रकांत मांडलेलाच आहे.’

‘तरी तुमच्या तोंडून ऐकू द्या.’

‘सर, मागण्या आधी आम्ही मॅनेजरसाहेबांपुढे मांडल्या होत्या.’

‘बरं मग?’

‘त्यांनी त्या मागण्यांकडे पूर्ण दुर्लक्ष केलं. म्हणाले, ‘आधी तुमची कामं व्यवस्थित करीत जा. मग बघू.’

‘काय पंडित? असं सांगितलंत?’

‘त्याचं काय आहे सर! आपल्याकडे तीन शिफ्ट्स असतात. पहिल्या शिफ्टची कामगारमंडळी शिफ्ट संपत यायची वेळ जवळ येत चालली की कामं थांबवतात. ती कामं सेकंड शिफ्टवाल्यांकडे देतात. तीही तसंच करतात. ह्यामध्ये होतं काय, की पहिली शिफ्ट संपताना आणि सेकंड शिफ्टची माणसं येऊन काम सुरू करण्यामध्ये दीड ते दोन तास वाया जातात. त्याचा परिणाम प्रॉडक्शनवर होतो. घेतलेल्या ऑर्डर्स वेळेवर पूर्ण केल्या जात नाहीत. सप्लाय उशिरा झाला की पेमेंट्सना उशीर होतो, त्याचा परिणाम पुन्हा रॉ-मटेरियलच्या पर्चेसिंगवर होतो. हे एक सर्कलच सुरू होतं. केवळ कामगारांच्या बेजबाबदार वागणुकीमुळे.’

‘हं बोला तात्यासाहेब, ह्यावर काही उत्तर आहे?’

‘आहे सर! एक नाही. दहा उत्तरं आहेत.’

‘सांगा?’

‘कामगार लोक! त्यांचं पोट त्यांच्या हातांवर, त्यांना काम न करून चालणारच नाही. पण त्यासाठी चांगली मशिनरी, कँटिनची सोय, मेडिकल फॅसिलिटीज ह्या अत्यावश्यक बाबी आहेत. जुन्या झालेल्या मशिन्सवर त्यांनी आठ आठ तास काम करायचं! त्या मशिन्सचं दर महिन्याचं ठरलेलं मेंटेनन्स होत नाही. मेंटेनन्सच्या नावाखाली पैसे तर घेतले जातात पण सहा महिन्यांतून एकदा कधीतरी लोक येतात. अशा मशिन्सवर दोन तास जरी काम केलं तरी माणसाला थकायला होतं. नवीन मशीन्स हवीत असा अर्ज पाच महिन्यांपूर्वीच करून झालेला आहे, पण त्याची दखलही घेतली गेलेली नाही. तेच कँटिनबाबत. त्या कँटिनमधले ते दोनच दोन पदार्थ, तेही हवे तेव्हा मिळतातच असं नाही. कँटिनची पाण्याची टाकी बघा! आतून शेवाळं साचतंय. असं पाणी आम्ही कामगार लोक पित आहोत. जुन्या मशिन्समुळे कुणाला दुखापत होते, तर दवाखाना नाही तातडीचे उपचार करायला.

कसं आणि कोण अशा परिस्थितीत कंपनीला चांगलं आऊटपुट देऊ शकणार?'

''तात्यासाहेब, ठीक आहे. मी तुमच्या मागण्यांचा विचार करतो. मला एक आठवडा तरी हवा निर्णय घेण्यासाठी. पण तोपर्यंत तुम्ही काम थांबवू नका. ह्या आठ दिवसांचा डबल पगार प्रत्येक कामगाराला दिला जाईल.'

'थँक्यू सर!'

'आई, बाबा आले!'

'का हो? एवढा उशीर आज?'

'सरांनी अचानक बोलावून घेतलं. मिटिंग झाली.'

'काय झालं मिटिंगमध्ये?'

'मी मिटिंग हँडल करतोय, म्हणजे काय होणार? जिंकणारच ना!'

'आता ते मला चांगल्यापैकी माहीत झालंय की, तुम्ही कधीच हार खाणार नाही. पण म्हणजे संप मिटला?'

'आठ दिवसांची मुदत मागून घेतली सरांनी, दिली.'

'बाबा बाबा, माझं ड्रॉईंग बघा ना!'

'पप्पू, किती वेळा तुला सांगितलं की, मी बोलत असताना मधे बोलायचं नाही म्हणून!'

'पण बाबा, मला प्राइज मिळालं.'

'नंतर बघतो, पण अभ्यास झालाय का? स्कूल बॅग लावलीस? शुभं करोति, पाढे म्हणून झाले?'

'नाही- आता म्हणतो.'

'जा, पळ मग! हां, तर काय सांगत होतो?'

ट्रिंग ट्रिंग

'हॅलो, हो हो तात्यासाहेब बोलतोय...

...

'कोण? हां हां शंकरराव? बोला काय म्हणताय?'

'संप ना? हो हो, मागे घेतलाय. तात्पुरता... छे-छे असा नाही सोडणार... तुम्हाला माहितीये ना. ह्या तात्याने एकदा मनावर घेतलं की... हो हो.. निर्धास्त राहा. मी आहे ना. काही काळजी नको... बरं ठीक!'

'जेवायला वाढू ना?'

'हो हो. भूक लागलीये खूप.'

'बाबा. नमस्कार!'

'हं, आता उद्यापासून सांगायला लागता कामा नये. रोज परवचा, पाढे म्हटलंच गेलं पाहिजे. आमच्या लहानपणी...'

'हो माहितीये. आजी पाढे म्हटल्याशिवाय जेवायला द्यायची नाही. आजही तुम्हांला पाढे पाठ आहेत त्यामुळे!'

'सर्व माहितीये, तर स्वतःनेच आपणहून म्हणावं. सांगायला का लागतं? बरं चल जेवायला.'

'मी जेवलो.'

'का गं? ह्याला पाढे परवचा म्हणायच्या अगोदर का वाढलंस जेवायला? तुला सांगितलं होतं ना मी?'

'चिडताय कशाला? एवढ्यात तर शिकवणीहून आला. भूक लागली होती.'

'हेच, हेच मला तुमचं आवडत नाही. पोराला वळण लावायचं सोडून नुसते लाड करताय. शिस्त म्हणजे शिस्त. पण तुम्हीच असं वागता तर.'

'वाढू ना तुम्हांला?'

'मी जरा काही बोलायला लागलो की विषय बदलणारच.'

'विषय कशाला बदलू? आणि मी जरी बदलला तरी तुम्ही थोडीच सोडणार आहात. गरम जेवण वाढते. जेवताना सुरू करा पुन्हा!'

ट्रिंग ट्रिंग.....

'हा मेला फोन! साधं जेवणही शांतपणे जेवून देणार नाही.'

'हॅलो.'

'तात्यासाहेब आले नाहीत अजून. थोड्यावेळाने फोन करा.'

'अगं अगं, कोण होतं फोनवर?'

'मी नाही नाव विचारलं.'

'बघ आता. साधं नाव नाही विचारता येत? काय म्हणतील माणसं? इतकी जण आज माझ्यावर अवलंबून आहेत, मी असं वागून कसं चालेल!'

'निदान जेवताना तरी मला, तुम्हांला शांतता हवी आहे. ती युनियन मेली रोजचीच आहे. पप्पूसाठी काही वेळ काढत नाही तुम्ही! बिचारा, केवढा हिरमुसला! त्या चित्रासाठी त्याला बक्षिस मिळालं, ते दाखवण्यासाठी इतका वेळ जागत बसला होता. तुम्हांला काही कौतुक त्याचं? दिवस न् रात्र नुसती युनियन! बायका पोरं काय आहेतच! जातील कुठे?'

'झाली, झाली सुरुवात! अगं, हा तात्या आहे म्हणून ती मिल् आहे. मॅनेजमेंट आणि कामगार दोघांनाही एकाचवेळेस समर्थतेने सांभाळतोय. दोरीवरची कसरत आहे ती!'

'सांगितलंय कुणी ही कसरत करायला? काय मिळतं? साधं जेवणही

शांतपणे घेता येत नाही. माझं जळलं ते तरुणपण गेलं. निदान मुलांच्या हौशी तरी पूर्ण करायच्या?'

ट्रिंग ट्रिंग...

'थांब, मीच घेतो.'

'हॅलो- हो हो तात्याच बोलतोय. अरे वा वा... कसे आहात? काय म्हणते तिकडची मिल्? इथे?... हो... हो... उद्यापासूनच... एक काम करा ना... त्या तावडेची बदली करून टाका... नाही म्हणे फारच शहाणा समजतो स्वत:ला... मी घेतो सांभाळून... हो बेलाशक... गुड नाइट!'

'बाबा... हळू बोला ना... झोप येते मला...'

'बाबा अजून नाही आले?'

'मी पण वाट बघते त्यांची.'

'त्यांच्या लक्षात तरी आहे का माझा वाढदिवस?'

'तुझा वाढदिवस कसा विसरतील ते मनी?'

'किती उशीर पण? ह्यापुढे कधी जाणार हॉटेलमध्ये?'

'भूक लागली ना? मी पटकन तुझ्या आवडीचं काहीतरी बनवते.'

'हे नेहमीचंच आहे.'

'अगं, कामात असतात ते. मुद्दामून थोडी उशीर करतात?'

'एकदिवस सुद्धा देऊ नाही शकत माझ्यासाठी?'

'काहीतरी अडचण आली असेल त्यांना. चल मी जेवण करते.'

'काही नको. आम्ही नाही घरात जेवणार.'

'पप्पू, तू अजून तिला राग येईल असं बोलू नकोस.'

'तो बोलला काय नि नाही बोलला काय, मला यायचा तो राग आलेलाच आहे.'

'किती उशीर केलात आज! मुलं न जेवताच झोपली.'

'काय करणार? मिलमध्ये एकाचा हात गेला मशीनमध्ये, तिथल्या तिथे बेशुद्ध पडला. मग धावपळ करायला लागली सगळी.'

'आता कशाला धावपळ? दवाखाना सुरू झालाय ना मिलमध्ये?'

'हो, पण ह्यावेळेला तिथे डॉक्टर तर हवा ना?'

'आणखीन कुणी नव्हतं तुमच्या व्यतिरिक्त?'

'अगं, शिफ्टवाले कामगार होतेच ना. पण काय आहे, की ती माझी जबाबदारी होती. माझ्या युनियनमधल्या कामगाराला दुखापत झाली आहे म्हटल्यावर, मी तिथे

असूनही जर त्याला हॉस्पीटलमध्ये नेलं नसतं, तर केवढी नाचक्कीची गोष्ट झाली असती. आणि माझ्याकडून असं वागणं कधी होणारच नाही. वाढदिवस पुन्हा पुढच्या वर्षी येईलच. तेव्हा आपण जाऊच!'

'तोपर्यंत कशाला थांबायचं पण? उद्याच जाऊ आपण हॉटेलमध्ये तिला घेऊन!'

'उद्या? शक्य नाही. उद्या तर अपॉझिट युनियनवाल्यांची जाहीर मीटिंग आहे. तो पोवळे काय तारे तोडतोय बघायचंय.'

'हे अगदी अतिच. तुमच्या युनियनची मीटिंग, मी समजू शकते, पण पोवळेची मीटिंग असून तुम्ही त्यात लुडबुड करणार!'

'काय बोलतेस, तुला कळतंय का? त्याला लुडबुड नाही म्हणत. त्याला राजकारण म्हणतात.'

ट्रिंग ट्रिंग...

'हॅलो ऽऽ'

'नमस्कार नमस्कार! काय म्हणताय? आत्ता कसा काय फोन केलात? उद्याची तुमची मीटिंग ना?... हो. हो. येणार ना... नाही नाही तुमचे मॅनेजमेंटबद्दलचे व्ह्यूज ऐकायची इच्छा आहेच. छे... छे... उलट कौतुक आहे तुमचं. हो. हो. ऑल द बेस्ट...

काय समजतो स्वतःला हा!'

'कोण?'

'पोवळे गं!'

'त्याने तुम्हाला फोन केला?'

'मग! भीती आहे ना त्याला, त्याची मीटिंग उलथवून लावेन म्हणून! नमस्कार. नक्की या. तुमच्याशिवाय शान नाही, तुम्हीही जरा बघा आमचे विचार. वगैरे बोलत बसला होता. डँबिस! एकीकडून जाम घाबरून असतो मला.'

'जेवायला चलणार आता?'

'मुलांनी पाढे-परवचा म्हटलं?'

'तात्यासाहेब, तुम्ही आहांत म्हणून इथे कामगारांच्या फायद्याच्या गोष्टी होत आहेत.'

'अरे प्रयत्न केले की काय अशक्य आहे? त्यासाठी झिजावं लागतं. चंदनाचं खोड उगाळलं की सुगंधच पसरणार. आणि कोळसा उगाळला तर काळंच होणार!'

'हे अगदी बरोबर बोललात. त्या मीटिंगमध्ये पोवळ्याने खरंच कोळसाच उगाळला. पण तुम्ही मात्र बाजी मारलीत.'

'तो मला बोलायला देईल असं वाटलंच नव्हतं. पण मला आमंत्रण देऊन

त्याच्याच कामगारांसमोर फसला! त्याच्या शिफ्ट्स बदलण्याच्या धोरणावरच असा आघात केला की, मीटिंग संपल्यानंतर त्याला 'तो आघात होता' हे कळलं.'

'तुमच्या भाषणाबद्दल काय आम्ही बोलणार? आमची तेवढी पात्रताच नाही.'

'त्याचं असं आहे, अशा माणसाची गोड बोलून मारायची. त्यावर मग काही प्रत्युत्तरच देऊ शकत नाही तो.'

'सर पण होते मीटिंगमध्ये. ते बरोबर समजले असणार. तुम्हांला काय सुचवायचंय ते!'

'मोठा हुशार माणूस आहे तो. नंतर मला बोलावून घेतलं केबिनमध्ये! आणि चक्क हात मिळवला. म्हणाले, 'तात्यासाहेब दोन्ही पारडी समानतेत कशी तोलायची ह्याचं तुमचं ज्ञान बघून थक्क झालो.' अरे, ह्यातच सर्व काही मिळालं.'

'तुम्ही त्या पोवळेच्या युनियनमधल्या चार-पाच जणांना फितवलंत म्हणे?'

'मी कोण फितवणार? ते आपणहूनच आले.'

'पण, तुम्ही काहीतरी केलं असणारच ना!'

'तसं तर करायलाच लागतं. साधीशी गोष्ट, पोवळे त्या चार कामगारांच्या प्रमोशनसाठी मॅनेजमेंटशी भांडत होता. आपल्या युनियनच्या वर्कर्सपैकी दोघांच्या प्रमोशनसाठी मी हटून बसलो होतो. सर दोघांचंही ऐकत नव्हते. शेवटी, मी सरांकडे गेलो, म्हणालो, 'सर एकवेळ माझ्या वर्कर्सना प्रमोशन नका देऊ. पण पोवळेचे वर्कर्स सिनियर आहेत. त्यांना मात्र द्याच!' माझ्या ह्या मागणीमुळे सर आश्चर्यचकित झाले. आणि त्याचा शेवट सहाही वर्कर्सच्या प्रमोशनमध्ये झाला. मी त्या चारांची बाजू घेऊन बोललो हे समजल्यावर ते चौघेही माझ्या युनियनचे मेंबर्स झाले.'

'पण पोवळेच्या वर्कर्ससाठी तुम्हांला सरांकडे जायचं काय कारण?'

'साधा हिशोब आहे. माझे वर्कर्स दोन वर्षांनी ज्युनियर होते. पण त्यांच्या घरात फायनानशियल प्रॉब्लेम्स वाढलेत. सिनिऑरिटीप्रमाणे पोवळेचे वर्कर्स सिलेक्ट झाले असते, तर ह्यांना अजून दोन वर्षं थांबावं लागलं असतं. म्हणून मी डावपेच केला. मीच पोवळेच्या वर्कर्सची भलावण करतोय म्हटल्यावर सरांना दुसरा मार्गच नव्हता. शिवाय माझ्या युनियनचे मेंबर्सही वाढले.'

'मनी, बाबांचे असे असंख्य डावपेच किती काळ चालणार?'

'पप्पू, तू लहान आहेस हं अजून. असं काहीतरी बोलू नकोस. बाबांनी ऐकलं तर खैर नाही.'

'मोठा झालोय मी आता. एकविसावं लागेल मला आता!'

'अरे पण, त्यांच्यापुढे आपण लहानच ना? आणि तुला-मला काय कळतंय राजकारणातलं?'

'का नाही समजत? रोजच्या रोज ऐकत तर असतो आपण! असं समजू नकोस की मी फक्त ऐकतो! बरोबर लक्ष असतं माझं. त्यांनाही नाही माहीत, ऐकून ऐकून काय काय शिकलोय ते!'

'बाप रे! म्हणजे तुझ्यापासून सावधच असायला हवं!'

'अर्थातच!'

'तात्यासाहेब, पुढल्या महिन्यात रिटायर्ड होणार तुम्ही!'

'हो- उद्यापासून रजेवर जातोय.'

'खूप केलंत तुम्ही ह्या मिलकरता! तुम्हांला विसरणं आम्हांला कधीच शक्य होणार नाही. तुमच्यामुळे केवढ्या सोयी झाल्या आमच्याकरता!'

'अरे, अरे. मला रिटायर्ड व्हायला वेळ आहे अजून. आत्तापासूनच मी जातोय, असं वाटून बोलतोयस का तू?'

'नाही हो तात्यासाहेब, मला तर वाटतंय की तुम्ही कायमचं इथे असावंत!'

'अरे राहणारच आहे. मी येत जाईन ना! आणि मला तरी कुठे चैन पडणार आहे तुमच्याशिवाय? संपूर्ण आयुष्य वेचलंय माझं मी ह्या कामगारांकरता. ते विसरतील का हे?'

'नाही हो, शक्यच नाही.'

'ना घर बघितलं, ना संसार. मुलांकडेही दुर्लक्ष झालं. त्यांच्या कुणाच्याच अपेक्षा पूर्ण नाही करू शकलो. पण इथे हजारोंचा निवारा, सौख्य, भलं चिंतलं आणि केलंही!'

'ही तुमची आम्हा कामगारांसाठी दिलेली एक प्रकारची कुर्बानीच आहे. भारत मिल म्हटलं की सरांच्या आधी तुमचं नाव येतं, ते त्याचमुळे.'

'चालायचंच. कुणीतरी त्यासाठी ठामपणे उभं राहाणं आवश्यक असतंच! तो मी राहिलो. इतकंच! चल, जरा सरांकडे जाऊन येतो. त्यांनीही पुरेपूर मान दिला माझ्या प्रत्येक शब्दाला. आता रिटायर्ड होणार आहे. आता काही तक्रार नाही नि अपेक्षाही नाही.'

'बाबा एकदम बदलले नाही?'

'असंच होतं मनी! राज्य संपत आलं. सिंहासन रिकामं करण्याची वेळ आली.'

'बाबांना खूपच जड जाईल नाही?'

'त्यावर काहीच इलाज नाही पप्पू! जुनं जातं, नवं येतं हा तर जगाचा नियमच आहे. जुनं गेलंच नाही तर नव्याला संधी कशी मिळणार?'

'पण बाबा तर अजून केवढे उत्साही आहेत. नंतर घरांत बसून काय करतील?'

'बघू! काही ना काही मार्ग निघेलच.'

'आज इतकी वर्षे सातत्याने आपल्याकरता झगडणाऱ्या तात्यासाहेब कांबळेंचा आज आपल्यामध्ये असण्याचा हा शेवटचा दिवस. त्यांनी आपल्या सर्वांसाठीच जे अथक परिश्रम घेतले, ते वादातीत आहेत. त्यांच्या उद्यापासूनच्या अनुपस्थितीने आपल्याला एक प्रकारचं पोरकेपण येणार आहे. जे कुणीही दूर करू शकणार नाही. त्यांना मिळणारे सलाम हे खुर्चीला केलेले सलाम नव्हते किंवा त्या अधिकाराला केलेले सलाम नव्हते. ते सलाम फक्त तात्यासाहेब, एक व्यक्तिमत्त्व म्हणून, आपल्यासाठी झगडणारं एक आपलं माणूस म्हणून केलेले सलाम होते. जे कायम राहतील. उद्या केव्हाही ते आपल्यात आले तर तसेच सलाम त्यांना तेव्हाही मिळतील, इतकं मोठं कार्य त्यांनी आपणासाठी केलेलं आहे. तात्यासाहेबांनी दाखवलेल्या मार्गावरूनच त्यांची, आम्ही लेकरं कायम वाटचाल करणार आहोत. जो मार्ग तयार करण्यासाठी त्यांनी ऊन-पाऊस पाहिलेलं नाही. पाहिलं ते फक्त आपलं हित! त्यांना उदंड आयुष्य लाभो आणि असंच मार्गदर्शन देण्यासाठी त्यांनी अधूनमधून त्यांच्या सोयीने आपल्यात यावं हीच एक प्रार्थना करून मी माझं भाषण संपवतो. बोला,

कामगार युनियन..
जिंदाबाद!
तात्यासाहेब कांबळे-
जिंदाबाद जिंदाबाद!'

'तुम्ही मला दिलेल्या ह्या मानाने, सत्काराने मी अगदी भारावून गेलो आहे. आज माझ्या भावना व्यक्त करायला, माझ्यापाशी शब्द नाहीत. तुमच्या माझ्यावरच्या अफाट प्रेमामुळे आणि सहकार्यामुळेच मी आज इथपर्यंत येऊन पोहोचलो आहे. मी जरी तुमच्यात आता नसलो, तरी मनाने मात्र ही मिल हेच मी माझं घर मानलंय. आणि माझ्या घरात मी येईन हेही नक्की! पण एक सांगतो, 'संघटना महत्त्वाची! व्यक्ती नाही.' ही संघटना, आपली एकजुट ही कायम राहो. एक व्यक्ती गेली तर फारसा फरक पडणार नाही. कारण ती व्यक्ती तुम्ही बनवता. साथ देऊन! अशीच साथ पुढेही येणाऱ्या, माझी जागा घेणाऱ्या व्यक्तीला द्या. संघटना जिवंत ठेवा. हेच आज माझं तुमच्याजवळ शेवटचं मागणं आहे. पूर्ण होईल ना?'

'हो ऽ ऽ ऽ'

'धन्यवाद. तुम्हा सर्वांचा मी कायम ऋणी आहे. मला आज सर्वकाही मिळालं. पुन्हा एकदा आभार मानतो.

'कामगार युनियन...

'जिंदाबाद जिंदाबाद...'

'तात्यासाहेब कांबळे हे मला वडील माणूस! पण माझा मान त्यांनी कायम मला 'सर' म्हणून ठेवला. वडिलधाऱ्या व्यक्तीकडून 'सर' म्हणवून घ्यायचं म्हणजे खटकत होतं. पण तो मान खुर्चीचा होता. आज मी 'सर' नसून, तुमच्या सारखाच त्यांचा एक शिष्य आहे. मॅनेजमेंट आणि कामगार ह्यांचं सख्य दुनियेला माहीत आहे किती असतं ते! पण तात्यासाहेबांनी हे खरंच सख्यच आहे हे त्यांच्या कारकीर्दीत दाखवून दिलं. त्यांच्यामुळे मला ही मिल चालवणं आणि नावारूपाला आणणं शक्य झालं. कारण त्यांनीच सांगितल्याप्रमाणे, ही मिल त्यांनी त्यांचं घरच मानलं. आणि घर दुभंगता कामा नये ही काळजी घरमालक घेत असतो तशीच त्यांनीही घेतली. तुमच्या माझ्यात त्यांनी नातं निर्माण केलं. आपण मित्र झालो. तात्यासाहेबांनी केलेल्या ह्या नात्याचं पालन मी कायम करेन. हीच आज माझ्याकडून त्यांना निश्चित आवडणारी भेट असेल.'

तात्यासाहेब कांबळे
जिंदाबाद...
तात्यासाहेब कांबळे
जिंदाबाद...!

'छान झाला नाही सोहळा?'

'बाबांना केवढा मान आहे!'

'ते त्यांनी कष्टाने कमावलेलं स्थान आहे मुलांनो!'

'तुझ्याबद्दल पण बोलले की सर?'

'ते आपलं उगीचच. त्यांना काय माहीत? अडीअडचणीच्यावेळी सुद्धा हे जेव्हा मिलमध्ये असायचे, तेव्हा घरात त्या युनियनला मी माझी सवत असं म्हणायची ते!'

'अगं, तेव्हाचं तुझं तसं वागणं बरोबरच असायचं!'

'ते काही मला कळत नाही. आता वाटतंय पण की मी चूकतच होते. किती वाद घालायची त्यांच्याशी जेव्हा उशिरा घरी यायचे!'

'आणि घरी आल्यानंतरचे ते तीन प्रश्न– 'होम वर्क झाला का?'

'पाढे म्हटले का?'

'परवचा म्हणून झाल्या का?'

'ते तुमच्यावर संस्कार व्हावेत ब्राह्मणांसारखे म्हणून हो! आणि जरा देवाचं नावही घेतलं जावं म्हणून! नाहीतर हल्लीची मुलं? सारखी T.V. समोर चॅनेल्स

बदलत बसलेली. कोणी येवो-जावो T.V पुढची मांडी काही मोडणार नाही.'

'खरंच! आता मोठे झाल्यावर समजतंय ते आम्हांला!'

'देव पावला!'

'कुठे निघालात?'

'जरा हिंडून येतो.'

'गेलंच पाहिजे का? रिटायर्ड होऊन महिना तर झालाय! जरा आराम करा आता. खूप धावपळ झाली इतकी वर्षं! ना दिवस ना रात्र!'

'मनी कुठे गेली?'

'मैत्रिणीकडे.'

'अशा अवेळी?'

'अवेळी कशाने? सातच तर वाजलेत.'

'सात वाजता मुलींनी घरात असायला हवं.'

'ते दिवस गेले बरं.'

'तुम्ही जाऊन दिलेत. वेळच्या वेळी वळण लावलं असतं तर असं झालं नसतं.'

'किती वेळा सांगून झालं तुम्हांला त्यावेळेला! मुलं ऐकत नाहीत. एकदा तुम्ही शांतपणे त्यांच्याशी बोला!'

'मी बोलायचं काय कारण? मुलं आईचं ऐकत नाहीत म्हणजे काय? तूच तेवढी कडक वागली नाहीस त्यांच्याशी. त्याला मी काय करणार? तू कडक वागायची नाहीस म्हणून तू चांगली आणि मी तसा वागायचो म्हणून माझ्याबद्दल नेहमी त्यांचं मत वाईट!'

'हां आता उगीचच त्रागा करताय. तसं कधी म्हणाली हो ती दोघं तुमच्याबद्दल काही गैर?'

'बोलली नसतील पण वागणुकीवरून जाणवायचं ना!'

'मग का नाही सुधारणा केलीत तुमच्यात?'

'म्हणजे तुझ्यासारखं वागायला हवं होतं? सगळं त्यांच्या कलाने? मला ते कधीच शक्य नाही. मी तसा नाही. मुंबईसारख्या शहरात एकट्याने येऊन कुणाच्याही आधाराशिवाय आज इथपर्यंत पोहोचलोय. स्वत:ला स्वत:नेच घडवलंय.'

'हे बघा, तुमचं कुठे चुकीचं म्हणते मी? पण मुलांमध्ये मूल होऊन राहावं लागतं कधी कधी! कधी प्रेमाने, कधी रागावून तर कधी हसत-खेळत वागून आपल्याला त्यांना घडवावं लागतं. घरात युनियनमधल्यासारखी हुकूमशाही कशी चालेल?'

‘सारखं सारखं युनियनबद्दल बोलू नकोस. त्यापेक्षा जातोच मी जरा बाहेर.’

‘बाबा, चिडचिडे झालेत नाही हल्ली?’

‘अगं, कायम कामांत असलेला माणूस एकदम रिकामं झालं की जरा चिडचिडं होणारच.’

‘आणि एक मार्क केलंस का? ते हल्ली सारखे फोनजवळ बसलेले असतात. रात्री त्यांना बरेच वेळा फोन यायचे ना! आता तसे येत नाहीत.’

‘परवा गंमतच झाली. असाच दहा-साडेदहाला फोन वाजला. तर ते धावत गेले फोन घ्यायला. फोन होता माझा. ‘पप्पू, तुझा फोन आहे. घे, कसले रात्री-अपरात्री तुझे फोन येतात रे!’ असंही वर म्हणाले.’

‘त्यांना एकटं वाटत असेल. पण त्यांना कुणी मित्रंही नाहीत.’

‘त्यांनी केलीच नाही फ्रेंडशीप कुणाशी!’

‘कशी होणार? ते कायम वरच्या लेव्हलवर होते मिलमध्ये! ते स्टेटस ते कायम जपत आले. कधी मिक्स नाही झाले आणि त्यांना वेळही नव्हता.’

‘पण आता काय करायचं? ते असेच चिडचिडत राहिले तर त्यांना त्रास होईल.’

‘तुम्ही मिलमध्ये नाही गेलात त्या दिवसानंतर?’

‘कशाला जायचं आता तिथे?’

‘तुम्ही भाषणात म्हणाला होतात ना, की ते तुमचं घर आहे. तुम्ही घरी जालच म्हणून!’

‘ते खरं होतं पण आता वाटतंय त्यात काही अर्थ नाही.’

‘जाऊन तर बघा!’

‘तू म्हणालीस म्हणून गेलो आणि खरंच खूप बरं वाटलं. सगळ्यांना आनंद झाला. माझी चौकशी केली. सध्या युनियनमध्ये काय काय चाललंय ह्याचं रिपोर्टिंग केलं. माझाच चेला रामू आता लिडर झालाय. त्याला दोन तीन टिप्स दिल्या. खूष झाला.’

‘बरं झालं चला!’

‘एक उमेद आली परत. आपण अजूनही हवे आहोत ही भावना सुखदायकच असते.’

‘बाबा, तुम्ही माझ्या मित्रांना काय बोललात?’

‘कशाबद्दल रे?’

'ते आले होते ना परवा आपल्या घरी मी नसताना?'

'हो. छान वेळ गेला.'

'कसा गेला वेळ? माझ्याबद्दल काहीबाही सांगत बसलात! मी असंच करतो, तसंच करतो.'

'काय चुकलं? तू तुझी छोटीशी कंपनी काढली आहेस. बरोबर?'

'हो.'

'त्यात वर्कर्स आहेत!'

'ते मिलमध्ये असतात तसे नाहीयेत.'

'म्हणजे?'

'ते शिकलेले, डबल ग्रॅज्युएट असे आहेत. ते तुमच्या कामगारांसारखे अर्धशिक्षित नाहीत.'

'तू उगीचच तुलना करत आहेस. वर्कर्स म्हणजे वर्कर्सच. ते कितीही शिकलेले असोत वा अशिक्षित असोत. त्यांच्यात फरक नाही. कारण शेवटी त्यांची जातकुळी एकच असते.'

'असं तुम्हांला वाटतंय. कारण तुम्ही शिक्षित वर्गाला हँडल केलेलं नाहीये.'

'काय चाललंय हो बाप-लेकाचं?'

'ऐका, हे चिरंजीव मला शिकवतायत. एका अशा माणसाला ज्याने जन्मभर वर्कर्स लोकांचे प्रॉब्लेम्स सोडवले. त्यांच्यावर हुकूमत गाजवली. आजही जरी मिलमध्ये गेलो तरी सगळे सलाम करतात.'

'पप्पू, तू जा बघू बाहेर.'

'घे पुन्हा त्याचीच बाजू. घरातल्यांना किंमतच नाही माझी!'

'उगीच चिडताय. जा रे तू.'

'बाबा कुठे गेलेत एवढ्या उन्हाचे?'

'दुसरीकडे कुठे जाणार मनी? गेलेत मिलमध्ये!'

'त्यांना नाहीच बरं वाटणार त्याशिवाय. आता सात-आठ महिने होऊन गेले रिटायर्ड होऊन पण अजूनही... ते बघ आलेच.'

'लगेचच आलात?'

'उन्हाचा परतलोय. पाणी वगैरे द्याल की नाही?'

'जा गं! पाणी आण. कशाला एवढी वणवण करता? जन्मभर तेच केलंत. शांत आयुष्य जगावं आता. माझ्याबरोबर संध्याकाळचं मंदिरात चला. छान भजनं चालू असतात. कसं बरं वाटतं.'

'आता तू उपदेश दे!'

'अगोबाई, मी काय उपदेश देते हो? तुमचीच घालमेल चाललेली असते, म्हणून म्हटलं.'

'घालमेल नाही होणार? हा परवाचा पोरगा!'

'कोण? पप्पू?'

'पप्पू नाही गं! तो रामू. माझा असिस्टंट. आज माझ्या खुर्चीवर बसलाय ना तो! सर्व अधिकार हातात आलेत. माज आलाय. क्षुल्लक कारणावरून संप करतोय. त्या कामगारांना उपाशी मारणार तो. चार शब्द सल्ला द्यायला गेलो, तर म्हणतो कसा, 'तात्यासाहेब, बराच फरक पडलाय मिलमध्ये! तुमचा काळ गेला. खूप नरमाईने घेतलंत. आता नाही चालणार असं. आम्ही बघून घेऊ काय करायचं ते. तुमचा सल्ला नकोय.'

'असं म्हणाला?'

'हो तर! आता कोण विचारतो तात्यासाहेबाला? म्हातारा झालाय ना? रिटायर्ड करून म्हातारपणावर शिक्का मारून झालाय. ही नवीन पिढी म्हणे! सळसळत्या रक्ताची! आत्ता हे जे सळसळतंय माझ्या अंगात, ते रक्तच आहे. कामगारांचे पुढचे हाल डोळ्यांसमोर दिसतायत. राहावत नाहीये. काय करणार? भाषणं दिली त्याने मोठमोठी रिटायर्ड होतानाच्या समारंभात. सेंड ऑफ! त्यातली एक ओळ सुद्धा लक्षांत नाही त्याच्या.'

'अहो, असं होतंच. तुम्ही शांतपणे पडा जरा.'

'एक गोळी दे झोपेची. त्याशिवाय झोप येणं शक्य नाही.'

'बाबांना सांग न आई! सारखे येतात ऑफिसमध्ये. मी कुणाला फायर करत असेन तर त्याच्यासमोर मलाच अडवतात. चुकीचं ठरवतात. आता माझ्या स्टाफसमोर असं करायला लागले तर माझ्या शब्दाला काय किंमत राहणार?'

'आता इतक्यातच काही बोलू नकोस. जरा सांभाळून घे. हल्ली रोज झोपताना झोपेची गोळी घेतात. सारखे अस्वस्थ असतात. त्यात तूही काही बोललास तर बघायलाच नको.'

'ते सगळं मान्य आहे. मलाही त्यांच्याबद्दल आदर आहे. त्यांचं बोलणं ऐकून ऐकूनच मी स्टाफला हँडल कसं करायचं ते शिकलोय. पण त्या काळात नि आजच्या काळात फरक आहे. हेच त्यांना समजत नाहीये.'

'काय, काय समजत नाहीये मला?'

'तुम्ही T.V. बघायला चला बरं!'

'तू मध्ये येऊ नकोस. हं बोल. तू काय म्हणालास?'

'बाबा, मला तुमच्याविरुद्ध असं काही बोलायचं नाहीये. पण तुम्हीही जरा माझे

प्रश्न समजून घ्या. मी इथे बॉस आहे. माझ्या हाताखालची ती माणसं आहेत. तुम्ही त्यांची बाजू जरूर घ्या, पण त्यांच्याचसमोर मला तडजोड करायला भाग पाडता, हे योग्य आहे का?'

'मग? तू त्यांचं नुकसान करशील तर कसं चालेल?'

'मी नुकसान नाहीये करत. त्यांच्यावरच तर हा सगळा डोलारा उभारून जबाबदारी सोपवली.'

'तेच म्हणतोय मी! ह्याची जाण तुला ठेवायलाच हवी. तेच तू विसरतोयस.'

'बाबा, तुमचा काळ आणि...'

'माहितीये, तेच तेच सांगू नकोस सारखं. सगळीकडून तेच ऐकतोय- तो काळ– हा काळ- जुनं- नवं- म्हातारा... झालोय ना मी? मग टाक वृद्धाश्रमात. म्हणजे सुटलास. तसं कशाला? मीच जातो वृद्धाश्रमात. कटकटच नको कुणाला.'

'बाबा, तुम्ही गैरसमज करून घेताय. मला तसं काहीच..'

'जातोय मी. बास. चल गं. बॅग भर आपली.'

'काय ही खोली?'

'चांगली आहे की!'

'एवढं सोन्यासारखं घर. मुलं सोडून आलात. काय मिळवलंत?'

'जिथे माझ्या शब्दाला मान नाही, तिथे मी राहणं शक्य नाही. तुला जड जात असेल तर जा खुशाल तुझ्या लाडल्याकडे!'

'तुम्हांला सोडून मी जाणं शक्य नाही. हे तुम्हांलाही माहितीये म्हणून बोलताय ना?'

'तसं नाही गं! पण आयुष्यभर झुंज दिली. आधी गरिबीशी, नातेवाईकांशी, नोकरीमध्ये होणाऱ्या अन्यायाशी! ह्या मनाला, शरीराला झगडा द्यायची सवय लागली. अन्याय सहन नाही होत, मग तो पोटच्या मुलाने इतरांवर केलेलाही!'

'समजतंय, समजतंय मला!'

'तुझी साथ मिळाली. काही तक्रार नाही माझी तुझ्याबद्दल. तुला मात्र खूप तक्रारी असतील. हो ना?'

'नाही. आता नाही. आधी होत्या, पण त्या कधी मावळल्या कळलंच नाही. ते राहू दे. झोपा आता.'

'गोळी देतेस ना?'

'काय हे अन्न? आमटी आहे का नुसतं पिवळं पाणी?'

'वृद्धाश्रम आहे हा. घर नाही.'

'म्हणून काय झालं? पैसे मोजतोय आपण इथे!'
'चालायचंच. हे असंच होतं. दुनियाच तशी आहे.'
'मला नाही सहन होणार हे!'
'बघा हं. पुन्हा सुरुवात होते. मग दोन दोन गोळ्या खाता रात्री. शांत व्हा बघू.'

'आजोबा, तुम्ही इथे काय करताय?'
'बघतोय, तुमचं रसोईघर कसं आहे ते.'
'पण इथे यायला मनाई आहे.'
'कुणाची?'
'बाहेर पाटी नाही का वाचलीत?'
'अशा शंभर पाट्या जाळून टाकल्यात! समजलं?'
'काय हवंय तुम्हांला?'
'मला बघायचंय, तुम्ही जेवण कसं बनवता. काय काय वापरता जेवणासाठी!'
'कोण रे हे?'
'हे ते आठ नंबरमध्ये राहणारे नवीन आजोबा!'
'काय हवंय?'
'अरे अरे, इथून कुठून आलास?'
'बाथरूममधून!'
'आणि चक्क भाजी चिरायला घेतलीस? हातही न धुता? काय लाजा आहेत की नाहीत तुम्हांला? हे असं जेवण बनवता?'
'त्यात काय झालं आजोबा? स्वच्छच तर आहेत हात!'
'वर बोलतोस तोंड उघडून? शी. शी. कठीण आहे.'
'आजोबा, जा बाहेर जाऊन बसा. इथे तुमचं काम नाही.'

'कसला त्रागा करताय एवढा?'
'तो कोण तो दीड दमडीचा आचारी! माझा अपमान करतो! पण सांगतोय तुला, महागात पडेल त्याला, हा तात्या आहे. असा गप्प बसणारा साधासुधा माणूस नाहीये.'
'काय करणार आपण? कोण साथ देणार इथे? ही काय तुमची मिल आहे?'
'अन्यायाविरुद्ध झगडण्यासाठी मिलची आवश्यकता नाही. समजलं?'
'त्रास होतोय ना? ह्या घ्या गोळ्या.'

'लचक भरली वाटतं पायांत!'

'जरासा मुरगळलाय!'

'कुठे जाऊन धडपडलात? आणि इतक्या सकाळीच कुठे गेला होतात? मॉर्निंग वॉकला?'

'तरुण असताना पण कधी दहा पावलं चालावी लागली नाहीत. गाडी होती ना आपली?'

'ती मोटार सायकल? दहा वेळा बंद पडणारी? शेवटी पप्पू चिडला आणि तुमच्या नकळत मोडीत काढलीत. केवढे चिडला होतात!'

'मग? चिडणारच! स्वत:च्या कष्टाने कमावलेल्या पैशाचं ते पहिलं वाहन होतं. त्याची किंमत त्याला काय कळणार?'

ते राहू दे. धडपडलात कुठे?

'टाकीवर चढलो होतो.'

'ते कशासाठी आता?'

'टाकीची कंडीशन बघायला. काय हा अनागोंदी कारभार! टाकी चक्क कलंडली आहे एका बाजूला! प्लास्टरिंग तर इतकं खराब झालंय की विटा दिसायला लागल्यात. शिवाय शेवाळंही साचलंय! हे असलं पाणी आपण पितो सगळे!'

'हे मात्र कठीणच हो! अजून सांगते, जरा ऐका माझं, जाऊ घरी आपण! इथे राहून तब्येत का बिघडवून घ्यायची आहे? पप्पू-मनीपण आले होते ना परवा. 'घरी चला' म्हणत होते. मनी तर रडकुंडीला आली होती.'

'तू फक्त स्वत:पुरताच विचार कसा काय करू शकतेस? आपल्याला घर आहे म्हणून ठीक आहे. पण हे बाकीचे लोक? ते कुठे जातील? त्या माई त्यांना तर कुणी नात्याचंच नाही. बंडूनानांना त्यांचा मुलगा बघायलासुद्धा येत नाही.'

'जगाची काळजी करत बसा. स्वत:च्या मुलांना मात्र...'

'हे काय आता नवीन?'

'फाईल तयार करतोय. इथे जे जे काही गोंधळ चालू आहेत, त्याचे पुरावे आहेत हे.'

'फोटो कसले?'

'हे पाण्याच्या टाकीचे; हे रसोईखान्याचे, हे संडास, बाथरूमच्या कंडिशनचे आणि हे मार्केटमधले!'

'मार्केटमधले? ते कशासाठी?'

'चार दिवसांपूर्वी नव्हतो का गेलो? तू म्हणालीस की कशाला वणवण करताय उन्हाची? तेव्हा काही बोललो नव्हतो, पण आता सांगतो. तो आचारी आहे

ना आपला, त्याचा पाठलाग केला. मार्केटमध्ये भाजी घ्यायला जात होता. तुला सांगतो, जनावरंसुद्धा तोंड लावतील की नाही, अशी शंका वाटेल, अशा भाज्या त्याने विकत घेतल्या. जून झालेल्या, पिवळ्या पडलेल्या! ताज्या भाज्या वीस रुपये किलो, तर ह्याने आठ रुपये किलोला त्या शिळ्या भाज्या घेतल्या. वरचे पैसे खिशात! आता बोल!'

'त्याचे का हे फोटो?'

'हो मग! कुणी खोटं ठरवायला नको ह्या तात्याला!'

'शर्थ झाली तुमची!'

'तात्यासाहेब, लवकर चला. बंडूनानांना बरं वाटत नाहीये!'

'अरेच्या? काय झालं? आत्ताच काही वेळापूर्वी तर पारावर गप्पा मारत बसलो होतो आम्ही!'

'काही समजत नाही.'

'अरे कुणी तरी डॉक्टरला बोलवा!'

'आत्ता कुठला डॉक्टर!'

'म्हणजे? डॉक्टर कुठे गेला?'

'तो पळाला नेहमीप्रमाणे.'

'ते नंतर बघू. ॲम्ब्युलन्स बोलवा. हॉस्पीटलमध्ये नेऊ या.'

'पण फोन तर लॉक आहे.'

'मॅनेजर कुठाय?'

'काय की?'

'वॉचमन, तो तरी आहे ना?'

'छे:! शेवटी व्हायचं तेच झालं.'

'सुटले बिचारे! एकटा जीव होता. मुलाने कदरच केली नाही.'

'ते त्यांचं त्यांना! माझा प्रश्न वेगळाच आहे आप्पा!'

'सांगा तात्यासाहेब!'

'हा वृद्धाश्रम आहे. आपण सगळेजण इथं राहण्याचे ॲडव्हान्स पैसे भरतो. साठी-सत्तरी ओलांडलेली माणसं इथे राहतात, कधीही कुणालाही, काहीही होऊ शकतं. इथे कायमचा डॉक्टर नको?'

'हवा ना! पण..'

'पण काय? ह्याचा विचार झालाच पाहिजे!'

'कोण करणार?'

'कोण कशाला? आपण इथे राहतो, विचारही आपणच करायचा.'

'तेवढी ताकद असती अंगात तर तात्यासाहेब, वृद्धाश्रमाची पायरी कोणी कधी चढेल का? आपण सर्व अडगळीतली माणसं!'

'छे: छे: हे चुकतंय तुमचं. तुम्हीच स्वत:ला अडगळ मानायला लागला आहात. स्वत:ची कीव करायला तुम्हांला आवडायला लागलंय. पण हा तात्या तसा नाही. तो दुसऱ्याची कीव करत नाही आणि स्वत:ची करवूनही घेत नाही.'

'मॅनेजर ना तुम्ही?'

'हो, काय काम काढलंत?'

'माझ्या माहितीप्रमाणे इथे आठ तासाची डॉक्टरांची ड्युटी असते.'

'बरोबर!'

'पण हा डॉक्टर फक्त सकाळी दीड-दोन तास दिसतो इथे. आणि पगार मात्र पूर्ण तासांचा घेतो.'

'.....'

'गप्प का? बोला. त्यातला तुमचा हिस्सा किती?'

'तात्यासाहेब.'

'ओरडू नका. सर्व पुरावे आहेत माझ्याकडे. इथल्या प्रत्येक डिपार्टमेंटकडून हप्ते मिळतात तुम्हांला.'

'हा वृद्धाश्रम आहे. तो तुमच्यासारख्या घरच्यांना नकोशा झालेल्या माणसांकरता. इथे जे मिळतंय ते निमूटपणे घ्या आणि राहा. समजलं?'

'हो, समजलं. आता तरुण आहेस तू म्हणून एवढं बोलतोयस. उद्या तुझ्यावर इथेच राहायची वेळ येणार नाही कशावरून? समजलास?'

'किती हा त्रागा!'

'ही, ही आजकालची मुलं. आम्ही नाही आमच्या आई-वडिलांना टाकलं ते? कधी तसे विचारच नाही आले मनात.'

'जग बदलतंय, वृत्ती बदलतायत!'

'काही समजावू नकोस मला. मी काय गप्प बसणार आहे? हे बघ. केवढं बाड जमवलंय. प्रत्येक गोष्टीचा पुरावा आहे. उद्या रात्री जेवणं झाली की सगळ्यांना एकत्र बोलावतो. मग बघ!'

'आपण सगळे इथे राहतो. आता आपलं एक अनोखं कुटुंब तयार झालंय. सगळ्या जातीची माणसं आहेत इथे. कुणी एकेकटे, कुणी दोघं! पण आता ज्या

काही अडचणी, आनंदाचे प्रसंग, सुख, दुःख आहे ते आपलं सर्वांचं मिळून आहे. माझी आपणा सर्वांना विनंती आहे. माझे यजमान, सर्वजण त्यांना तात्यासाहेब म्हणतात, ते काही सांगू इच्छितात. सर्वांनी ते ऐकून घ्यावं नि मग निर्णय सांगावा आपापला! धन्यवाद.'

'मी ह्या आश्रमात माझ्या पत्नीसकट स्वखुशीने आलो आहे. देवकृपेने माझी दोन्ही मुलं चांगली आहेत. पण माझी काही तत्त्वं आहेत. ती तत्त्वं मी मरेपर्यंत काही सुटत नाहीत आता. त्या तत्त्वांना धरून राहिलो, तडजोड केली नाही म्हणून मी इथे आज आहे. एकंदरीतच इथे आल्यानंतर काही काही गैर गोष्टी माझ्या नजरेत यायला लागल्या. मी त्या गोष्टींचा पाठपुरावा केला आणि आज सर्व पुराव्यासकट त्या गोष्टी मी तुमच्यासमोर ठेवत आहे. ही फाईल तुम्ही प्रत्येकाने बघावीत ही माझी विनंती आहे.'

'तात्यासाहेब, सर्व माहिती मिळाली. पण पुढे काय?'

'पुढे काय म्हणजे? हे पुरावे आपण वर्तमानपत्रांत देऊ शकतो. आश्रमाच्या बाहेर मोठ्ठाले फलक लावू शकतो. रस्त्यातून येणारे-जाणारे फलक वाचतील. अन्यायाला तोंड फुटेल. एवढं झालं की, सरकारला ह्यात लक्ष घालावंच लागेल.'

'हो. हे नव्हतं कधी सुचलं आम्हांला तात्यासाहेब!'

'ह्यात सुचायचं काय? आपले हक्कच आहेत ते. मिळत नसतील तर मागून घेऊ. मागूनही नाही मिळाले तर ओरबाडून घेऊ. शरीरं थकली असतील, पण मन?'

'ती अजूनही ताजी आहेत, जवान आहेत.'

'मग बोला तर काय विचार?'

'आता विचार कसला? तात्यासाहेब होऊन जाऊ द्या!'

'आणा रे फलक, लिही गं तू. तुझं अक्षर चांगलं आहे!'

लिही- किमान अपेक्षा–

१) चोवीस तास डॉक्टरांची उपलब्धता.

२) सकस नि रूचकर ताजं अन्न.

३) पाण्याची टाकी नवीन हवी.

४) खोल्यांमधली अत्यावश्यक दुरुस्ती.

५) पैसे खाणाऱ्या मॅनेजरची हकालपट्टी.

६) आमच्यापैकीच एकाची मॅनेजर म्हणून नेमणूक हवी!

'बास बास तात्यासाहेब, उत्तम. तुम्हीच मॅनेजर व्हायचं. तुम्हीच हा वृद्धाश्रम चालवायचा. मानलं तुम्हांला!'

'बोला,
तात्यासाहेब
जिंदाबाद.
हमारी मांगे, पुरी करो
तात्यासाहेब कांबळे
जिंदाबाद जिंदाबाद!'

'किती छान झाली हो मीटिंग! किती कष्ट घेतले तात्यासाहेबांनी!'

'माई, ह्यांचा तो स्वभावच आहे पहिल्यापासून. अन्याय नाहीच सहन होत. कायम झगडा आणि झीज!'

'भाग्यवान आहात हो!'

'आहे खरी, पण काय सांगू तुम्हांला ते पहिले दिवस... थांबा हं. ह्यांना झोपेची गोळी द्यायची आहे. ती देते मग बसू बोलत.'

'चला, मीही येते.'

'चला ना.'

'अहो, कुणाला देताय झोपेची गोळी?'

'ह्यांनाच. तिथे भाषण संपवलं– तर एक मिनिट न थांबता तरातरा निघून आले इथे.'

'पण बघताय ना? छान घोरतायत.'

'माई, खरंच की हो! हल्ली किती दिवस गोळी शिवाय झोप नव्हती त्यांना.'

'पण आत्ता तर छान झोपलेले दिसतायत. थकले असतील!'

'नाही, थकव्याची झोप नाही ही माई. ही शांती, ही झोप आहे 'जिंदाबादची.' तुम्हांला फक्त ते झोपलेले दिसतायत पण मला मात्र जे कुणालाच दिसू नाही शकणार असं दिसतंय, त्यांच्या कपाळावर, नसांनसांत उमटणारे जिंदाबाद जिंदाबाद हे शब्द!'

◆

रंगभूमी

माझ्याजवळ दोनच पर्याय होते. मुंबई गाठणं किंवा पुणं. ह्या गावात राहून मी काही करू शकेन, असं वाटत नाही. घरचे सगळेच जण मला गावातून घालवायला बघतायेत. मी मुंबईत गेलो काय किंवा पुण्यात गेलो काय सारखंच. कारण दोन्ही शहरात मला ओळखणारं कुणी नाही. सडाफटिंग असणार. माझंच मी बघायचं. मीच मला जगवायचं. एकदा मी जगायला शिकलो की गावातल्या घरच्यांना जगवायचं.

मुंबई :

माझ्या वेड्या-गबाळ्या कपड्यांवरून मी इथे नवखा आहे, हे कुणीही ओळखेल. हातात चादरीत गुंडाळलेली गादी. गादीत एक छोटी उशी आणि आईच्या साडीचं पांघरूण. एक पत्र्याची बॅग. शाळा सोडल्याच्या दाखल्याबरोबर त्यात चार कपडे. दोन भांडी आणि मीठ मिरची सुद्धा. माझ्याबद्दल अजून काय सांगू आणि मुंबईबद्दलसुद्धा काय सांगू? माझ्यासारखे अनेक इथे जगायला येतात आणि ह्या मोहात फसतात की आपणही. आत्ता जशी जवळून झोकात पांढरी गाडी गेली, अशा गाडीतून कधी ना कधी हिंडणार. मालक होणार.

'ए. हट्'
'सॉरी.'
'सॉरी काय? तुझ्या पत्र्याच्या बॅगेच्या टोकामुळे माझी पँट फाटली ना.'
'सॉरी साहेब.'
'कुठून कुठून येतात मुंबईत, झक मारायला.'
'साहेब, तुम्ही पण असेच आला असाल ना इथे केव्हा ना केव्हातरी!'

‘उलट बोलतोस लेकाच्या?’

‘नाही साहेब. नुसतं विचारतोय.’

‘तुला उत्तरं देण्यासाठी आलोय का रे मी मुंबईत?’

‘छे छे. मी सहज विचारलं. म्हटलं तुमचा अनुभव मला उपयोगी पडेल.’

माझी अजिजी उपयोगी पडली नाही. झुरळ झटकावं तसं तो मला झटकून निघून गेला. पण निदान चार वाक्य बोलला तरी. काय करावं, कुठे जावं असा विचार करत स्टेशनबाहेर पडलो. किचाट गर्दी.

कुठे ती गावातली शांतता, हिरवळ, रम्य वातावरण, आणि कुठे ही गर्दी, धक्काबुक्की, धूर आणि घाण. शीः, अरे हे सुटाबुटातले लोक सुद्धा थुंकतात? मग तर आम्हीच बरे. गावठी.

ह्या वेळेला गावी घरात काय चाललं असेल?

अम्मा शेकोटीवर भाकऱ्या भाजत असेल. अन्ना चिलिम भरत असतील. दगडू आणि हिऱ्या शाळेत जात असतील. आणि इथे मी एकटाच फिरतोय-वणावणा. पोटात आगडोंब उसळलाय. वडापाव अडीच रुपये. खर्चायला हवेतच. असे नुसतेच खर्च करून चालणार नाही. जमाही काही व्हायला हवेत.

गेट वे ऑफ इंडिया! बापरे, केवढे मोठे घुमट. बरं झालं इंग्रजांनी हे बांधून ठेवलं. आराम करायला जागा मिळाली. समुद्राची गाज, थंड वारा झोप लागायला वेळ लागला नाही. जाग आली ती बोलण्याच्या आवाजाने.

‘डबे व्यवस्थित पोचले ना सर्वांना?’

‘हो तर. त्यात गडबड काय होणार? नेहमीचंच तर काम.’

‘तरी. विचारपूस व्हायला हवी. बरं आपला डबा काढ.’

‘बाबा, आज फक्त पोळी भाजी आहे.’

‘चालेल रे. पटापट काढ. पुन्हा डबे गोळा करायला जायचंय’

‘हा एक डबा आहे. तो तिसऱ्या बिल्डिंगमधला सात मजलेवाला कामावर आला नाहीये. मग त्याचा डबा ठेवू दिला नाही शिपायाने.’

‘असं म्हणतोस! उघड तर. काय आहे बघू?’

‘बाबा, भात, रस्सा, पोळी आणि गुलाबजाम आहेत.’

‘अरे व्वा. चल काढ सगळं जेवायला.

‘चालेल नव्हं.’

‘हो. काढ.’

रश्याच्या वासाने पोटात गुरगुरायला लागलं. विचारावं का, मला देता का?’

विचारूच. नाहीतरी दोघांत जेवण जास्तच आहे.

‘काय राव? कुठले हो?’

‘सातार्‍याकडले. तुम्ही?’

‘कोकणातला. आजच आलोय मुंबईत जगायला.’

‘एकटाच आहेस? कुणी ओळखीचं पाळखीचं?’

‘नाही. तसाच आलोय.’

‘काही शिकलायस? का अंगठा?’

‘नाही नाही. शिकलोय ना. दहावी पास आहे. पुढे शिकायचं आहे. काम करून शिकणार.’

‘ते कसं जमायचं रे?’

‘आबा, नुसतंच बोलत बसलात. जेवा की.’

‘ए पोरा, जेवतोस का दोन घास.’

‘चालेल का?’

‘अरे ये. तुझ्याच नावचे असतील म्हणून साहेब भेटला नाही ऑफिसात. हा त्यांचा डबा-चल तिघं जेवू.’

‘आता तुम्ही जाणार?’

‘जेवलो. हातावर पाणी घेतलं की निघालोच. तू काय करणार?’

‘बघतो. जरा हिंडून येईन.’

‘सामान ठेव हो बरोबर. लई चोर्‍या होतात इथं.’

‘काय छपराची सोय होईल का माझ्या?’

‘बघायला लागेल. एकदम काय सांगणार!’

‘रोज येता ना इथं तुम्ही?’

‘हो. ह्याच टायमाला. शनिवार, रविवार सुट्टी.’

‘उद्या भेटाल का मंग?’

‘असलो तर भेटू. चल रं, निघ आता.’

अचानक दुपारच्या जेवणाचा प्रश्न मिटला. घरून आणलेली भाकरी रातच्याला उपयोगी पडेल.

दुपार सरत आली तशी वर्दळ वाढली. फेरीवाले, कुणी चणे-दाणे विकतंय, कुणी चिक्की, कुणी भेळ, तर कुणी नारियल पाणी सुद्धा. फोटोग्राफरला बघून एक फोटो काढून घ्यावासा वाटू लागला. गावी पाठवायला. गंमत आपली एक. राहून राहून घरच आठवत होतं. गाव आठवत होतं. अम्माची उबदार साडी, त्यात तिचा स्पर्श जाणवत राहिला.

चित्रविचित्रं स्वप्नं पडत होती.

ठक ठक ठक.

झोपेत, स्वप्नात ठक ठक काय चालू झाली?

'ए. ए. ऊठ.'

अम्मा असं कधीच उठवत नाही. आज काय झालं?

'ए, ऊठ रे. काय स्वत:ची जागा समजून झोपला काय?'

खडबडून जाग आली. समोर पोलीस.

'कुठून साले येतात भिकारी.'

'साहेब, भिकारी नाहीये मी. नोकरीसाठी आलोय.'

'कुणी ठेवलीये! काकाने की बापाने?'

'काय साहेब असं बोलता...'

'चल ऊठ चल. इथे झोपायला परवानगी नाही.'

'कुठे जाऊ मग?'

'हा विचार मुंबईत पाऊल टाकायच्या आधी करायचा.'

'झोपू दे की साहेब.'

'चल ऊठ. मला ऑर्डरप्रमाणे काम करायला लागतं. ऊठ.'

उरलेली रात्र मग बसूनच काढली. दुपारची वाट बघायला सकाळपासूनच सुरुवात झाली. डबेवाला येईल काय?

'काय पाव्हनं? इथेच?'

'म्हटलं, तुम्ही येताय की नाही?'

'आमचं हे रोजचंच आहे.'

'तुम्हाला काही कामासंबंधी विचारायचं होतं.'

'विचार की.'

'मला हे डबे पोहोचवण्याचं काम मिळेल का? तुमच्यातच राहीन. इमानदारीनं. काल रातच्याला हवालदारानं झोपू नाही दिलं बघा. काही मदत कराल का?'

'आमच्यात काम मिळणं तसं जरा कठीणच आहे. आमची माणसं ठरलेली आहेत. एरिया ठरलेला आहे. कुणी गावी गेलं तर बदलीला त्याचाच भाऊ. मामा, काका असं कुणी असतं. आणि राहाण्याचं म्हणशील तर आम्हीच एका खोलीत पाच-सहा जणं राहतो. कसं जमायचं?'

'बघा काही जमलं तर. मी चांगल्या घरातला आहे. लांडीलबाडी नाही रक्तात. शिकलोय. इंग्रजी पण येतं थोडं थोडं.'

'काय सांगू बाबा तुला...'

'बरं ते ऱ्हायलं. तुम्ही मोठमोठ्या साहेबांचे डबे पोहोचवता. त्यांच्या कुठल्या ऑफिसमध्ये...'

'ते आम्ही कसं विचारणार? आणि साहेब लोकं आम्हांला कुठं भेटतात? बाईसाहेब-मोलकरीण डबे देतात. शिपाई ऑफिसमध्ये डबे घेऊन ठेवतात आणि असंच सगळं परतीत होतं.'

'खूप आशा होती हो तुमची, काहीतरी मदत होईल म्हणून!'

'बघू. असं एकदम काय सांगणार? जेवलास?

'नाही अजून.'

'चल, चार घास खा आमच्याबरोबर.'

माझं चाचपडणं चालू होतं. दिवस दिवस सरत होता. गावी काहीच कळवलं नव्हतं. जोपर्यंत सांगण्यासारखं असं मजपाशी काही नव्हतं, तोपर्यंत कळवणार काय? मांजा तुटलेल्या पतंगासारखं झालं होतं.

सुकी भेळऽऽ करत हिंडलो. तर आधीचे भेळवाले धावून आले. बुजलो. विनवलं, पण त्यांचाच धंदा धड होत नव्हता. मग मला ते कसं खपवून घेणार?

फुटपाथवर झोपायची आता सवयच झाली. घरची सारवलेली जमीन विसरत चाललो.

ही मोठमोठाली हॉटेल्स, मोठ्ठाल्या गाड्या, बडी बडी माणसं, सलामासाठी हात उंचावणारे दरवान आणि इथे माझ्यासारखे अनेक ह्या हॉटेल्सच्या समोरच्याच फुटपाथवर! अम्मा ओव्या म्हणायची.

'दैवे दिधले दिधले
ओसंडून वाहू लागे
'दैव निजले निजले
हात उपडे पडले'

कितीतरी लहान मोठे, तरणे म्हातारे हात ह्या गाड्यांच्या बंद काचांसमोर उपडे होतात. नजर केविलवाणी होते. धुळी-मातीने भरलेले भेगा पडलेले चेहरे! खरंच, कुठून येतात हे सगळे जण? जसा मी आलो तसेच हे आले? ह्यांनीही प्रयत्न केले का काही काम मिळावं म्हणून? लाचारी, अजिजी आणि मग सर्वांत शेवटी हा एकमेव उपाय जगायचा! भिक? मी सरपटलो. कालांतराने माझीही अशीच अवस्था होणार?

'ओ डबेवाले-'

‘अरे, तुलाच शोधत होतो. तुझ्यासाठी एक काम बघितलंय.’

‘खरं?’

‘हो.’

‘परमेश्वरच भेटला बघा तुमच्या रूपाने.’

‘काय तर ऐक. एक थिएटर आहे. नाटकांचं. डोअर किपर म्हणून काम आहे.’

‘चालेल की.’

‘पगार जास्त नाही. रोजचे पन्नास रुपये.’

‘भरपूर झाले की.’

‘दादरला आहे हे थिएटर.’

‘ते कुठं आलं?’

‘आज येतो मी परत इथे. डबे पोहोचवतो आधी. मग तुला न्यायला येतो.’

‘मेहेरबानी साहेब.’

‘मी कसला साहेब रे? आपल्याकडून जितकं होईल तेवढं करावं असा विचार माझा. पण राहशील कुठं?

‘पोटापाण्याची सोय झाली, तशीच ती पण होईल. आता गावी कळवतो. अम्मा वाट बघत असेल माझ्या पत्राची.’

‘घाई नको. आधी मॅनेजरला भेट. मुलाखत होऊ दे. नोकरी मिळाली की कळव.’

स्टेज, हजार खुर्च्या उतरत्या. लाल रंगाच्या, रंगपट, कपडे पट, कँटिन, लाल मखमली जाड पडदा! रंगदेवता!

आयुष्य बदललं. गावात नाटकं बघायचो. तेव्हा गंमत वाटायची. पण आता नाटक म्हणजे गंमत वाटत नव्हती. ते तीन तासांचं खरंखुरं आयुष्य वाटत होतं. दर तीन तासांनी वेगळं आयुष्य. कधी खदाखदा हसवणारं तर कधी गदगदून रडवणारं! आणि रात्रीचं गपगार पडून राहणारं.

‘तुला लिहिता वाचता येतं?’

‘होय साहेब.’

‘खुर्च्यांचे नंबर्स आणि रांग सांगता येईल?’

‘होय साहेब. गेले चार दिवस रोज बघतोय ना!’

‘तू गेले चार दिवस इथेच आहेस?’

‘तुम्ही कामांत होतात आणि नंतर बाहेरगावी गेला होतात. म्हणून मग संपूर्ण थिएटर बघून घेतलं. कामाचं स्वरूप विचारून घेतलं.’

‘सध्या तरी टेंपररी म्हणून काम करशील. पुढे मग पर्मनंट करायचं, नाही

करायचं ते बघू.'

'चालेल साहेब.'

'आजपासून जॉईन हो. संध्याकाळी चारचा शो आहे. तीन वाजता यायचं.'

'साहेब. मी मुंबईत नवीनच आहे. काही जास्त माहिती नाही मला. राहण्याचाही काही पत्ता नाही. मी इथेच पायऱ्यांच्या आडोशाला झोपलो तर...'

'कायमचं नाही जमणार. तात्पुरता राहा. कुणी अडवलं तर मी परवानगी दिली म्हणून सांग.'

'आभारी आहे साहेब.'

'रंगदेवता आणि रंगशारदेला अभिवादन करून कलाकृती सादर करीत आहे...'

प्रिय अम्मास,

सादर प्रणाम.

मी ठीक आहे. पोटापाण्याची सोय झाली. आत्ता लगेचच गावी काही पाठवू शकणार नाही. पण थोडी कळ सोस. लवकरच तेही करेन. दगडूला आधी बोलावून घेईन. नंतर राघूला. आम्ही तिघं मिळून तुम्हां दोघांची ताकद बनू.

तुझा श्याम.

टाळ्यांचा कडकडाट. एकच धावपळ, नट-नट्यांना भेटण्याकरता. मी हॉलच्या दाराशी. हे सगळं अजब होतं. गावात नाटक व्हायचं पण अशी धावपळ कुणी करत नसे. शिट्ट्या वाजायच्या तिथे. कुणी अडखळलं, विसरलं तर हसायचे गावकरी. इथे मात्र शिट्ट्या नाहीत आणि कुणी काही विसरतही नाही. हे तर तीन तासांचं आयुष्य! आयुष्य जगायला कुणी विसरतं का?

'ओ, पावनं...'

'अरे तू?'

'मुद्दामच आलो. तुम्हांला भेटायला.'

'रमलास का रे?'

'ते जगच तसं आहे. रममाण व्हावं असं.'

'परमनंट झालास?'

'नाही अजून. आत्ताशी कुठे दोनच महिने झालेत. पण होईन. साहेब खूष आहेत.'

'जेवणार का?'

'हो नक्की. पण आज मीही डबा आणला आहे, तुमच्यासाठी.'

‘वा रे बहाद्दर! डबेवाल्यासाठी डबा घेऊन येणारा तू पहिलाच.’

‘तुम्ही माझ्यासाठी फक्त ‘डबेवाला’ नाही आहांत. तुम्ही अन्नदाता आहात. मला अन्न दिलंत आणि अन्नाला लावलंत सुद्धा. मला शाळेत एक कविता होती. श्री. विं. दा. करंदीकरांची,

‘देणाऱ्याने देत जावे
घेणाऱ्याने घेत जावे
घेता घेता एक दिवस
देणाऱ्याचे हात घ्यावेत.’

‘म्हणजे रे? तो देतो. तर त्याचे हातही घ्यायचे?’

‘तसं नाही. तो जो देणारा आहे, त्याच्या हातांना जी द्यायची सवय आहे, तशीच सवय आपल्या हातांनाही लागावी. आपले हातही त्या देणाऱ्याच्या हातांसारखे व्हावेत. मी काही तितका मोठा नाही. पण तुम्ही माझ्यासाठी ‘तो देणारा’ ठरलात. मी फक्त तुमचे हात घ्यायचा प्रयत्न करतोय.’

‘रडवलंस की रे पोरा. चल दे डबा. खूप जेवणार आहे आज.’

बायका म्हटलं, म्हणजे नुसता संशय! संशयकल्लोळ! नाटकांत इतकी गाणी? आणि तरीही त्यांना सर्व कलाकारांना ‘वन्स-मोअर’च मिळत होता. बरं वाटत होतं. सिनेमातल्या गाण्यांपेक्षा हे फारच छान होतं.

‘काय हो? काल तुम्ही कुठे गेला होतात?’

‘कुठे म्हणजे? आपल्या शेतावरच तर होतो.’

‘सारं सांगा.’

‘अगं, खोटं कशाला बोलू?’

‘मग तुमच्या खमिजच्या खिशात हे तिकिट कुठलं?’

‘ते होय? ते तर.’

‘काय ते तर, ते तर?’

‘अगं, बोलू तर दे.’

‘बोला.’

‘ते तर लॉटरीचं तिकिटं आहे?’

‘शेतावर उडत आलं होतं की तिकिट चालत आलं तुमच्यापाशी?’

‘काय बोलतेस?’

‘मंग? तुम्ही शेतावरच होतात ना?’

‘हो बयो, ऐक तर...’

‘काही नाही. गेला असणार तुम्ही त्या गंगूकडे तिकिट घ्यायला. तंबाखू खाऊन. मांड ठोकून लॉटरीची तिकिटं विकते की गावांतल्या सगळ्यांना चाळवते? हडळ कुठली...’

‘अगं ऐक...,’

‘ओ ओ, अम्मा, अन्ना काय चाललंय? तुम्ही भांडता? अरे कोण ही गंगू? आपल्या गावात कुणी आहे का तशी? उगाऽऽचच.’

‘तू गप रे. तू राहतोस तिथे मुंबईत. तुला काय माहीत, इथे गावात काय काय थेरं चालू झालेय ते!’

‘अरे पण भांडू नका. मला बघू तर दे त्या गंगूला.’

‘जा बघ जा. नुसता संशय घेत राहते. म्हातारी होत चाललीये आणि डोक्यांत खूळ भरलंय.’

‘मी खुळी? आणि तुम्ही? साठी-बुद्धी नाठी.

‘ओ अन्ना, ए अम्मा...’

ए ऽऽ अम्मा...

‘अरे ए, ऊठ. काय स्वप्नं बघतोयस का रे? ऊठ जागा हो.’

ही नाटकं बघणं बंद केली पाहिजेत. अन्ना-अम्मा इथूनच माफी मागतो. क्षमा करा.

‘श्याम ये. आज तुला मुद्दाम बोलावलं. एक चांगली बातमी द्यायची आहे.

‘साहेब.’

‘तुझी नोकरी परमनंट झाली. ह्या महिन्यापासून तुला दरमहा तीन हजार मिळतील. बेसिक पे म्हणून. आणि जेवढे तास जास्त काम करशील त्या प्रत्येक तासाचे पंचवीस रुपये वेगळे. मंगळवारी तुला पूर्ण रजा. हे तुझं अपॉईंटमेंट लेटर. सही कर खाली. आणि सर्व अटी नीट वाचून घे.’

‘साहेब, धन्यवाद साहेब.’

‘बरं, तुझं राहण्याचं काय? तुला इथे राहता येणार नाही. तुझी सोय झाली का?’

‘प्रयत्न करतोय. पण अजून तरी...’

‘पंधरा दिवसात सोय कर. मला मॅनेजमेंटला उत्तर द्यायला लागतं.’

‘बघतो साहेब. पण तुमच्या ओळखीत कुठं जागा असेल तर...?’

‘बघू. तू निघ आता.’

जय श्री. सिद्धीविनायका दंडवत.

प्रिय अम्मा.

साष्टांग नमस्कार...

नोकरी पक्की झाली. आता तुला मी काही पैसे पाठवू शकतो. अन्नाला सांग. चिंता करू नका. घराचं जमलं की बोलावून घेईन. एकेकाला.

मी ठीक आहे. आणि हो, तुम्ही भांडू नका हं एकमेकांशी. हे भांडण, संशयातून निर्माण होतं आणि संसाराची पुरती वाट लावतं. अम्मा तू अन्नांवर आणि अन्ना तुम्ही अम्मांवर संशय घ्यायचा नाही.

दंडवत

तुमचा
श्याम.

'काका, ओ काका'

काका म्हणून हाक मारल्यावर सात-आठ माना वळल्या.

'ओ डबेवाले काका.'

'श्याम. ये ये.'

'कधीपासून हाकारतोय.'

'ऐकलं मी. पण मला काका म्हणणारं कुणी नाही. म्हणून लक्ष दिलं नाही.'

'निघालात?'

'नाही रे. इथे समोर शुटींग चालू आहे. म्हटलं बघून येऊ.'

'काका, जरा बोलायचं होतं.'

'बैस. बोल.'

'काका, नमस्कार करायला आलो. नोकरी पक्की झाली.'

'वा रे पठ्ठ्या! बेस झालं.'

'पण एक प्रश्न आहे. अजून छप्पर मिळालं नाही. थिएटरमध्ये छान होतं. रंगपटाबाहेर पॅसेजमध्ये झोपायला मिळायचं. तिथंच बाथरूम, तिथंच कँटीन. प्रश्न नव्हता कसला. ना येण्याजाण्यासाठी पैसा लागत होता. पण साहेबांनी सांगितलंय जागा बघायला. कसं करू?'

'आता तू तर मला काका करून टाकलंस म्हणजे मला पुतण्याला रस्त्यावर टाकता येणार नाही. बरं, तुला आज किती वाजता जायचं कामावर?'

'आज माझी सुट्टी आहे.'

'थांबशील इथेच? संध्याकाळी येतो तुला घ्यायला.'

अडीच-तीन महिन्यांपूर्वी प्रथमच मुंबई बघितली. आज असं वाटतंय, खूप वर्षांपासून नव्हे पहिल्यापासून मी इथलाच राहणारा. खरं आहे, ही मुंबई सर्वांनाच आपलंसं करते. तोच गेट-वे चा घुमट, तोच चणेवाला, भेळवाला, सर्वजण तेच. अगदी ओळखीचे असल्यासारखे. नातलग. आज झोकात दोन रुपये देऊन दाणे विकत घेतले. तो हसला. दाणे खात खात फेरीच्या पायरीशी बसलो. बोटी जात होत्या. येत होत्या. ही फेरी इथून दूर कुठे तरी जाते. एकदा जायला हवं. समुद्राचं गढूळ पाणी फेसाळत बोटींवर, धक्क्यांवर आदळत होतं. ह्या पाण्याशी माझं नातं जास्त जमू शकलं नाही. गप्पा मारत होतो खूप. पण गावातली नदी माझ्या गप्पांना उत्तर द्यायची. लडिवाळपणे पायांत घोटाळायची. तर अम्माप्रमाणे कवटाळायची. हा मात्र कायम आडदांड राहिला. फुस्कारल्यासारखा. समजावून सांगतच नाही. कुरवाळतही नाही. सरळ धडक मारायला लागतो. कदाचित त्याला असं सांगायचं असेल, 'मोठा हो श्याम. ते कुरवाळणं, गोंजारणं वगैरे गावातच ठीक. हे शहर आहे. तेही मुंबई. इथे धडकल्याशिवाय जगता येणार नाही. फुस्कारल्याशिवाय मिळणार नाही. माझ्या कवेत आला आहेस तर हातपाय मारावेच लागतील. तरच जगशील. जे धडक देऊ शकतात आणि लागलेली धडक सहन करून परतवू शकतात त्यांनीच इथे यावं.'

नेमका शेवटचा दाणा कुचका लागला. जीभ बेचव झाली. पायऱ्यांवरून उठलो. तो कुचका घास थुंकावासा वाटला. पण प्रयत्नपूर्वक वाळूच्या कचकचीसह गिळला. हेही पचवता आलं पाहिजे.

'चल रे पोरा.'

'कुठे जायचं?'

'दादरलाच जाऊ. आत्ता माझ्या दोन मित्रांशी बोलून आलोय. माझ्याच गावचे आहेत. नाही म्हणणार नाहीत, माझ्या शब्दाला. चल.'

माहिमची खाडी. त्यामधल्या झोपड्या. एकच एक मोठ्ठी रांग, पण पुढे मात्र सर्वत्र झोपड्याच. अम्मा लहानपणी अभिमन्यूची गोष्ट सांगायची. त्याला चक्रव्युहातून बाहेर पडता आलं नाही. मला ह्या झोपड्यांच्या व्युहातून बाहेर पडता येईल?

बाहेर पडायला यायला लागलं. 'गरज' सर्वच शिकवते. जास्त करून मुसलमान वस्ती. काही अण्णा लोक, काही माझ्यासारखे आणि बाकीचे कोळी. जो माझ्यासाठी दुर्गंध तोच त्यांच्यासाठी सुगंध! साधे मासे, खारवलेले मासे, सुके मासे..... परवाच्याच नाटकात एक वाक्य होतं, 'चार दिवसांनंतर पाहुणे आणि मासे वास मारायला लागतात!' काय हशा मिळालाय वा!

प्रयोग हाऊसफुल्ल. सुगंधी वातावरण! दरवाजात सनई वाजत होती. मोठमोठे कलाकार, जे स्वतःसुद्धा ह्या रंगदेवतेची सेवा करतात, ते आज प्रेक्षक म्हणून आलेले. लाल मखमली पडदा उघडला गेला आणि टाळ्यांचा कडकडाट झाला आणि कडकडाट होतच राहिला.

'का रे, उदास आहेस?'

'हं.'

'घर आवडलं नाही का? कुणी त्रास देतं का तुला तिथे?'

'नाही.'

'मग काय झालं?'

'काका, माणसं इतकी वाईट वागतात?'

'कोण काय वागलं तुझ्याशी? सांग आत्ताच्या आत्ता!'

'म्हातारे आईवडील एकटे राहतात. मुलं निघून जातात दूर. त्यांना आपल्या आई-वडिलांविषयी काहीच वाटत नाही?

काका, मी सांगतो तुम्हाला. मी इतक्या दूर आलोय गावापासून, घरापासून. पण ते फक्त जगायला. मी, मी माझ्या अन्ना-अम्माला एकटं नाही पडू देणार. कधीच नाही.'

'तू काय बोलतोयस काऽऽही कळत नाहीये बघ. आणि माणसं म्हणशील तर, खरंच वागतात कशीही.'

'मी बघूच शकणार नाही माझ्या अन्ना अम्माला, माझ्यामुळे रडताना.'

'अरे पण...'

'नाही काका. मी सांगतो तुम्हांला माझ्या अम्माची शपथ. मी शेवटपर्यंत त्यांना सांभाळेन. त्यांना पोरकं नाही करणार. म्हातारपणात त्यांना एकटेपणाचं दुःख नाही देणार.'

हो हो शांत हो. हं, आता नीट सांग. तुला कुणी काही बोललं का? तुझ्या अम्माचं पत्रं वगैरे आलंय का?'

'नाही. तसं काही नाही.'

'मग, हे काय विचार करतो आहेस?'

'काका, काल प्रयोग होता. संध्याछाया. ते बिचारे नाना-नानी एकटेच राहात असतात. एक मुलगा देशाच्या कामी आलेला आणि दुसरा अमेरिकेत. बिच्चारे. काका, मला त्यांच्या जागी सतत अम्मा-अन्ना दिसत होते हो.'

'रडू नकोस. अरे वेड्या, ते एक नाटक होतं. खोटं खोटं.'

'कुठे तरी खरं घडल्याशिवाय का असं नाटक तयार होतं? ते दोघं शेवटी.

शेवटी आत्महत्या करतात. पोरगा दार ठोठावत राहतो. पण ते उघडायला दोघांत जीव मात्र नसतो. आणि तो ठोठावतच राहतो. नाही. अम्मा-अन्ना. मी, मी तसं तुम्हांला मरायला नाही एकटं सोडणार. काका. मी जातो गावाला. मला नको ही मुंबई.'

'खुळा रे खुळा. तुला इथे जगता येणार. काही पैसा, अडका इथेच कमवायचा आहे तुला. तुझं गावातलं घर आणि त्या घरातल्या माणसांसाठी. आम्हीपण तेच करत आहोत. तू राहा इथेच. शिक. अनुभव घे. मोठा हो. मोठ्या कष्टांनी आलास इथे. रस्त्यांवर झोपलास, राहिलास. तसा नशिबवानच आहेस, कुणाला इथं इतक्या लगेचच कामधाम मिळत नाही. तू मनाचा सच्चा आहेस हे मी जोखलं आणि त्यामुळेच तुझ्यातल्या सच्चेपणामुळे तुला इतक्या लगेचच नोकरी, छप्पर मिळालं. अशी संधी वारंवार मिळत नाही. खूप मोठा हो. नाव कमव. इतका भावना जपणारा आहेस. तुला सांगू? कलाकाराचं मन घेऊन आला आहेस. कुणास ठाऊक, रंगदेवतेबरोबर राहून राहून उद्या होशीलही कलाकार! काही काळजी करू नकोस. सगळं व्यवस्थित होईल. आम्ही आहोत ना तुझ्याबरोबर. ठीक?'

वर्ष झालं की मुंबईत येऊन! बाप रे. दिवस कसे पालटले काही कळलंच नाही. गावी जायचं. अम्मा, अन्ना, दगडू, रघू, नदी, झाडं...

'अम्मा, अन्ना मी आलोय होऽऽ'

मग सगळं मुंबईचं वर्णन. महालक्ष्मी, सिद्धीविनायक, माहिम चर्च, हाजिअली दर्गा, सर्व प्रसाद. गंडे आणि दोरे. शर्ट-पँट-साडी, मिठाई आणि थोडीबहुत रोख पैशांची भेट. एक महिना. आरामाचा, हक्काचा. शेतावर जायला लागलो. गावची खबरबात घेत होतो. अम्मा आता लग्नासाठी मागे लागली. वाटलं, हो म्हणावं, पण ती राहणार कुठे? त्या माहिमच्या झोपडीत? जिथे आधीच टिचभर जागेत आम्ही पाच जणं राहतो तिथे? घरी पोहोचलो आणि बऱ्याच महिन्यांनंतर म्हणजे वर्षानंतर हात-पाय ताणून झोपलो. गडाबडा लोळलो. किती छोट्या छोट्या आनंदाला मुकतो तिथे मुंबईत हे प्रकर्षाने जाणवलं. नदीच्या झाडांच्या आवारात विसावलो. हुंदडलो.

एका संध्याकाळी सगळं गाव जमलं. मुंबईच्या गमती ऐकायला. तसा मी पण सरसावलो. वर्षभरातले माझे रंगदेवतेचे अनुभव!

टाळ्यांच्या कडकडाटात, मी माझं मोरूच्या मावशीचं सोंग संपवलं. 'पुन्हा-पुन्हा कर रे'

मग मी पुन्हा सुरू केलं.

'टांग टींग टिंगा की टांग टिंग टिंगा.'

अम्मा, अन्ना, राघू आणि दगडूला एवढं हसतांना बघून खूप बरं वाटलं. मी काहीतरी देऊ शकलो ह्याचा आनंद झाला. जेव्हा परतायला निघालो तेव्हा अम्मा-अन्नाच्या पायी पडायला गेलो. गळामिठी झाली आणि अम्माच्या डोळ्यांना धार लागली.

'रडू नकोस. मी लवकरच तुम्हा सर्वांना घेऊन जाईन.'

'एक ऐकतोस? राघूला ने बरोबर. त्याला तुझ्यासारखं कर. धीट. फारच घाबरट आहे लेकरू. तुझ्या संगतीत जग बघेल. व्यवहार शिकेल.'

'अम्मा, आत्ता नको.'

'जबाबदारी वाटते का रे त्याची?'

'हो. वाटतेच. पण जबाबदारी घेण्यालायक मला होऊ दे. आत्ता मी जिथे राहतोय ती जागा दुसऱ्याची. भाडं भरतोय मी पण त्या छोट्याश्या जागेत जीव गुदमरेल त्याचा. इथली स्वच्छ हवा, तुझ्या हातचं छानसं अन्न काही काळ अजून हे सुख घेऊ देत त्याला. तोपर्यंत मीही बघतो. अजून काम शोधतो. मुंबई फार महाग आहे गं.'

'पटतं तुझं. पण ह्याचंही बस्तान बसायला हवं ना?'

'होईल अम्मा. समजून घे. मला माहितीये मी कसा जगतोय तिथे ते.'

'मग हाही शिकेल की. तुला जमतं, ते त्याला जमू नाही?'

'मी येईन नं परत, सहा महिन्यांनी. दगडू तेव्हा तुला नक्की घेऊन जाईन. चला निघू आता?'

अम्माचे हात हातात घेतले, अन्नाचेही घेतले. दोघा भावांना जवळ घेतलं. निरोप घेणं जड जात होतं. जड पावलांनी गाव सोडलं.

घे उंच भरारी भरारी
आभाळ तुला थिटे
नजर झुकवी झुकती
जमिनीशी तुझे नाते

अम्माचे शब्द, पुढच्या आयुष्याच्या वाटचालीसाठीचे. मनात कोरून ठेवले.

मन दोन ठिकाणी जगत होतं. घरही आठवतं आणि रंगदेवताही. एक पडदा पडला. एक अंक संपला. आता दुसरा अंक सुरू झाला. गर्दी, धावपळ, ओढाताण,

तरीही काव्य, नाट्य, संगीत!

जुना झालो. गावातून परतलो त्याला आता तीन चार महिने होऊनही गेले. घरासाठी धावपळ सुरू केली. दगडूला इथे आणायचं तर वेगळं घर हवं. छोटं असलं तरी चालेल. ह्याच झोपडपट्टीत मिळालं तर उत्तम. सर्वजण ओळखतात इथे मला. दादा लोकं आहेत तरी तसा त्रास काही नाही. दगडूला सांभाळतीलच. तोही शिकेल मग जगायला.

'काका, आलो बरं गावाहून. अम्माने लाडू दिलेत, चिवडा दिलाय तुमच्यासाठी.'
'अरे वा. माझा नमस्कार सांगितला होतास ना त्यांना?'
'हो तर. आणि काका. उद्या रात्रीच्या नाटकाला या. मी पास सांगितलेत.'
'तुला पैसे नाही भरायला लागणार?'
'नाही काका. पास आहेत. या नक्की.'

'शिवाजीचं सर्वांत मोठं दुःख कोणतं? शिवाजीला दुसरा शिवाजी निर्माण करता आला नाही.'

आणि गोब्राह्मण प्रतिपालक सिंहासनाधिश्वर.. छत्रपती शिवाजी महाराजांचं निधन होतं. शंभुराजे-रामराजे पोरके होतात. रायगडावर खिन्नता पसरते.

'ए, कोण तू?'
'मी मावळा. ह्या गडाचं रक्षण करणारा.'
'क्या कर राह है इधर?'
'सांगितलं ना रक्षण करतोय.'
'काहे का रे? चुहा.'
'चुहा कुणाला बोलतोस रे? हिंमत असेल तर उचल तलवार. कर दोन हात.'
'मैं तुम जैसे छोटे आदमी के साथ बहस नहीं करता.'

'क्यूँ? डर गया? तुम्ही आमच्या संभाजीला मारलंत. हाल हाल करून मारलंत. तो बिचारा भोळा होता. तुम्ही त्याला फितवलंत, शिवाजी महाराजांविरुद्ध. तुम्हीच त्याचा घात केलात. आता मी आहे तुमच्यासमोर. बदला घ्यायला उभा ठाकलोय. उचल तलवार. उचल म्हणतो ना. निःशस्त्रावर मी वार करत नाही. शिवाजी महाराजांनीच शिकवलंय तसं. उचल, कर वार माझ्यावर. दोन तुकडेच करतो तुझे.

त्याने तलवार उचलली. मी त्याच्या पोटातच माझी तलवार घुसवली. रक्ताचे थेंब माझ्या गालावर उडाले. गालांवर ओलं लागलं. पँटच्या खिशातून रुमाल काढला.

पँट? मावळ्याच्या अंगावर पँट? रक्त पुसायला गेलो. पुसलं. रुमाल बघितला. लाल नव्हता झाला. पाण्याने ओला झाला होता. माझंच मला हसू आलं. मनातल्या मनात शिवरायांना मुजरा केला.

घर मिळालं. ह्याच झोपडपट्टीत. पगारही थोडा वाढला होता. दोनशे रुपयांनी. शिवाय नटवर्ग काही बाही कामं सांगायचे- हे आणून दे, ते आणून दे. चिल्लर ठेवायला सांगायचे. पुंजी जमायला लागली.

प्रिय अम्मा

साष्टांग नमस्कार.

घराची सोय झाली. पावसाळ्यात जरा गळतंय. पण काम करून घेईन आता. शेती व्यवस्थित आहे ना? मी पावसाळा संपला की येईन. दगडूला इथे घेऊन येईन. मी पहाटे पेपर टाकायला जातो. त्याचेही पैसे मिळतात. आता सर्व ठीक होईल.

तुम्ही एकमेकांची काळजी घ्या.

तुमचा

श्याम

नटसम्राट बेलवलकर! नटसम्राट. हे चौथे नटसम्राट. सगळेच ताकदीचे. सुन्नं करणारे, रडवणारे.

'कुणी घर देता का घर? ह्या वादळाला कुणी घर देता का घर?'

'काका तुम्ही नटसम्राट बघायलाच हवं. आता जेव्हा प्रयोग असेल ना तेव्हा तुम्हांला बोलवेन. 'नटसम्राट' त्यांची दोन मुलं. कोकरू म्हणायचे ते मुलीला. मुलं चक्क आपल्या वडिलांवर, नटसम्राटावर चोरीचा आरोप करतात. नटसम्राट घर शोधतोय. त्याला घर द्यायला हवं. विचारतोय सर्वांना 'कुणी घर देता का?' म्हणून...'

'श्याम, मी तुला एकच सांगतो. सोड ही नोकरी. तुझ्यासाठी ठीक नाही ही नोकरी.'

'का?'

'अरे, नाटकं आहेत ती. वास्तवात तसं काही घडत नाहीये.'

'असं कसं म्हणता? कुठे तरी कुणाच्या तरी बाबतीत हे सर्व घडतंय. माणूस माणूस राहिला नाहीये. त्याला फक्त पैसा दिसतोय. कलाकार, मान्यवर, आदरणीय

अशा मोठ्या माणसांचं महत्त्व नाही कळत त्यांच्या मुलांना? माझे एवढे साधे अम्मा-अन्ना, पण मी त्यांच्यासाठी असा विचारही करू शकत नाही. मला नकोय पैसा, नाव. मला माझे अम्मा-अन्ना, माझं गावचं घर, बास. काका, का हो वागतात माणसं इतकी स्वार्थीपणानं?'

'श्याम, मी तुझ्यासाठी दुसरी नोकरी बघतो. तू इथे राहू नकोस. तुझ्याचसारखे अजूनही डोअर किपर आहेत त्या थिएटरमध्ये. त्यांना नाही हे तुझ्यासारखे प्रश्न पडत! त्यांना माहितीये, हे नाटक आहे. तीन तासांनी संपणारं. त्याच जागी नवं नाटक सुरू होणार, दुसरं अजून वेगळं, काही नवं दाखवणारं. प्रत्येक नाटक असं तू स्वत:वर घ्यायला लागलास तर कसं निभवणार? नकोच. मी बघतो दुसरी नोकरी. तू सोड हे काम.'

काका म्हणतात, ते बरोबर असेल का? मी विचार करायला हवा का? नोकरी बदलू? मग ती अश्रूंची होणारी फुलं? ती - ती फुलराणी आणि तिच ती रातराणी? आणि तो बॅरिस्टर? ह्या सर्वांपासून दूर जायचं? शक्य नाही.

पेपर बांधत होतो. इमारतींप्रमाणे गठ्ठे तयार होत होते. पाऊस कोसळत होता. सर्वत्र! पेपरांत पाण्याचे पावसाचे फोटो छापले होते. माझा फोटो येईल कधी पेपरात! का म्हणून येईल? मी असं काय मोठं करतो? पण गंमत म्हणून? मी हरवलो तर 'हरवला आहे' त्यासाठी येईल फोटो?

नटसम्राटांचा स्टेजवर-रंगभूमीवर मृत्यू? नाटक संपता संपता हार्ट ॲटॅक? नटसम्राट आप्पा बेलवलकर. घर देता का घर?

प्रिय अम्मा

सप्रेम नमस्कार,

खरंच काय आहे ही दुनिया? बेचैन झालोय ग. मला सहनच होत नाहीये. खूप जवळून बघता आलं मला नटसम्राटांना. विसरता येतच नाहीये. तू हवी होतीस इथे. तुला माझी अस्वस्थता कळली असती. इथे असं कुणीच नाहीये जे मला समजून घेईल. काका पण तसे नाहीयेत. उलट ते तर मला ही नोकरीच सोडायला सांगत होते. पण मी नकार दिला. अम्मा तुझी सोबत हवी गं! येतो लवकरच. आणि दगडूला घेऊनही येईन इथे मुंबईत. माझं असं कुणीतरी रक्ताचं जवळ हवंय गं!

तुझा

श्याम

भूकंप? गावंच्या गावं गडप? टी. व्ही. वर मुख्य बातमी. सतत फ्लॅश होत राहिले. मी माझं गाव शोधतोय. माझी माणसं शोधतोय.

'काका ऽऽ'

'बातमी ऐकली. तुला भेटायला धावलो.'

'काका.'

'सांभाळ.'

'गावी जातोय उद्या.'

'कसा जाशील? रहदारी बंद आहे. वाहनं जाऊ शकत नाहीयेत.'

'पण मला जायचंच आहे काका. शोधायचंय माझ्या अम्मा, अन्ना, राघू, दगडूला. मी जातोय. मी जाणार.

कुणी घर देता का घर? नुसतं घर देऊ नका. घराबरोबर त्या घरातली माणसंही द्या. माझी वाट बघणारी. माझ्यावर अवलंबून असलेली. माझ्यावर जीवापाड प्रेम करणारी.

कुणी माझी माणसं देता का माणसं?

घर बांधेन मी परत.

रिकामं घर बांधून काय करू?

'श्याम श्याम...'

'अम्मा म्हणत होती दगडूला घेऊन जा. मी नाकारलं. तिचं ऐकायला हवं होतं. निदान तो वाचला असता. आत्ता माझ्या सोबत असता. मीच कारण ठरलो त्याच्या मृत्युला.'

'असं काही नसतं श्याम. विधीलिखित कुणीही टाळू शकत नाही.

तू गावी जातोच आहेस. कुणी भेटतीलही. आशा सोडायची नाही.'

सहा महिने झाले. शोध घेऊन थकलो. हरलो. जगायला हवंच. हो ना? रंगदेवता आणि रंगशारदेला अभिवादन करून 'आम्ही' सादर करीत आहोत... आस-पास.

'साहेब. साहेब तीस रुपये द्या ना. मी खेळ करून दाखवतो. मी इथे समुद्रात उडी मारणार. मी मगरीचा आवाज काढून दाखवेन. साहेब, बघा तर लाईव्ह शो-मरणाचा.'

'ए जा रे. पुलीस...'

'साहेब, वीस रुपये द्या. मी तडफडून दाखवतो. गटांगळ्या खाईन. बघा तर साहेब साहेब द्या ना.'

'जातोस का साल्या की देऊ एक ठेवून?'

'बरं साहेब दहा रुपये द्या. बघा तर बेडकासारखा डराव डराव करेन. मोठ्यांदी. तुम्हाला वरपर्यंत ऐकू येईल. एकदम थ्रील.'

'पाच रुपये देईन.'

'चला चालेल साहेब. साहेब, मी जेव्हा तिसरी गटांगळी घेईन ना तेव्हा त्या बाबल्याला हाक मारा हं. तोऽऽ तिथे खांबाखाली बसलाय. तो मग मला पाण्यातून वर काढेल. काय आहे, मला पोहता येत नाही ना...'

ढबाक...

'साहेब, हे बघा. मगरीचा आवाज ऐका, बेडकाचा ऽऽ'

साहेब गटांगळी, हाक मारा त्याला... साहेब...'

'अरे जोरात-जोरात, ऐकू येत नाहीये. पाच रुपये दिलेत. मोठ्यांदी बोल.'

'साहेब. सा....हे...'

'अरे, काय नाव त्याचं, अरे ए. तू... हा बघ डुबला. अरे कोण तो? छे... उशीर झाला.'

नाटक संपलं. मी एकटा. सुन्न. त्याच स्टेजवर उभा. आत्ताच तर इथे तो बुडून मेला.

मुंबई. गेट वे ऑफ इंडिया. तोच घुमट. रात्रीची वेळ. नुसता बसून होतो. आज मला इथून उठवायला कुणी आलं नाही. समोर हॉटेलमध्ये कसलंसं फंक्शन. पोलीस, पब्लिक सर्व गर्दी तिथेच. त्यामुळे मी इथे शांत. एकटा.

कसलासा आवाज आला. तीन-चार श्रीमंत बापांची पोरं दारू प्यायलेली. थट्टा मस्करी करत येत होती. ह्यांचं बरं आहे. कसली चिंता ना कसली काळजी.

'ए, काय करतोस रे इथे?'

'हु इज ही?'

'मालूम नहीं यार, होगा कोई... हमें क्या?'

'काय रे?'

'छोड रे चल, एक बॉटल और है! खतम करते हैं।

मला काय वाटलं? एकदम उठलो.

'ओ साहेब.'

'हां बोलो.'

‘अरे, आपण साहेब रे ह्याचे.’

‘साहेब, खेळ बघणार एक? अगदी जीवाचा, प्रत्यक्ष.’

‘दाखव.’

‘साहेब, मी इथून उडी मारणार. ह्या पाण्यात मी तुम्हांला निरनिराळे आवाज करून दाखवेन. म्हणजे ऐकवेन. आणि मग तीन-चार वेळा मेल्यासारखा पडून राहीन. तरंगत वर येईन. बघणार का साहेब?’

‘ए, काय पागल आहेस का रे?’

‘साहेब बघा तर, एकदम थ्रील.’

‘सोड रे!’

‘साहेब प्लीज.’

‘चल रे देखते है। ए. दिखा।’

‘लेकिन पैसा कितना लेगा?’

‘जो आप दोगे, उतना। और सामने वो पेड़ के निचे मेरा दोस्त बैठा है। फिर उसको आवाज देना राजू करके, वही मुझे बाहर निकालेगा।’

‘चल रे दाखव. थ्रील! हां हां दाखवंच...’

ढबाक...

‘अरे डुब रहा है ओ राजू... आ जाओ भाई, नहीं चाहिये थ्रील. आजा.’

‘वहाँ तो कोई भी नहीं है।’

‘चल रे, मी टाकतोय उडी. बघू या. मिळतोय का तो...

त्याला जगायचं होतं तर तो मेला, माझ्यासमोर रंगभूमीवर! आणि मला मरायचं होतं तर मी जगलो, ह्या खऱ्या रंगभूमीवर! गदगदून रडू यायला लागलं. अम्मा, अन्ना, दगडू, राघू.. कुणी माणसं देता का माझी माणसं?

◆

'बी हॅपी'

'शेवटी आणलासच ना मला तू तुझ्या घरांत?'

मी निरूत्तर! ह्याला काय सांगणार मी? माझा नाइलाजच झाला. खरं तर हा हे सर्व ओळखून आहे. मला खिजवण्यासाठीच तो हा प्रश्न मला विचारतोय हे काय मला कळत नाही?

'हो. आणलं. काय करू मग आता!'

'प्रथम एक कर. चिडू नकोस!'

'चिडलो, तरी विचारतंय कोण? इथे माझ्या मताला काही किंमत आहे का?'

'तुला कळलंय ना की, तुझ्या मताला इथे काहीही किंमत नाहीये ते!'

'मी मुकाट्याने मान हलवली.'

'मग आता चिडतोयस कशाला?'

'तेही खरंच!'

'हस बघू. माझ्यासारखा!'

'तुला ते शक्य आहे रे! नुसतं शक्य नाही तर तुझाही नाइलाज आहे, असं म्हणतो. तुला रडायचं जरी असलं ना, तरी तू रडू शकत नाहीस.'

'मला ते माहीत आहे.'

'म्हणूनच म्हणतोय, हे सांगणं सोपं आहे. 'हस' सांगून हसायला येत नाही. मी माणूस आहे. तुझ्यासारखा...'

'तिथेच थांब! तुम्ही माणसं ना फार मतलबी बुवा! आमच्या सारख्यांना तयार करणारे तुम्हीच आणि नावं ठेवणारेही तुम्हीच!'

'माझ्या हातात असतं ना तर...'

'तरीही तू काहीही करू शकला नसतास! वाद सोड आणि मी तुझ्या घरात कुठे मुक्काम ठोकायचा ते सांग!'

'ते काम माझं नाही. बायकोचं आहे. तीच सांगेल तुला.'

'तोपर्यंत काय मी असाच राहू?'

'राहा की! तुला काय फरक पडतोय?'

'मित्रा, तुला कसं सांगू आता? आमच्यासारख्यांनासुद्धा उत्सुकता असते. कुठल्या घरी आलो आहोत? कुठे राहणार आहोत? त्या घरांतली माणसं कशी आहेत?'

'एक तर तुझ्यासमोरच आहे. अजून दोघं भेटायची आहेत तुला! भेटतील लवकरच!'

'मला घरी आणायची कल्पना तुझ्या बायकोची ना रे?'

'तिच्याशिवाय कोणाला सुचणार असल्या भन्नाट कल्पना? मी तुला असं वेडंवाकडं वागणारा वाटतोय का? मला तर हे खूळ...'

'थांब रे! तुला सारखंच अडवायला लागतंय बघ! एवढा राग? अर्थात तू दुकानात आलास आणि ज्या नजरेनं सर्वांना बघत होतास, त्यावरून मी ओळखलं होतं की तुला आम्ही मंडळी आवडत नाही म्हणून!'

'नुसत्या नजरेवरून तुला समजलं?'

'अरे. आम्हांला वेळ लागत नाही माणसं ओळखायला! तुझी नजर मी बघितली. तेव्हाच मला वाटलं की तुझ्या घरी मीच आलं पाहिजे.'

'कशाला? का?'

'तुझ्यासारख्याला आनंद देण्याची पात्रता, क्षमता फक्त माझ्यातच आहे. मी लगेचच माझ्या मालकाच्या कानांत कुजबुजलो. त्याला सांगितलं, ह्या मित्राकडे मलाच पाठव. त्यानेही ऐकलं. माझे इतर सखेसोबती बाजूला ठेवून त्याने मला तुझ्यासमोर ठेवलं.'

'मला काय कळतंय? दुकानदाराने जी वस्तू 'उत्तम' म्हणून सांगितली ती घेतली. तुला काय रूप की रंग? केवढं तुझं शरीर! आणि तुझं हे पोट! छोटेसे डोळे आणि जाडे भरडे ओठ. तुझ्या ह्या छोट्याशा पायांना तुझ्या शरीराचं वजन पेलवतं तरी कसं?'

'ज्यांनी मला निर्माण केलं. त्यांना विचार हे प्रश्न! आणि तुला माहितीये ना! रूप, रंग कुणाच्याच हातात नसतं. ती किमया वरच्या चित्रकाराची, मूर्तीकाराची! मजा अशी आहे की त्या वरच्या मूर्तीकाराने तुम्हा माणसांना इतकं सुडौल बनवलं. आणि मानवाने जी निर्मिती केली ती ही अशी बेडौल! असं का? सांगतोस?'

आयला, मी चाट! मी काय उत्तर देणार! हे बाकी त्याचं खरं होतं. का बरं ह्याला इतकं बेडौल केलं?

'येतंय का सांगता?'

'नाही रे!'

‘मी सांगतो. मी जर तुमच्यासारखाच सर्वसाधारण असतो, तर माझ्याकडे कुणाचं लक्ष गेलं असतं का? माणसाला कायम काहीतरी ‘हटके’ हवं असतं. हे वेगळेपणच त्याचं आयुष्य सुसह्य करत असतं. त्यामुळे माझ्या रूपाकडे बघू नकोस आणि तुझीच, तुला न कळलेली एक गंमत सांगू का?’

‘सांग!’

‘तू माझं किती बारकाईने निरीक्षण केलं आहेस!’

‘मी आणि तुझं निरीक्षण!’

‘त्याशिवाय का माझ्या बेडौलतेबद्दल तू इतकं बोललास?’

अरेच्या, खरंच की! मी ह्याला खरंच निरखून बघितलं म्हणजे!

‘आणि आता तुझा रागही जरा कमी झालाय.’

आई शपथ! हे पण हा बरोबरच सांगतोय. छे! छे! हे काहीतरी भानगडीचं आहे. बायकोला फायर केलं पाहिजे! इतकं मला जर हा ओळखायला लागला तर, माझ्यावर संकटच येत राहतील! आजपर्यंत तेरा वर्षे संसार झाला, पण बायकोला मी कसा आहे हे तीळमात्रही कळलेलं नाही. आणि हा दोन तासांतच मला ओळखायला लागला!

‘तू-तू जा रे!’

मी चिडून बोललो त्याला, तरी तो आपला हसतोय!

‘हसू नकोस जाड्या!’

तो हसत हसतच मला चिडवत म्हणाला,

‘तुम्हीच तर माझं नाव ठेवलंय. हॅपी मॅन! मी तर बुवा हसणारच आणि असाच आनंदीही राहणार.’

मी जळजळलो. त्याच्याकडे पूर्ण दुर्लक्ष करायचं हे मनोमन ठरवून टाकलं. त्याला तिथेच तसाच टाकून आत निघून गेलो.

‘अरे? तू? किती छान झालं. शेवटी तू आलासच माझ्या घरी!’

‘तुझाच हट्ट!’

‘अर्थातच. त्याशिवाय का दिसतोयस मला तू इथे? वेलकम होम!’

‘थँक यू!’

‘हे अगदी औपचारिक होतंय हं!’

‘मान्य! पण मित्रा...’

‘हाऊ स्वीट! मी तुझी मैत्रीण!’

‘होय मित्रा!’

‘आणि आमचा नवरा?’

'तोही, मित्रच!'

'सो क्यूट!'

'हे स्वीट-क्यूट राहू दे. पण काय गं. हा तुझा नवरा असा कसा?'

'का? काही बोलला का तुला?'

'बोलू दे गं. प्रश्न तो नाहीये. पण माझ्या ह्या पोटावर भारी बोलत होता. तरी बरं, माझ्या पोटाच्या आकाराला तुम्हीच जबाबदार आहात, पण त्याच्या पोटाच्या आकाराला जबाबदार कोण?'

'आळस.'

'तू तरी असं कसं लग्न केलंस? इतक्या बेढब आणि रागीट माणसाशी!'

'म्हणून तर तुला बोलावलंय ना मी! बघू, आता काय काय होतंय?'

'छान, प्रश्न निर्माण करणार तुम्ही- समंजस, विचारवंत, शहाणी माणसं .आणि सोडवायचे आम्ही. गबाळे, मठ्ठ, बेडौल आणि असेच काय काय असणाऱ्यांनी! मला एक कळत नाही, ज्याचं नावच 'न-वरा' त्यांना तुम्ही मुली वरता कसं काय?'

'राहू दे रे! पूर्वापार चालत आलेली परंपरा आहे ही. 'न-वरा' 'न-वरा' म्हणता म्हणता त्याचा 'नवरा' कधी झाला हे शोधायलाच लागेल, इतिहासात जाऊन. तेवढा वेळ कुणाला आहे?'

'बरं. माझी भूमिका काय?'

'ते तुला हळूहळू कळेलच. नुकताच आला आहेस. जरा आराम कर आता. मी तुला तुझी बसायची जागा दाखवते चल!'

मी त्याला हॉलमध्ये घेऊन आले. मेन डोअरला फेसिंग करून एका छानशा स्टुलावर स्वारी विराजमान झाली. तो आला आणि इथे असा प्रसन्न मुद्रेने हात वर करून स्थानापन्न झाला. इतकं बरं वाटलं!

'काय रे! आवडली का तुला तुझी जागा?'

'एकदम झकास. मित्रा, एक काळजी घे मात्र. मला कुणाचाही धक्का लागू देऊ नकोस. नाहीतर कोलमडेनच. हात-पाय तुटला तर उपायही करता येणार नाही.'

'घाबरू नकोस रे! मी आहे ना तुझी काळजी घ्यायला! तुला इथे छान वाटतंय ना? मग झालं तर!'

हिची सकाळ नेहमी अशीच होणार! वैताग. हिला गरम कॉफी प्यायला हवी असते. अगदी उकळता उकळता ओठांना लागायला हवी. पी ना मग! त्यासाठी माझी झोपमोड कशाला?

'काय झालं मित्रा?'

'रोजचंच!'

'सांग तरी!'

'बायकोला गरमागरम कॉफी हवी असते. आता करावी आणि प्यावी! मला कशाला त्रास?'

'म्हणजे? ही कामं तुला करावी लागतात?'

'छे! मी तर फिरकत पण नाही किचनमध्ये!'

'मला कळलं नाही.'

'काय आहे की ती आधी कॉफी करून घेते. म्हणजे नंतर त्याच भांड्यात चहा करता येतो. तो चहा होईपर्यंत ती मला उठवायला येते. मग तोपर्यंत कॉफी गार होते. कॉफीचं टेंपरेचर पाव अंशाने जरी कमी झालं तरी तिला चालत नाही. मग ती त्रागा करत करत तशीच कॉफी पिणार आणि गार कॉफी प्यायला लागली असं म्हणत मला दोष देणार! रोजचंच आहे. वर्तमानपत्रं कसं रोज सकाळी येतं तसं हे कॉफीचं वादळ रोज घरात येतं. वर्षातून दोनदा प्रजासत्ताक आणि स्वातंत्र्य दिवसाची रजा तरी मिळते, वर्तमानपत्रांना! इथे तेही नाही. काय सांगू तुला! बघ... पुन्हा हाका सुरू झाल्या...'

'हुश्श! झाली बाई कामं वेळेवर! तू आता निवांत होशील. सकाळची धूम संपली. मीही निघतेच आहे ऑफिसला. तुला काही लागणार आहे का?'

'नाही. तू निघ.'

'काय रे? काय झालं?'

'मला काय होणार आहे? तू तुझं आणि नवऱ्याचं बघ!'

'बोलला वाटतं लगेचच तुला.'

'अगं, कान आहेत मला भारी तीक्ष्ण! तुमचं आतल्या खोलीत काहीतरी चाललं होतं, पण इथपर्यंत आवाज येत होता.'

'काही नाही रे! रोजचंच. त्याचं काय आहे, की तो आहे जरा हळूबाई. रोज मारे गजर लावतो सहाचा. कारण इतर आवराआवरी म्हणजे फक्त त्याची स्वत:ची हं, त्याला वेळ लागतो कमीतकमी दोन तास! ह्या हिशोबाने रोज सकाळी सहाला ते घड्याळ आपलं किंचाळतं! उठावं ना ह्याने मग! ढिम्म हलत नाही. मी उठून बब्याला शाळेत सर्व आवरून पाठवूनही देते तरी हा तसाच. मग एकच जालीम उपाय! माझं कॉफी प्रकरण! करते मग कटकट! भांडी वाढतात घासायला म्हणून मोलकरीण कटकट करते. एकातच जेव्हा दोन गोष्टी होतात तर कशाला भांडी वाढवायची... वगैरे वगैरे. त्यातलं खरं काहीच नाही. फक्त तो उठून आवरून वेळेवर बाहेर पडावा म्हणून हे नाटक. रोज तेच संवाद आणि तेच हावभाव-धमाल ना?'

‘तूच विचार कर.’

‘कसला?’

‘ह्यातून आनंद काय मिळतो तुला? आणि त्यालाही!’

‘कसला आनंद? धुमश्चक्री चालू असते नुसती!’

‘हो ना? मग ह्यावर उपाय हवा. तुझं कामही झालं पाहिजे आणि तेही धुमश्चक्री न होता.’

‘असं होऊ शकतं?’

‘का नाही?’

‘कसं?’

‘थांब. विचार करू दे. तू निघ ऑफिसला. संध्याकाळी आलीस की सांगतो.’

‘ओ. डियर! बाय!’

‘आलास? ये!’

‘चक्क स्वागत! तेही माझं?’

‘हो. तुझंच आणि ह्या वास्तूत येणाऱ्या प्रत्येकाचं!’

‘नको रे! नको असलेली माणसंसुद्धा मग पुन:पुन्हा येत राहतील.’

‘अतिथी देवो भव...’

‘तुला हे म्हणायला काय जातंय? इथे बोअर व्हायला होतं मला.’

‘तू जरा बस. थकून आला असशील. बाहेरून आल्या आल्या त्रागा करू नये.’

‘तुला काय माझ्या बायकोचा रोल करायचा आहे तिच्या अपरोक्ष?’

‘नाही रे. जाऊ दे. पण आल्याबरोबर चिडचिड कशाला? काय झालं असं!’

‘आमच्या आयुष्यात दुसरं काय होणार?’

‘म्हणजे सर्व नेहमीचंच आहे ना?’

‘तर काय? वैताग!’

‘मग जर नेहमीचंच आहे तर त्यात चिडण्यासारखं काय आहे! एव्हाना तुला ह्या नेहमीचीच सवय व्हायला हवी होती. नेहमीपेक्षा वेगळं काही घडलं तर मग बरोबर आहे तुझं वागणं.’

‘ए, तू उगीचच मला डोस देऊ नकोस.’

‘मी आपली चर्चा करतोय. तू विचार कर ना! आज सकाळपासून काय काय केलंस?’

मी खरोखरच विचार करू लागलो. आज पण गजर लावूनही आणि तो नेहमीप्रमाणे वाजूनही मी काही सहाला उठलो नाही. उशिरा उठलो तोही नेहमीच्याच भांडणाने. बब्या सकाळी भेटला नाही. रोजच्या सारखा मी उठायच्या अगोदरच

शाळेत गेला होता आणि मग संपूर्ण दिवसही असाच रोजच्यासारखा गेला.

‘काही नवीन घडलंच नाही रे.’

‘घडावंसं वाटतंय?’

‘का नाही? मी पण कंटाळलोय.’

‘तर मग उद्याची सकाळ एकदम वेगळी उगवणार!’

‘कशी?’

‘घड्याळाचा गजर बंद!’

‘हॅऽऽ, तो वाजूनही मी उठत नाही. कायमचा बंद करून टाकला तर बायकोसुद्धा उठायची नाही.’

‘ऐक रे पुढे. मनाशी रात्री झोपताना निश्चय करायचा. त्याला बजावायचं, त्याने सहा वाजता उठलंच पाहिजे. दहा वेळा सांग मनाला आणि बघ.’

‘अशा हजार गोष्टी लाखो वेळा मनाला बजावल्या आहेत. माझंच मन ते, ऐकणार का कधी?’

‘मग आता एकच उपाय. मीच येऊन तुला रोज उठवत जाईन. तुझ्या ह्या ढेरपोटाला गुदगुल्या करेन. सकाळ हसरी होऊन जाईल. खदखदा हसत उठशील!’

मी टरकलो. हा येणार मला उठवायला? आई शप्पथ! रात्रभर साली झोपच लागली नाही. जरा झोप लागते न लागते तर भास होत राहिला. हॅपी मॅन आलाय आणि स्वत: खदाखदा हसत मला गुदगुल्या करतोय! हॉरिबल! पहाटे मुकाट उठलो. बायको मला उठलेला बघून चाट झाली. मी हसलो आणि कामाला लागलो. बब्याची गडबड चालू झाली. युनिफॉर्मचा बेल्ट मिळत नव्हता. बॅच होता पण सेफ्टी पीन हरवली होती. एक सॉक्स गायब झाला होता. हे असं रोज घडतं की काय? मला माहीतही नव्हतं. बायको सराईतपणे त्याच्या एकेक गायब झालेल्या वस्तू हजर करत होती. आज कॉफी शो झाला नाही. च्यायला, सारं काही शांत शांत?

‘हुश्श! झालं बाई सर्व आवरून.’

‘कसं वाटतंय?’

‘एकदम छान रे! तू काहीतरी जादू केलीस. हो ना?’

‘नाही गं!’

‘मग आज नवरा असा सुतासारखा सरळ कसा काय झाला होता?’

‘ती आमची एक गंमत आहे.’

‘ए, मला नाही सांगणार?’

‘नाही. नाऽऽऽही!’

'बरं बाबा. पण आज तो लवकर उठल्यामुळे त्याला कळलं, काय काय धावपळ होत असते माझी ते. थँक्स रे!'

'हे असेच आभार मानत राहणार आहेस का तू! अजून तर काय काय, किती किती कामं करायची आहेत.'

'सर्वांत महत्त्वाचं म्हणजे त्याची चिडचिड बंद व्हायला हवी.'

'होणार. तू निघ आता.'

गेले अनेक दिवस सकाळ मस्त उजाडते. त्रागा नाही. आदळआपट नाही. आणि गजर न लावताच मी वेळेवर उठायला लागलोय. दिवस त्यामुळे जरा बरा जातोय. पण ऑफिसात पाऊल टाकायची खोटी... पुन्हा सर्व जैसे थे! काही दिवस रजा घ्यावी काय? यस्. हा विचार अगदी उत्तम. ऑफिसला गेलो. काही तरी खोटं कारण दिलं आणि रजेचा अर्ज साहेबाकडे पाठवून दिला. रजा मंजूर झाली आणि निघालो तडक! रिगल थिएटर गाठलं. मस्तपैकी पिक्चर बघितला. झकास हॉटेलमध्ये झकास जेवलो. मग रमत गमत स्टेशन गाठलं. गर्दी नसलेल्या डब्यात पाय ताणून बसलो. झक्कपैकी झोप लागली. घरी पोहोचलो आणि रोजच्या सारखं स्वागत झालं;

'या - कसा आहेस?'

'एकदम मस्त, बोले तो झकास!'

'वा, कुठल्या चित्रपटाचे परिणाम?'

'झाले का प्रश्न सुरू तुझे? सगळी विचारपूस करशील आणि मग संध्याकाळी बायकोचं सामान्यज्ञान वाढवशील.'

'मी का बरं असं करेन। तुला मी तसा वाटतो?'

'तसा वाटत नाहीस. पण ती म्हण आहे ना. 'दिसतं तसं नसतं...' त्यातून ती तुझी मालकीण.'

'चुकलास मित्रा! मी माझा स्वतंत्र आहे. मी कुणाचाही गुलाम नाही.'

'असं कसं? बायकोने तुझा शोध लावला' तुला घरी आणायचा हट्ट धरला. ती, तिची एक मैत्रीण घरी आली होती. म्हणते कशी, 'तुझ्या घरात न फार निगेटिव्हिटी आहे.' असला राग आला होता. आणि मग ही ऽऽ यादी दिली. तुलाही एकट्याला आणायचंच नव्हतं बायकोला. तुझ्यासारखे तीन-चार हवे होते तिला. तू पण काय रे? एखादा हिरो जसे आपले वेगवेगळ्या पोझमधील फोटो देतो तसाच तू! वेगवेगळ्या अवतारात अवतरला आहेस आणि किती महाग आहेस तू! परवडणार का रे आमच्यासारख्या मध्यमवर्गाला तुला तुझ्या भावंडांसकट विकत घ्यायला? बायकोला तंबी दिली. सरळ सांगून टाकलं, 'एकच आणीन. वाट्टेल ते

हट्ट चालणार नाहीत. हवं तर बोल.' मग काय करते? बरं म्हणाली. म्हणून तुला घेऊन आलो. रोख पैसे मोजलेत. आता सांग, 'मालक' आहोत की नाही तुझे?'

'झालं? संपलं सांगून? आता निमूटपणे ऐकायचं. ना तू माझा मालक ना ती. मित्रच माझा मालक! मी माझ्या मर्जीचा मालक आणि मालक म्हणजे काय रे शेवटी? हक्क? पझेसिव्हनेस?

आपण एक आवड म्हणून कुत्र्याचं-मांजराचं पिल्लू घरी आणतो. त्याला खाऊ पिऊ घालतो. त्याचे लाड करतो. इजा झाली तर डॉक्टरकडे सुद्धा नेतो. इतकं सर्व करूनही एखादी कृती आपण त्यांच्या मनाविरुद्ध केली तर ते गुरगुरतात की नाही आपल्यावर? मग सांग, त्यांचा खरा मालक कोण? वस्तू विकत घेतल्या, प्राण्यांवर प्रेम केलं तरी मालकीची मर्यादा काही ठरावीक पातळीपर्यंतच. नंतर मात्र जो तो स्वतःच स्वतःचा मालक! लक्षात ठेव हे.'

मी गप्प बसलो. इलाजच नव्हता. एवढा मस्त सिनेमा-नंतरचं जेवण-आरामाचा प्रवास-सर्व सुख कुठल्याकुठे पळून गेलं. हॅपी नेहमीसारखाच हसत होता. मला ते हसणं छान वाटलं. का हसत असेल हा आत्ता? माझी कशी जिरली? असा विचार करून हसतोय? नाही. तसं नाही म्हणता येणार, कारण त्या हसण्यात कुत्सितपणा नव्हता. निरागस वाटत होतं ते.

'जास्त विचार करत बसू नकोस. मजा म्हणून रजा घेतली आहेस ना? उपभोग घे रजेचा. छान कार्यक्रम आख दिवसभराचे. एन्जॉय!'

'हो.'

'पण गड्या, एक चूक केलीस. रजेचा अर्ज देताना थाप का मारलीस?'

'मग काय लिहायला हवं होतं? कंटाळा आलाय, म्हणून रजा द्या? तो आहे ना माझा बाप, माझा साहेब त्याचं मस्तिष्क भ्रमण झालं असतं.'

'आणि समज त्याला जर कळलं की तू थाप मारून रजा मंजूर करून घेतली आहेस तर?'

'त्याला कसं कळणार?'

'सांगू? माझा मोठा भाऊ त्याच्या घरीच राहतो.'

'हॅलो- अहो साहेब पण.

'हॅलो साहेब माझं जरा ऐका, मी.

'हॅलो- हॅलो...'

'केलाच नवऱ्याने घोळ परत! कशाला उगीचच खोटी कारणं द्यायची. हक्काची रजा आहे शिल्लक, तर घेऊन मोकळं व्हायचं आणि रजा घेऊन तरी काय करतोय? रोज मी ऑफिसला जायची खोटी, कुणा ना कुणा मित्राला बोलवायचं

आणि पत्ते कुटत बसायचं. जरा घरातली काही कामं करेल? नाही. बब्याला अभ्यासात मदत करेल. काही शिकवेल? नाही. तूही नुसता बघत राहा.'

'मित्रा, मला कळतंय रे सगळं. पण मी तरी काय करणार? शेवटी मी एक मातीचा गोळा.'

'वा रे वा! तुला मी तसं कधी म्हणाले? तुला मी तसं कधी जाणवून दिलंय?'

'तू माझ्याशी बोलतेस सगळं काही. मनातलं सर्व सांगतेस. पण फक्त शब्दांनी काय होतं? विचार कर. तुला नवरा रोज फक्त शब्दांनी सांगत बसला, 'माझं प्रेम आहे तुझ्यावर. तू माझं सर्वस्व आहेस' असं काही बाही आणि प्रेमाचा एक स्पर्शही केला नाही तर तुला चालेल?'

'नाही रे!'

'माझं पण तसंच आहे. मी इथे येऊन निदान महिना तरी झाला. त्या दिवसापासून त्या क्षणापर्यंत तू माझी काही देखभाल केलीस का? माझ्या अंगावर धूळ बघ किती आहे. कधी हळुवार स्वच्छ केलंस मला? एक ओलाव्याचा स्पर्श दिलास? मला पण भावना आहेत. माझ्याही काही अपेक्षा आहेत. जसं माझं तसंच प्रत्येक वस्तूचं! तुम्ही माणसं मोठमोठाली मंदिरं बनवता. उत्सवात मंगलमूर्ती घरी आणता. दगड-मातीच्याच वस्तू ना ह्या? पण त्यात तुम्हांला परमेश्वर दिसतो. शंभर वेळा नतमस्तक होता. का होता? कारण तुम्ही तुमची भावना त्या मूर्तीत समर्पण करता. तुमच्या श्रद्धेने त्या वस्तुंना जीव मिळतो. तुमच्या प्रेमामुळं त्यांचं महत्त्व वाढतं. मीही तसाच आहे ना? मी परमेश्वर नाही. पण एक वस्तू तर आहे. तुमच्या वास्तुला आनंदी करण्यासाठी आलोय. मला ममत्व हवं. मी तुमची विचारपूस करतो. तुम्हीही माझी विचारपूस करायला हवी. तुम्ही मला मित्र मानलंत म्हणून मी असा आहे. नाही मानलंत तर एक मातीचा गोळा. माझं हसणं तुमच्यामुळे, तुमच्यासाठी. माझं अस्तित्व तुमच्यामुळे, तुमच्यासाठी.

आता गंज चढलाय मला. मला मदत करायची आहे तुला. पण ह्या अस्वच्छ, कोरडेपणामुळे काही सुचतच नाही.'

'चुकले मी. माफ कर दोस्त. आजपासून नाही अगदी आत्तापासून मी तुझी सेवा करते. चल. तुला गरम पाणी चालतं का?'

'नको थंडच बरं!'

'अशी मी वाईट वागले तुझ्याशी, तरी तू आपला हसतोसच आहेस! कसं जमतं तुला?'

'फार तपश्चर्या करावी लागते बरं! मग जमतं सगळं!

'हाः हाः म्हणे तपश्चर्या! कशी केलीस रे?'

'भट्टीतून तावून सुलाखून बाहेर आलोय. किती भाजलं, तरी रडलो नाही.

रंगाचा उग्र दर्प सहन केला. आयुष्यभर हे दोन्ही हात असे वर ठेवायचे. रग लागते. पण तक्रार करायची नाही. आणि तरीही हसायचं, हसवायचं, आनंदी राहायचं, आनंदी ठेवायचं. केवढा मोठा वसा घेतलाय मी! ही तपश्चर्याच नव्हे का? प्रत्येक आनंदामागे एक वेदना असतेच. वेदनेशिवाय आनंदाचं महत्त्वही कळत नाही. वेदना सहन करून झालेली आहे. आता आयुष्यभर आनंदच आनंद!

'सुटलो बुवा! केवळ तुझ्यामुळे! थँक्स यार!'

'तू माझे आभार मानतो आहेस? आठवतं, किती रागारागाने आणलं होतंस तू मला?'

'विसर ना रे पाठचं सगळं!'

'बरं, विसरून गेलो. बोल.'

'तू मला म्हणालास ना, की तुझा मोठा भाऊ साहेबाकडे राहतो, कसलं टेन्शन आलं होतं मला!'

'स्वाभाविक आहे. जसे आपण गप्पा मारतो, तसेच ते दोघंही छान गप्पा मारत असतात. माझा मोठा भाऊ तुझ्या साहेबाचा मित्र, जसा मी. तो त्याच्या मित्राची काळजी घेणारच ना!'

'त्यानेच सांगितलं असणार साहेबाला, माझ्या खोट्या रजेच्या अर्जाबद्दल!'

'हो.'

'तुला कसं माहीत?'

'आम्ही सर्वज्ञानी असतो. तुला हे कळलं नाही अजून!'

'कळलं, कळलं. पण नाही त्या वेळेला अक्कल जाते ना शेण खायला!'

'काही वाईट तर झालं नाही ना तुझं?'

'केवळ तुझ्यामुळे. तसा साहेब आलाच होता तावातावाने इथे. त्याला दारात बघून बोबडीच वळली होती माझी. पत्त्यांचा डाव असा रंगात आला होता आणि अचानक साहेब समोर उभा ठाकलेला! काय करावं कळेचना. तूही अगदी आनंदाने त्याला वेल कम केलंस!'

'तेच तर महत्त्वाचं असतं.'

'पटलं बुवा! तुला समोर बघून त्याचा आविर्भावच बदलला. सरळ तुझ्यापाशी आला, तुला बारकाईने बघितलं आणि स्वारी खूष! मला विचारतो कसा, 'तुम्ही पण हॅपी मॅन?' मी मनात म्हटलं, जोपर्यंत तू आला नव्हतास, तोपर्यंत होतो. ह्यापुढलं हॅपी की सॅड हे तुझ्यावर अवलंबून!

''अरे वा, माझ्या घरी पण आहे. पण ह्यापेक्षा जरा मोठा आहे वयानं.'' मी पुन्हा मनात म्हटलं, 'माहितीये. त्यानेच तर चुगली केली!'

“ही माणसं भारी खट्याळ बुवा! तुमचा विश्वास नाही बसणार, पण त्यानेच मला इथे तुमच्या घरी पाठवलं. नाहीतर कुणीतरी साहेब असा हाताखालच्या माणसाच्या घरी काही कारण नसताना, स्वत:ची जबाबदारीची कामं सोडून जातो का?”

मी मानेनेच नाही म्हटलं.

“पण मी आलो. खरं तर तुम्ही मला फसवलंत ह्याचा राग होता. माझ्या मित्राने मला सर्व खरं खरं सांगून टाकलं तुमच्याबद्दल. तेव्हाच मी त्याला म्हटलं की आता तुमची काही खैर नाही. पण मग त्याने मला समजावलं. अगदी माझंच उदाहरण देऊन. म्हणाला, “मित्रा, कुणीच वेगळं असं काही करत नाही. जे तू तुझ्या साहेबाबरोबर करतोस, तेच तुझ्या हाताखाली काम करणारे तुझ्याबरोबर करतात. खरं तर कुणीच कुणाला फसवत नाही. प्रत्येक जण स्वत:ची फसवणूक स्वत:च करून घेत असतो. कुणीही कुणावर कुरघोडी करत नसतं, आणि कुणीच कुणाचा साहेबही नसतो. त्या श्री. वा. वा. पाटणकरांच्या शायरीसारखं आहे सर्व... ते म्हणतात,

‘मारतो, राजास एक्का, नहिल्यास दहिल्या मारतो,
कल्पनेचे खेळ सारे, कुणी कुणा न मारतो...’

त्याने मला हे सर्व समजावलं. मला पटलं. मी इथे आलो तो चिडूनच, पण कारण वेगळं होतं. तुमच्या घरी तुम्ही ह्या हॅपीला का नाही आणत? असं तावातावाने विचारणार होतो. पण ह्याला इथे बघितलं आणि छान वाटलं. मी सुधारलो, तसेच तुम्हीही आता सुधाराल. मला खात्री आहे. येतो मी!” एवढं सर्व बोलून साहेब निघून गेला. केवळ तू होतास, आहेस म्हणूनच...’

‘नाही. तू चुकतो आहेस. मी खरं तर कुणीच नाहीये. जे काही आहे ते तुझंच आहे. तुझ्यातच आहे.’

‘असं काय म्हणतोस?’

‘नाही तर काय? माझे हात कसे आहेत बघितलंस? तुमच्यात म्हण आहे ना, ‘काही अंगाशी आलं की हात वर करून मोकळा’ तसा मी.’

‘चुकतोयस आता तू. तुझ्या ह्या वर उचललेल्या हातांमध्ये ताकद आहे. कुठलीही संकटं, कुठल्याही समस्या तू वरच्यावर झेलतोस. तू कलियुगातल्या कृष्णासारखा आहेस. कृष्णाने गोकुळातल्या वासीयांचं रक्षण करण्याकरता मेरूपर्वत एका करंगळीवर झेलला. तू कृष्ण नाहीस, पण त्याचा शिष्य आहेस. त्या महान रूपाची क्षमता, कुणातच नाही. पण तू तसा प्रयत्न करतोस. आम्हा सर्वसाधारण माणसांना माणूस म्हणून जगता यावं, हसता यावं, हसवता यावं, आनंदी राहता यावं, हे शिकवणारा तू एक गुरू आहेस. तुझ्या दोन्ही वर उचललेल्या हातांचं म्हणणं असं आहे की संकट वरच्यावर झेला. हे मी तुझ्याकडून शिकलोय.’

'जर हे सत्य असेल तर आता एक खरी गोष्ट सांगतो. मला वास्तुशास्त्र फेंगशुई वगैरे काही माहीत नाही. ही शास्त्रं सुंदर आहेत, पण तुम्ही ह्या शास्त्राच्या आहारी जाऊ नका. कुठलीही ह्या शास्त्रातली वस्तू तुम्हा माणसांचे प्रश्न सोडवू शकत नाही. तुम्हांला पैसा कमवून देऊ शकत नाही. जे काही करायचं आहे, ते तुमचं तुम्हांलाच. आम्ही आहोत तुमच्या बरोबरीने. पण ते आधारापुरते. गडद अंधारातून कुणी चालतंय, ठेच लागली तर हात पटकन पुढे होतो, आधार शोधण्यासाठी! तसे आम्ही आहोत. मानलं तर खरे; नाहीतर खोटे. तुमचे भाव आम्हांला जिवंत करतात. मग सांग, कर्ता करवता- तू की मी? माझे हात हे असे, संकटं वरच्यावर झेला असं सांगणारे, आणि तोंड हे असं हसरं ही संकटं हसत हसत झेला हे सांगणारं! पोट एवढं मोठं- ते तृप्ततेचं द्योतक आहे. हे सर्व तुम्हीच निर्माण केलं आहेत, तुमच्याच आधारासाठी. आणि सांगू का, हा आधार आवश्यकही आहे. पण तो फक्त गडद काळोखापुरताच. उजेड आला की बोट सोडून द्यायचं!'

'काय रे तुझा साहेब येऊन गेला ना घरी!'

'हो.'

'काय म्हणाला?'

'काय म्हणणार?'

'चिडला असणार?'

'नाही.'

'चिडला नाही?'

'नाही.'

'आश्चर्यच आहे! हां, आत्ता आठवलं. हे सर्व कशामुळे झालं सांग!

'कशामुळे?'

'ह्या माझ्या हॅपी मॅनमुळे. तुला मी सांगत होते, ऐकलं नाहीस. बघ माझ्या मैत्रिणीचा अभ्यास किती दांडगा आहे. आता तिने सांगितलेल्या बाकीच्या वस्तूपण घेऊन ये.'

'असं म्हणतेस?'

'हो तर!'

'ठीक. आत्ताच आणून टाकतो.'

मी सहज हॅपीकडे बघितलं. तोही माझ्याकडे बघत होता. हसत होता. त्याचं ते मिश्किल हसणं माझ्याबरोबर घेऊनच मी बाहेर पडलो.

◆

जोशी कुरकुरे

आज केसचा निर्णय लागणार. निर्णय सर्वांनाच माहीत आहे. तरीही एकदा जजच्या मुखातून ऐकला की शिक्कामोर्तब होणार. सतरा वर्षांचा सहवास संपणार.

गुन्हा काय केलास? ह्या प्रश्नाला उत्तर नाही.

गुन्हा एकच- लग्नं!

सतरा वर्षं। आयुष्यातला कितीतरी मोठा काळ. आयुष्यातली उत्साहाची वर्षं!

उत्साह म्हणजे किती तो! नुसतं उधाण आलं होतं. सारखा हास्यकल्लोळ. बाबांनी जेव्हा सांगितलं की मला मागणी आली आहे, तेव्हापासून हरखूनच गेले होते. आपण कुणाला तरी आवडू शकतो. ही भावनाच इतकी छान होती. बाबा सांगत होते.

'मुलगा देखणा आहे. एकुलता एक आहे. मुंबईसारख्या ठिकाणी हक्काची बिल्डिंग आहे. प्रत्येक मजल्यावर दोन फ्लॅट्स, स्वत:ची प्रकाशन संस्था पण..

'पण काय बाबा?'

'आडनाव!'

'आडनावाचं काय!'

'तुला आवडेल की नाही शंकाच आहे. आपल्या जोशी आडनावाला तू काही ना काही नावं ठेवत असतेस.'

'नावं नाही हं ठेवत बाबा. फक्त इतकंच म्हणते की फार कॉमन आहे आपलं आडनाव.'

'म्हणूनच हे अनकॉमन आडनाव तुझ्यासाठी प्रस्ताव घेऊन आलं आहे. करणार का लग्न?'

'एवढं लांबणीवर का टाकताय? सांगा तर खरी. मग ठरवेन प्रस्ताव स्वीकारायचा की धुडकावून लावायचा.'

'श्री. सुशील दामोदर कुरकुरे!'

'काय?'

'यस्. कुरकुरे!'

'हे आडनाव आहे?'

'होय. बोला मग बाईसाहेब आता.'

'बाबा, विचार करायला लागेल.'

'करा.'

'मला नाही वाटत मला इतकं अनकॉमन व्हायला आवडेल असं.'

'निर्णयापर्यंत येऊ नकोस. आधी माणसं बघ. सुशीलला बघ. आपण निदान भेटण्याचा कार्यक्रम तरी करू. नकार केव्हाही देता येईल. पण त्याआधी माणसं कशी आहेत. स्वभाव-विचार कसे आहेत हे बघू.'

'ठीक. तुम्हांला जसं योग्य वाटेल तसंच होऊ दे.'

सुशील आणि त्याचे आईवडील. बघण्याचा, दाखवण्याचा समारंभ छान पार पडला. हा दिसला, भेटला आणि त्याच्या उमद्या व्यक्तिमत्त्वाने आणि लाघवी बोलण्याने मला भुरळ पाडली. माझी पसंती बाबांनी ओळखली. त्यांनाही मी पसंत असल्याचं त्यांच्या चेहऱ्यावरून दिसत होतं.

बाबा त्या सर्वांना पोहोचवायला खालपर्यंत गेले. मी नुसतीच बसून राहिले. होकार मिळाला तर? तर मी होईन. 'कु. अपर्णा यशवंत जोशीची, सौ. अपर्णा सुशील कुरकुरे।' कुरकुरे? अरे बाप रे! काही वेगळं आडनाव का नाही ह्या सुशीलचं? संपूर्ण आयुष्य सौ. कुरकुरे म्हणून वावरायचं? मग आपलं जोशीच बरं होतं. पण आपणही जर माहेरचं आडनाव लावलं- लग्नानंतरही तर? जोशी कुरकुरे! छेः कुरकुरे जोशी? नको. अजूनच विचित्र होईल. आपल्याला आयुष्यात एकदाच हा चान्स मिळणार. चांगलं नाव निवडण्याचा, तोही घालवायचा? नाही. कुरकुरे नको.

पण मग सुशील? तो तर हवा. नुसतंच सौ. अपर्णा सुशील. एवढंच नाव लावलं तर? वा. किती छान वाटतंय! पण असं होऊ शकणार नाही. का रे सुशील तू एवढा चांगला निघालास? तुला विसरता येत नाही आणि तुझं आडनाव आपलंसं करता येत नाही!

सुशीलकडून होकार आला. आता खरा प्रश्न होता. त्याने नाकारलं असतं तर वाईट जरूर वाटलं असतं. पण ह्या आडनावाच्या प्रश्नांतून सुटले असते. जसजसा विचार करू लागले, तसतसा सुशील जास्तच छान वाटू लागला आणि चक्क

त्याचं आडनावसुद्धा! मी लग्नाला होकार दिलाय म्हटल्यावर सर्व नातेवाईकांनी, मित्र-मैत्रिणींनी मला चिडवून चिडवून बेजार केलं. नशिब माझं तेव्हा 'कुरकुरे' हा खाण्याचा पदार्थ अस्तित्वात नव्हता. नाहीतर वाटलं असतं की जुही चावला त्या पदार्थाबरोबर आमच्या आडनावाचीही जाहिरात करतेय.

सौ. अपर्णा सुशील कुरकुरे!'

जोशीचा मिळमिळीतपणा जाऊन कुरकुरेचा कुरकुरीतपणा आला. जिथे कुठे नोकरीसाठी अर्ज करत असे तिथे तिथे हास्याची लकेर दिसे. मला गंमत वाटू लागली. मी भलतीच अन्कॉमन आहे हे आवडायला लागलं. मी बिनदिक्कत माझं संपूर्ण नाव सांगू लागले. मी उत्साहाने संसाराला लागले. आईवेगळी पोर म्हणून बाबांना माझी सतत काळजी वाटायची, ती दूर झाली.

कुरकुरे निवास ह्या एरियात फेमस आहे. तळमजला धरून तीन मजल्यांची ही इमारत. माझ्या सासऱ्यांनी बांधलेली. प्रत्येक मजल्यावर दोन बिऱ्हाडं. ही सर्व सहा भावंडं. कोकणात कुरक गावचे हे मूळ राहणारे. पप्पा सर्वांचे वडील. मुंबईत येऊन त्यांनी कष्ट करून बस्तान बसवलं. आणि एक एक करून सर्व भावंडांना मुंबईत आणलं. एकत्र कुटुंब पद्धतीवर विश्वास आणि प्रेम असल्याकारणाने ही सर्व भावंडं एकत्र राहत. पण पुढे एकेकांची लग्नं झाली. घर लहान पडू लागलं. सर्वांच्या कष्टाच्या पैशांनी आणि कर्जाने ही इमारत उभी राहिली. प्रत्येक मजल्यावर दोन भाऊ अशी विभागणी झाली. पप्पांनी हळूहळू सर्व कर्ज फेडलं. आणि 'कुरकुरे निवास' अस्तित्वात आलं. पप्पांच्या शब्दाला खूप मान आहे. ममींनी पप्पांना मनोभावे साथ दिली. सर्व जावा बहिणींप्रमाणे राहतात, वावरतात.

एवढ्या नांदत्या कुटुंबात मी राहायला आले, त्या कुटुंबातला एक महत्त्वाचा घटक बनून! किती छान वाटत होतं. इन मिन तीन माणसं माझ्या माहेरी. मी बाबा आणि घरगडी अप्पू! पण बाबांनी मला समाजात कसं मिसळावं. घरचं कसं करावं हे सर्व सर्व शिकवलं. म्हणूनच मला कुरकुरे निवासात वावरणं कठीण गेलं नाही.

हां हां म्हणता वर्ष सरलं. मी सर्वांत मोठी सून-पहिली सून म्हणून माझे सणवार अगदी झोकात झाले.

नवी नवलाई हळूहळू संपली आणि दैनंदिन आयुष्य सुरू झालं. सुशील पप्पांना त्यांच्या व्यवसायात मदत करायचा. मदत म्हणजे तोच आता जास्त करून व्यवसाय सांभाळत होता. आमची प्रकाशन संस्था आहे. 'ज्ञानदेई.' खरं तर एवढा

स्वतःचा व्यवसाय असताना, मला नोकरी करण्याचं काय कारण? हा सुशीलला प्रश्न होता. विरोधही होता. पण ममीने मला साथ दिली. 'करू दे तिला नोकरी. तिच्याजवळ तिचा हक्काचा पैसा हवा.'

'कशासाठी! मी नाहीये तिच्या गरजा पूर्ण करायला?'

'तू आहेस. पण प्रत्येक वेळी तिने तुझ्यासमोर हात का पसरायचा?'

'ममी, नवरा आहे मी तिचा. कुणी परका नाहीये.'

'असशील. पण तरी तिला तिचं 'स्व' जपण्यासाठी काही ना काही करायला हवं.'

'करू दे की. पण नोकरी कशाला?'

'का नाही? एवढं शिक्षण घेतलंय ते सर्व फुकट?'

'मला नाही आवडणार तिने नोकरी वगैरे केलेली.'

'नोकरी नाही तर, दुसरा काहीतरी पर्याय दे.'

'पण आवश्यकताच काय पैसे कमावण्याची?'

'आवश्यकता आहे. मला विचार. मला तुझ्या पप्पांनी तसं काहीच कमी पडू दिलं नाही. पण मला आजही एक बोच आहे. माझं स्वतःचं, मी असं कमवलेलं काहीच नाही. ही बोच हिला कधीच लागू नये, म्हणून सांगते. माझी तर मागली पिढी. ही आत्ताच्या पिढीतली. जास्त कर्तृत्ववान. तिच्या ज्ञानाचा, 'स्व'चा सांभाळ व्हायलाच हवा. ती पगार किती घेते, हा प्रश्नच नाहीये. आपल्याला तिचा पैसा नकोच आहे. तिने काही अंशी तरी स्वतंत्र असणं आवश्यक आहे. तिच्या व्यक्तिमत्त्वाच्या प्रगतीसाठी.'

ममीचे परखड विचार ऐकून मी अगदी कृतकृत्य झाले. सुशीलकडे बघितलं तर त्याच्या कपाळावर आठ्यांचं जाळं. मला त्याला नाराज करून 'काही करावं' असं वाटत नव्हतं. त्याच दिवशी रात्री जेवताना मी, पप्पा, ममी आणि सुशीलला माझं एक मत सांगितलं.

'मला नोकरी केलीच पाहिजे असं काही नाही. माझा नोकरीचा अट्टाहास नाही. पण दुपारी ममी म्हणाल्या त्याप्रमाणे मला माझ्या स्वतंत्रपणे व्यक्तिमत्त्वाचा विकास हवा. मीही काहीतरी करू शकते, यश मिळवू शकते, हा आनंद हवा. मला एक सुचवावंसं वाटतं, ममी आपल्याच संस्थेत काही काम केलं तर?'

'छे छे! तुला प्रकाशनातलं काय कळणार? एम.ए.सी. झालेली तू. कुठे तुझं शास्त्र आणि कुठे आपला व्यवसाय!'

सुशीलच्या ह्या प्रतिक्रियेवर मी चमकले.

'पण...'

'तुला काय जमणार आहे? किती कागद, किती मजकूर, कसलं कव्हर, सर्व

भिन्न आहे.'

'तुम्ही शिकवा मला.'

'पण गरजच काय?'

पप्पा न राहवून म्हणाले,

'सुशील, काय हरकत आहे? ती बाहेर कुठेतरी काम करणारच. हल्ली शिक्षणाचा आणि नोकरीच्या कामाचा काडी इतका तरी संबंध असतो का? अपर्णा तू ये उद्यापासून. इतक्या जणांना आत्तापर्यंत शिकवलंय, तुलाही शिकवायला आवडेल. खरं तर आता तुमच्याच हाती द्यायचं आहे सर्व.'

'पण ही नुसती येणार नाही कामावर. तिला रीतसर अपॉइंटमेंट लेटर द्या. तिचा पगार ठरवा.'

'ते सर्व ऑफिसमध्ये. घरात ऑफिसच्या गोष्टी होणार नाहीत.'

जेवणं झाली. आवराआवर करून मी बेडरूममध्ये आले.

सुशील अजूनही जरा नाराजच दिसत होता.

'काय झालं? स्वारी चिडलीये का अजूनही?'

'त्याच्याशी तुला काय करायचं आहे?'

'मला नाही तर मग कुणाला?'

'मग ऐक माझं. काही कुठे जायची गरज नाही.'

'सुशील, चल मी ऐकेन तुझं. पण मला ह्या तुझ्या नकाराचं कारण तर कळू देत.'

'तसं काही सांगता नाही येणार.'

'का?'

'तू ममीला मदत कर ना घरात. ती किती वर्षं सर्वांचं करत राहणार! तू घराबाहेर पडलीस की तिला आराम मिळणं शक्य नाही.'

'पण ममीलाच मी काम करायला हवी आहे.'

'ते ती तुझ्या इच्छेखातर म्हणते.'

'मला नाही तसं वाटत. सुशील, हे कारण नाहीये तुझ्या नकाराचं. नक्की काय कारण आहे?'

'सांगू?'

'अर्थात. तुझ्या-माझ्यात जर मोकळेपणा नसेल तर ह्या नात्याला काही अर्थ नाही.'

'सांगतोच. आपलं लग्न व्हायच्या अगोदर घरात संपूर्ण कुरकुरे कुटुंबात माझ्या मताला महत्त्व होतं. आज ते तेवढं राहिलेलं नाही. ह्याला कारण तू.'

'काय?'

'अक्षय, रवी, मीनल, मनिष सर्व जण तुला त्यांचे प्रॉब्लेम्स किंवा पर्सनल गोष्टी सांगतात. आधी हे सर्वजण माझ्याकडे येत असत. सल्ला घ्यायला किंवा काही मदत मागायला.'

'म्हणून तुला त्रास होतो? तुला माझा अभिमान नाही वाटत! वर्षापूर्वी ह्या घरात आले मी. पण वर्षभरातच तुझ्या सर्व चुलत भावंडांना, सर्व कुटुंबाला मी आपलंसं करू शकले. माणूसघाणेपणा नाही माझ्यात ही गोष्ट तुला अभिमानाची नाही वाटत?'

'वाटते- पण...'

'पण तुझा अहंकार दुखावला जातो. असंच ना?'

'पुरुष आहे मी! ह्या घरातला सर्वांत मोठा. ही सर्व भावंडं माझ्या नंतरची. अहंकार म्हणतेस तू पण मी मात्र ह्याला स्वाभिमान म्हणतो. तो दुखावला जातोय. मला लहानपणापासून बिंबवलं गेलंय, कुरकुरे कुटुंबाचा मी पप्पांनंतर प्रमुख असणार. मी काळजी घ्यायची सर्वांची!'

'ती तर तू आत्ताही घेतो आहेस. मी फक्त त्याला हातभार लावतेय.'

'नकोय मला हेच. घरात, कुटुंबात तुझं साम्राज्य आहे. तू तसं प्रस्थापित केलं आहेस. ममी पप्पाही तुझं मत प्रत्येक गोष्टीत घेतात. जर आपलं दुमत असेल तर ते तुझ्या मताला प्राधान्य देतात.'

'अरे, ते काही मुद्दाम नाही करत तसं. कदाचित असंही असेल, त्यांना एखाद्या गोष्टीत माझं मत पटलं असेल, पण त्यावरून तू असा निकष काढतो आहेस, हे योग्य नाही.'

'काय योग्य नि काय अयोग्य हे मला कळतं.'

'एक सांग, मी काम करण्याचा आणि ह्या गोष्टीचा संबंध काय?'

'इथे घरात जे होतंय, तेच उद्या ऑफिसमध्येही होईल. आणि मी ते खपवून घेणार नाही.'

'आपली बायको हुशार आहे. तिच्यातही काही कला आहेत, त्याचा तुला त्रास होतोय. हा स्वाभिमान नव्हे अहंकारच आहे. जो तुला त्रास देतोय. तुझ्या वरचढ कुणी असता कामा नये. तू 'अभिमान' सिनेमा बघितला होतास का रे?

'त्याचा इथे काय संबंध?'

'सिनेमे म्हणजे काही काही निवडक असे, नुसते बघून सोडून द्यायचे नसतात. त्यातून काही शिकायला हवं. तो एक धडा असतो, जो अभ्यासाचा असतो. 'अभिमान' असाच एक धडा आहे. आपल्याकडे इतकं वेगळं वेगळं साहित्य

छापायला येतं. वाचत जा. नुसतीच शब्द जुळवणी करून अक्षराला अक्षर लागेल. पण अर्थ लागणार नाही.'

मी गॅलरीत येऊन बसले. द्विधा मन:स्थिती झाली होती. गेले वर्षभर ह्याने इतकं सारं मनात ठेवलं होतं. आज नाइलाजाने वाचा फुटली. काय करावं? साधारणपणे कुठल्याही सुनेच्या गोष्टीत मोडता घालणारी पहिली व्यक्ती सासू असते असं सर्वसाधारण समजलं जातं. अनुभवलं जातं. इथे उलट होतं. प्रोत्साहन देणारी सासू आणि खोट्या अभिमानापोटी मोडता घालणारा नवरा. का इतक्या लवकर कुरकुरीतपणा संपला? कुरकुर कशासाठी? मी काय करू? बाबांशी बोलू? नको. ते आनंदात आहेत माझा भरलेला संसार बघून. त्यांना काळजीत नाही टाकायचं! मग?

दुसऱ्या दिवशी सकाळी पप्पांनी फर्मान सोडलं.

'अपर्णा, बरोबर अकरा वाजता हजर राहायचं ऑफिसमध्ये. बाबू मला आणि सुशीलला ऑफिसमध्ये सोडून तुला न्यायला येईल. ठीक आहे?'

'पप्पा...'

'ऑफिसमध्ये बोलू.'

ममीपप्पांनी माझं मानलं नाही. मला नोकरी नाही करायची ही माझी धारणा त्यांनी मोडून काढली. कालपर्यंत काम करायला उत्सुक असलेली मी, आज नकार का देते ह्याचं स्पष्टीकरण मला करता येईना. जावंच लागलं मग! खूप विचार केला आणि एक गोष्ट पक्की केली. जायचं पण काही येतंय असं दाखवायचं नाही. मला ह्या व्यवसायातलं काही कळतच नाही हे त्यांना समजल्यावर ते हा हट्ट सोडून देतील. सुशीलचं महत्त्व, मान तेवढाच राहील. तो शांत होईल.

ही युक्ती लागू पडली. सुशील शांत झाला. काळ सरत होता. मी खूष होते. कारण सुशीलने संपूर्ण बेडरूम लहान बाळाच्या फोटोंनी भरून टाकली होती. असंच एक छोटंसं काही महिन्यांच्या अंतराने घरात मिरवू लागलं. 'कुमार सोहम सुशील कुरकुरे!'

सोहम नक्की कुठे आहे ह्याचा थांगपत्ता लागत नसे. कधी ह्या काकांच्या घरी तर कधी त्या. सर्वांच्या अंगाखांद्यावर तो वाढत होता. प्रत्येक जण त्याची काळजी घेत होते.

सोहम थोडा मोठा झाल्यावर ममीच्या सांगण्यानुसार मी पुन्हा ऑफिसला

जायला लागले. ह्या वेळेस मात्र मी सर्व निरीक्षण करत होते. समजून घेत होते. प्रकाशन म्हणजे काय? काय काय करावं लागतं. प्रुफं तयार करणं, ऱ्हस्व, दीर्घ बघणं, कव्हर्स, असं बरंच काही. कागदाची क्वालिटी, थिकनेस, शब्दांचा टाइप वगैरे. जसजसं समजत होतं तसतसा इंटरेस्ट वाढत गेला. हे सर्व करण्यामागे अजूनही एक कारण होतं. पपा थकत चालले होते. रात्रीची त्यांची झोप कमी झाली होती. दिवसा अपुऱ्या झोपेमुळे उत्साह राहत नसे. ते दुपारनंतर ऑफिसात येत. एकटा सुशील काय काय बघणार!

सुरुवाती-सुरुवातीला माझी मदत त्याला आवश्यक वाटत राहिली. माझं कामगारांशी, ऑफिसातल्या स्टाफशी मिळून मिसळून वागणं त्याला खुपत नव्हतं. तो आता बदलला आहे असा माझा समज झाला. मग मी जास्तच इंटरेस्ट घेऊ लागले. नावाजलेल्या लेखकांना भेटणं त्यांच्या लेखनाची मागणी करणं, पुस्तक उत्तम प्रतीचं छापणं. आणि आश्चर्याची, आनंदाची गोष्ट म्हणजे आम्ही प्रकाशित केलेल्या एका पुस्तकाला राज्य सरकारचं, प्रकाशनाचं प्रथम पारितोषिक मिळालं. सुशील कुरकुरेचं नाव पेपरात छापून आलं. त्यादिवशी कुरकुरे सदन रोषणाईने झगमगत होतं. माझ्या इच्छेखातर सर्व स्टाफला आम्ही हॉटेलमध्ये पार्टी दिली. ह्या यशात त्यांचाही मोठा वाटा होता.

थकून सवरून रात्री आम्ही घरी परतलो. सोहम पेंगुळलेलाच होता. निजानीज झाली. मी आनंदाने सुशीलला मिठी मारली आणि अगदी मनापासून त्याचं अभिनंदन केलं.

त्याने माझे हात दूर सारले.

'काय झालं? थकला आहेस?'

'....'

'बोल ना रे काहीतरी.'

'काय?'

'काहीही. आजच्या सोहळ्याबद्दल. आपल्या यशाबद्दल!'

'आपलं यश?'

'अर्थातच.'

'तुझं यश'

'म्हणजे?'

'पुस्तक तू काढलंस!'

'सुशील...'

'जाऊ दे.'

'नाही. बोल.'

'कशाला? काय ऐकायचं आहे?'

'तुझे शब्द!'

'हट्टच आहे का?'

'हो.'

'ह्या पुस्तकाचं ले-आऊट तू केलंस. आपल्या नेहमीच्या एडिटरकडे तू हस्तलिखित पाठवलं नाहीस. तूच ते वाचलंस. वाचून स्वतःच निर्णय घेतलास की हे पुस्तक काढायचं.'

'तुझ्याशी, पपांशी बोलणं झालं होतं त्या अगोदर.'

'ते म्हणाले, तुला योग्य वाटतंय ना काढ तर!'

'तूही संमती दिली होतीस.'

'माझं मत विचारलं गेलं होतं कुठे?'

'मी विचारलं होतं. आणि... बाकीचं राहू दे. पण पुस्तक यशस्वी झालं ना?'

'पण त्यात माझा काय संबंध?'

'सुशील, असा का विचार करतोस? स्तुती, बक्षिस तुलाच मिळालं.'

'हे यश माझं नाही.'

'आपलं तरी म्हणू शकतोस ना? माझं-तुझं काय रे ह्यात? मी ह्या पुस्तकाच्या प्रकाशनात गुंतले होते, तर तूही काही रिकामा नव्हतास ना. तू इतर पुस्तकांची जुळवा-जुळव करतच होतास.'

'हे माझं यश नाही. निखळ यश नाही. मी तुला अगोदरही म्हणालो होतो, जे घरात होतंय ते ऑफिसात व्हायला नकोय. पण तुला प्रत्येक वेळेला एकच गोष्ट सर्व ठिकाणी दाखवून द्यायची आहे. ती एकच, 'तू माझ्यापेक्षा सरस आहेस.'

'असं काही नाही रे.'

'असंच आहे. असंच आहे. तू जा झोप आता यशाच्या धुंदीत. मी जपतो, कुरवाळत राहतो माझं दुःख! तगमग-तगमग होते. माझ्या स्वाभिमानाला हे झेपत नाहीये. मी न केलेल्या कामाचं श्रेय का घेतलं? का?'

'मग का नाही तुझ्या छोट्याश्या भाषणांत उल्लेख केलास माझा?'

'ओ! म्हणजे जाहिररित्या मी हे यश माझं नाही हे तुला कबूल करायला हवं होतं तर. वा. आणि वर सांगत्येस 'आपलं यश म्हणून. शाबास तुझी.'

'सुशील, शांत हो. तू जरा झोप आता. थकला आहेस. आपण उद्या बोलू

ऑफिसमध्ये. पपांसमोर!'

सुशील ऑफिसला आलाच नाही. पपांना ह्यावेळेला मात्र मी थोडीशी कल्पना दिली. सर्वच सांगितलं पण जरा हळुवारपणे. सुशीलला नक्की कसला त्रास होतोय ह्याची त्यांना ओझरती कल्पना दिली. त्यांना आश्चर्य वाटलं. तो असा काही विचार करत असेल हे त्यांच्या ध्यानीमनीही नव्हतं.

'कोड्यात टाकलंस पोरी.'

'मी सुद्धा हे कोडं सोडवण्याचा गेली सात वर्षे प्रयत्न करत्ये. असे बारिकसारिक प्रसंग खूप घडले. पण आत्ताचा, कालचा प्रसंग जरा जास्त गुंतागुंतीचा वाटला म्हणून आज तुम्हांला सांगितलं. सुशीलला विश्वास देणं जरुरीचं आहे की, त्याचा घरातला, ऑफिसमधला हक्क, मान पूर्वीसारखाच आहे.'

'मान्य. पण हे त्याला समजवायचं कसं?'

'मला तुम्ही काहीही विचारत जाऊ नका. छोट्यामोठ्या गोष्टी सुशीलशी चर्चा करून सोडवत जा. इतरांनाही हे सांगून ठेवा. आणि चुकून मला गणतीत धरलं गेलंच तर मी त्यात सहभाग घेणार नाही.'

'म्हणजे आम्ही तुझ्यावर अन्याय करायचा.'

'नाही. म्हणजे तुम्ही मला माझा सुशील परत करायचा, जो हरवतो आहे.'

'अपर्णा.'

'एकत्र जमा सगळे काकांच्या घरी. हा प्रश्न मांडा त्यांच्यापुढे. मिनलचं लग्न ठरतंय, त्यात सुशीलच्या मतांना प्राधान्य द्या. लग्न हॉल, जेवणाचं कॉंट्रॅक्ट वगैरे सर्व जबाबदारी त्याच्यावर सोपवा. पत्रिकेचं ले-आउटही त्याला ठरवू देत.'

'आणि तू जे ले-आउट केलं आहेस, जे सर्वांना पसंत आहे त्याचं काय?'

'ते सुशीलने अजून बघितलेलं नाहीये.'

'हे ठीकच झालं.'

'इथेही असंच काहीतरी करायला हवं. ऑफिसातही सर्व स्टाफला प्रॉब्लेम न सांगता वेगळ्या तऱ्हेने हे समजवायला हवं.'

'ऑफिसची चिंता नाही. मी आता बरा आहे. मी पूर्वीसारखा लवकर येत जाईन. मी इथे आहे म्हटल्यावर प्रथम सगळे प्रश्न किंवा शंका घेऊन माझ्याचकडे येतील. मी त्यांना सुशीलकडे पाठवेन.'

'हे छान होईल. मग ठरलं तर!'

'खूप मोठ्या मनाची आहेस.'

'नाही पपा, स्वार्थी आहे. मला माझं माणूस परतून हवंय. येते मी.'

ठरवल्याप्रमाणे एक एक गोष्टी व्हायला लागल्या. पण सुशील फार काही साथ देत नव्हता. कधी ऑफिसात यायचा, तर कधी नाही. दिवस दिवस घरात पडून राहायचा, नाहीतर कुठेतरी भटकत राहायचा. छोट्या छोट्या गोष्टींवरून वाद घालत राहायचा. रात्र रात्र जागरणात जायची.

'सुशील. मी ऑफिसात जाणं बंद करते.'

'का?'

'मला नाही झेपत सर्व बघायला आता.'

'खरं कारण सांग ना.'

'खरंच रे. सोहमची शाळा, त्याचा अभ्यास, ट्यूशन, ममीला मदत. पपांची काळजी काय काय करू?'

'अच्छा?'

'असा अविश्वास दाखवू नकोस.'

'तूच म्हणाली होतीस, तुझ्या माझ्यात जर मोकळेपणा नसेल तर ह्या नात्याला काही अर्थ नाही.'

'खरं आहे.'

'मग तू बोल आता मोकळेपणाने.'

'तू कुठे असतोस? काय करतोस दिवस दिवस?'

'सांगू?'

'हो! कारण माझा जीव टांगणीला लागलेला असतो.'

'मी स्वतःची प्रकाशन संस्था काढण्याच्या मागे आहे.'

'काय?'

'मी मला सिद्ध करून दाखवणार आहे. तुझ्यापेक्षाही जास्त चांगलं काम मी करू शकतो.'

'ही आनंदाची गोष्ट आहे. पण त्यासाठी वेगळी संस्था कशाला? हे तू आपल्या 'ज्ञानदेई'मध्येही करून दाखवू शकतोस. ममीपपांना केवढा धक्का बसेल हे ऐकून! सर्वजण हसतील आपल्याला. पपांचा मुलगा त्यांच्या विरुद्ध?'

'त्यांच्या नव्हे, तुझ्या!'

'का इतका तिरस्कार करतोस माझा?'

'.......'

'तू हे असं काही करू नकोस. मी बंद करते माझं काम.'

'नक्की?'

'हो.'

'आणि चुकून पुन्हा सुरू केलंस तर?'

'तू सांगशील ती शिक्षा मान्य!'

'लिहून देतेस?'

'हो.'

'स्टँप पेपरवर.'

'देते. सही करते, पण तू असं काही करू नकोस.'

'हे सर्व फक्त तुझ्या माझ्यातच राहील.'

'मान्य.'

'उद्या वकिलाकडून पेपर करून आणतो.'

'आण.'

मी थकले. सगळी रयाच गेली. ममी-पपांना मला बरं नाही असं सांगून आठवडाभर घरातच राहिले. सोहमला माझं आणि सुशीलचं काहीतरी बिनसलंय कळत होतं. तो सारखा कुणातरी काकांकडेच असायचा. कुरकुरे सदनातही काहीतरी बिनसल्याची कुरकुर पोहोचली. पण प्रत्येक जण अळीमळी गुपचिळी! सुशीलने पुन्हा कामात रस घेतला हे बघून ममी-पपा रिलॅक्स झाले. मी घरीच स्वत:ला जास्त जास्त वाचनात गुंतवून ठेवू लागले. पपांना माझं ऑफिसला न जाण्याचं कारण तसं समजत होतं म्हणून तेही आग्रह करत नव्हते. घरची होऊन चार एक वर्षांहून अधिक काळ लोटला.

काही कामानिमित्त सुशील पंधरा-वीस दिवसांसाठी दिल्लीला गेला होता. पपा एकटे पडले. गणपती नुकतेच परतले होते. दिवाळीची धुम सुरू झाली होती. ग्रिटींग कार्डस्, दिवाळी अंक, नवी पुस्तकं. एकच जंत्री सुरू झाली होती. पपांनी मला मदतीसाठी ऑफिसात बोलावलं. पण मी टाळलं. ममी माझ्या रूममध्ये आल्या.

'का नाही गेलीस गं?'

'ममी, मला काय कळणार त्यातलं? किती वर्षं झाली मी काहीच लक्ष दिलं नाहीये.'

'एकदा शिकलेली आणि यश मिळालेली गोष्ट माणूस विसरत नाही.'

'सुशील येतील ना! काही दिवसांचाच तर प्रश्न आहे.'

'आणि इथे प्रत्येक क्षण महत्त्वाचा आहे. धांदलीचा, कामाचा आहे.'

'मला नाही जमणार.'

'तू आत्तापर्यंत कधी कुठल्या गोष्टीला नकार दिला नाहीस. मला आश्चर्य वाटतंय. तुझ्या स्वभावात हे बसत नाही.'

मी सैरभैर झाले. काय करावं कळेना. डोळ्यांसमोर मी सही केलेला स्टँप पेपर तरळत होता. काय सांगू आणि कसं सांगू ममींना!

'कसला विचार करत्येस? पपा थकलेत. तरी ह्याही वयांत ते उमेदीने कामं

करतात. आणि तू चांगली तरणीताठी. तुला कामाचा कंटाळा येतो?'

'नाही, मला कामाचा कंटाळा नाहीये. पण...'

'ते काही नाही. तू उद्यापासून जायचंच ऑफिसला.'

'सुशील...'

'तो घेईल समजून. नाही समजला तर आम्ही समजावू. त्याची तू चिंता करू नकोस.'

नाइलाजच झाला मग. जावंच लागलं. ऑफिसातलं प्रचंड काम बघून मी पदर खोचला. सुशीलचा राग, तो कागद सर्व सर्व विसरून गेले. दिल्लीहून त्याचा फोन आला तेव्हा मी ऑफिसातच होते, फोन मीच घेतला. त्याने माझा आवाज ऐकला मात्र. बोलायचाच बंद झाला. मी त्याला इथली परिस्थिती वर्णन करून सांगत राहिले. ह्याचं हूं नाही की चूं नाही. दिल्लीचं काम झालं का? माझ्या ह्या प्रश्नाला उत्तर नाही. मी समजून चुकले. पण सर्व मनाआड केलं. त्याने फोन ठेवल्याचा आवाज आला. मीही रिसिव्हर शांतपणे ठेवला आणि काही घडलंच नाही असं समजून कामाला लागले.

पंधरा-वीस दिवसांत येणारा सुशील महिना-दीड महिना सरला तरी आला नाही. पपांशी त्याचं बोलणं व्हायचं. पण त्याने कधी माझी किंवा सोहमची चौकशी केली नाही. आधी खूप राग आला त्याचा, पण नंतर भीती वाटत राहिली.

एकीकडे अशी परिस्थिती आणि मन:स्थिती तर तिकडे ऑफिसमध्ये कामाची धांदल.

श्री. सरमळकर. एक नामवंत लेखक. महत् प्रयासाने त्यांची कादंबरी प्रकाशनासाठी मिळवली. अट होती की दिवाळीत कादंबरी प्रकाशित झाली पाहिजे. पाचशे-साडेपाचशे पानी कादंबरी. मी कामाला लागले. एवढी पानं वाचणं शक्यच नव्हतं. मला किंवा आमच्या एडिटरला तेवढा वेळही नव्हता. त्यांचं आत्तापर्यंतचं लिखाण आणि त्यांना मिळत असलेली रसिकांची दाद ह्यामुळे मी कसलाही विचार न करता पुस्तक छापायचा निर्णय घेतला. पुस्तकाचं काम तातडीने दिवस-रात्र सुरू झालं. जसजसं पुस्तकाचं एक एक पान तयार होत गेलं तसतसं प्रूफ तपासायचं काम सुरू झालं. आणि त्याच दरम्यान सुशील परतला. मला हायसं वाटलं. तो काही बोलण्यापूर्वीच मी पुन्हा ऑफिसला जायचं बंद करून टाकलं.

दिवाळीची धामधुम संपली. सर्वजण आता रिलॅक्स झाले होते. हिशोबाचं काम तेवढं चालू होतं.

सोहमची दहावीची परीक्षा. मी त्याच्या परीक्षेत, अभ्यासात मग्न झाले.

त्यादिवशी सोहमचा अभ्यास घेत होते. संध्याकाळची वेळ होती. सुशील कधी आला हे कळलंच नाही. त्याचा चढलेला आवाज कानांवर पडला. काय झालं एवढं, असा विचार करत मी हॉलमध्ये गेले. समोर पुस्तकांचा ढीग पडला होता. सुशील चिडलेला. नेहमीप्रमाणे कपाळावर आठ्यांचं जाळं. ममी-पपा समोर बसलेले आणि हा बोलतोय. रागारागाने-

'मोठा विश्वास ना तुम्हाला तुमच्या सुनेवर!'

'अरे नावाजलेल्या लेखकाचं लिखाण ते.'

'म्हणून, वाचायचं नाही? प्रत्येक कलाकार प्रत्येक वेळेस अगदी उत्तमच कलाकृती देतो, असं म्हणायचं आहे का?'

'तू इथे नव्हतास, कामाची धावपळ होती. वेळेचं बंधन होतं.'

'मग नकार द्यायचा होतात. झेपेल एवढंच काम स्वीकारायचं होतंत.'

'हा व्यवसाय आहे. जसं प्रत्येक कलाकार कायम उच्च दर्जाची कला देऊ शकत नाही, त्याचप्रमाणे व्यवसायातही जास्त-कमी होतं.'

'मी येईपर्यंत थांबू नाही शकलात?'

'तुला सांगितलं ना...'

मी शांतपणे ऐकत राहिले. समोर श्री. सरमळकरांच्या नव्या कादंबरीचा ढीग पडला होता. रसिकांना हे लिखाण भावलं नसल्याचा तो पुरावा होता.

'साडेसातशे रुपये किंमत लावली आहे. किती जणं एवढे पैसे मोजून पुस्तक विकत घेतील? सर्व गणित चुकलंय ह्या पुस्तकाच्या बाबतीत. जरा कमी प्रतीचा कागद तरी वापरायला हवा होता. सहाशे एकूण सत्तर प्रती पडल्या आहेत धूळ खात. आज पाच महिने झाले. पुस्तकाला मागणी नाही. आणि हे सर्व तुझ्यामुळे झालंय. निस्तर आता...

सोहम. त्याच्यासमोर हे वादविवाद व्हायला नकोत. पण सुशीलकडे हे तारतम्य नाही. मी त्याला खुणावलं. अभ्यासाला चल. त्याने मानेनेच नकार दिला.

मी सुशीलच्या मागोमाग बेडरूममध्ये गेले.

'चुकलं माझं.'

‘अर्थातच.’

‘सॉरी.’

‘छान! प्रश्न मिटला ना एवढं बोललं की. मी तुला काय सांगितलं होतं? तू पाऊल टाकणार नाहीस ऑफिसमध्ये. तरी तू गेलीस. मुकाटपणे आवश्यक तेवढं काम करावं तर ते नाही. जिद्द ना. स्वत:ला कायम मोठेपणा हवा.’

‘तसं काही नाहीये.’

‘हा स्टँम्प पेपर विसरलीस वाटतं?’

‘तो कसा विसरेन?’

‘लक्षात असूनही अशी वागलीस? कहर झाला हा तर? म्हणजे तुला माझी काही परवाच नाहीये. मी काय करू शकणार आहे? असंच वाटलं असणार.’

‘तसं खरंच काही नाही. का तुला सारखं असं वाटतं? किती वर्षं झाली. आपण असे परक्यासारखे राहतोय. त्या पुस्तकाला प्रकाशनाचं बक्षिस मिळाल्यापासून का दूर झाला आहेस एवढा? आणि आता तर तुला मी कारणही दिलं एक.’

‘तुला काय वाटतंय? मी कारण शोधत होतो? मला तशी गरज वाटली नाही कधी. मी माझा समर्थ आहे.’

‘म्हणजे? कशाच्या संदर्भात बोलतो आहेस?’

‘ते तुला आजच रात्री कळेल.’

सर्व कुरकुरे कुटुंब हॉलमध्ये जमलं होतं.

‘मी सर्वांना बोलावलं कारण एकच. उद्या कुणी मला दोषी ठरवता कामा नये. मी सर्व जसजसं घडत गेलं तसतसं तुम्हांला सांगतो...’

असं म्हणून सुशीलने मी सही केलेला स्टँम्प पेपर सर्वांना दाखवला.

‘अपर्णानेच सांगितल्याप्रमाणे मी आता निर्णय घेतला आहे. हे डिव्होर्सचे पेपर्स आहेत. मी सही केलेली आहे. हिनेही आत्ता तिनेच कबूल केल्याप्रमाणे ह्या पेपर्सवर सही करावी. तुम्हा सर्वांच्या समक्ष!’

सगळे अवाक् झाले. मीही. हा तर चक्क फायदा घेणं झालं, माझ्या चांगुलपणाचा, माझ्यातल्या लीनतेचा. आणि मी लीन का झाले? सुशील आवडत होता म्हणून. वाटत राहिलं, की ह्याचा हा अहंभाव आणि त्यामुळे माझ्याबद्दलचा निर्माण झालेला गैरसमज केव्हातरी दूर होईल. पण मी अपयशी ठरले.

पपा त्याला बोलत होते. सर्व काका त्याला समजावत होते. ममी रडत होत्या. आणि सोहमच्या डोळ्यांत फक्त तिटकारा दिसत होता. त्या सोहमच्या

नजरेची मला अक्षरश: भीती वाटली. वडिलांबद्दलच्या त्याच्या भावना डोळ्यांतून ओतप्रोत वाहत होत्या. धगधगत्या ज्वाळाच होत्या त्या.

मी शांतपणे उठले. डोळ्यांना चष्मा लावला. सही करायला हातात पेन घेतलं.

'तू हे काय करतेस?'

'सुशीलची इच्छा पूर्ण करतेय.'

'आम्ही तुला तसं करू देणार नाही. एक अशीच सही तू आम्हांला कुणालाही न सांगता केलीस, त्याच्या जोरावर हा आज काय वाट्टेल ते करायला निघाला आहे. पुन्हा ती चूक करू नकोस.'

'त्यावेळेलाही मी चुकले नव्हते आणि आताही मी चूक करत नाहीये.'

'तुझ्या ह्या एका सहीने सर्व उलटंपालटं होईल.'

'ते तर कधीचंच झालंय. मी सही केली काय आणि नाही केली काय, काही फरक पडत नाही. असूयेबरोबर संसार नाही होऊ शकत. प्रेमाची, आपलेपणाची संगत नसेल तर फक्त दोन शरीरं एका घरात राहतात, पण मनं विभिन्न असतात. तर लोकलज्जेस्तव त्या शरीरांना एकत्र राहण्याची सजा कशाला? मी इथून जाईन. त्यानंतर जर सुशीलला मोकळं वाटणार असेल तर मला आनंद आहे. आणि तसंही सहा महिने तरी मला आणि त्याला वेगळं राहावं लागेल. त्या सहा महिन्यांवर माझी भिस्त आहे. मला खात्री आहे. सुशीलला पटेल, मी फक्त सौ. अपर्णा सुशील कुरकुरे म्हणूनच जगू इच्छिते.'

'अपर्णा, तू कुठेही जाणार नाहीस. तू ह्याच घरात इथेच राहशील. कायम.'

'बघितलंत? आतासुद्धा पपा हिलाच साथ देत आहेत. एका मोठ्या भाषणाने हिने पुन्हा सर्वांच्या भावनांना कब्जात केलं. किती सहजतेने. इतक्याच सहजतेनं माझ्या भावनांकडे कुणी बघतंय का?'

'काय नाही बघितलं? तुझ्याकडे, तुझ्या भावनांकडे, तुझ्या इच्छेखातर सर्वच तर केलं.'

'हो? मग का ही गेली परत ऑफिसात? आणि जाऊन केलं काय? कसली मदत केली? ते एवढं मोठं न खपणारं पुस्तक प्रकाशित केलं आणि हजारो रुपये खड्ड्यात टाकले. हेच जर माझ्या हातून झालं असतं तर आज मला सगळ्यांनी मिळून नालायक ठरवलं असतं. हो ना? हिच्या चुका माफ आणि मी मात्र...'

'सुशील, खूप बोललास. बास. अपर्णा, मी तुला सांगतो, तू सही कर. आणि सुशील कायद्याप्रमाणे सहा महिने तुम्ही विभक्त राहायचं आहे. अपर्णा

इथेच राहील. हेच तिचं माहेर, तू तुझी सोय बघ.'

'बघितलंत काका? हे असं आहे. मी जे म्हणतो ना, ते हेच! पदोपदी ही ह्या घरात आल्यापासून मला हे जाणवतंय. कायम, कायम हिलाच साथ, हिचीच बाजू, हिचंच मत, हिचीच वाहवा आणि आता तर, मुलाला हाकलून देत आहेत. हिच्यामुळे...'

सुशील अंगावर धावून मला मारायला आलेला बघून सोहम मधे पडला. त्याने सुशीलचा हात धरला...

'तू ही? अरे वा! काय जादूगर आहे ही. ठीक. मीच जातो तर. येणार नाही परतून.'

'सोहम थांबव त्यांना. हे सर्व काय चाललंय? ममी, तुम्ही तरी थांबवा त्यांना... काका तुम्ही तरी...'

'आम्ही तुझ्यापाठी खंबीरपणे आहोत पोरी. जाऊ दे त्याला जायचं तर. तू आम्हा सर्वांची लेक आहेस. ही सहाही घरं तुझं माहेर आहे. जाऊ दे... तू कष्टी होऊ नकोस.'

सोहम मला घट्ट धरून बसला. त्याच्या आधाराने मोडून गेलेली मी जराशी सावरले. आम्हा दोघांच्या वादात सोहमचे हाल होणं मला तापदायक वाटत होतं. मी शांतपणे सही केली. सुशीलच्याच काकांनी- जे वकील होते, त्यांनी माझं वकिलपत्र घेतलं. रात्र टक्क उघड्या डोळ्यांत सरली.

सहा महिन्यांत सुशीलने एकदाही फोन केला नाही. सोहमच्या परीक्षेबद्दल चौकशी केली नाही. तो किती टक्क्यांनी पास झाला हेही विचारलं नाही. ना ममी-पपांची चौकशी केली. सर्व कुरकुरे कुटुंब मात्र खंबीरपणे माझ्यामागे उभं राहिलं. त्यांनी मला खरोखरच फुलाप्रमाणे जपलं. कोमेजून दिलं नाही. ह्या जगावेगळ्या आडनावाचा मला अभिमान वाटत राहिला. मीही ह्या आडनावाची आहे, मी ह्या कुटुंबातली आहे ह्याचा आनंद वाटत राहिला. ह्या सर्व कुरकुरे मधून हे एकच माणूस कुरकुर करणारं का निघालं? ह्याने तर मला अक्षरश: उघड्यावर टाकलं. कुरकुरीत पदार्थांना उघड्यावर टाकलं की, त्यांचा कुरकुरीतपणा नाहिसा होतो, ते मऊ पडतात. टाकून द्यावे लागतात. हे ह्याला का नाही कळलं? ह्याची बायको म्हणून घरातली मोठी सून म्हणून जी काही मी मिरवत होते, ते ह्याने का संपवलं? आयुष्यातला कुरकुरीतपणा जाऊन जोशी आडनावासारखा पुन्हा मिळमिळीतपणा आला.

कोर्टातून घटस्फोट संमत झाला. कायमची विभक्ती झाली. बाबांनी मला घरी चलण्याचा आग्रह धरला. पपांनी सर्वांना कुरकुरे निवासात येण्यास सांगितलं. कोर्टातून सुशीलसकट सर्वजण घरी आलो. घरी आले आणि एकदम सर्व परकं होऊन गेलं. मला हे घर माझं वाटेना. काही तासांपूर्वी ह्याच घरातून सर्वांसोबत कोर्टात जाण्यासाठी बाहेर पडले होते. सर्वजण धीर देत होते. काहीतरी चमत्कार होईल आणि सुशील घटस्फोट रद्द करेल, केस मागे घेईल ही अंधुकशी आशा होती. पण अशा गोष्टी फक्त सिनेमातच घडतात. एका शिक्क्याने मला ह्या घराशी परकेपण आणि पोरकेपण आलं. संपूर्ण कुटुंब माझ्यासाठी हळहळत होतं. दुःखी होत होतं. मला सावरत होतं. आणि ज्या माणसामुळे ह्या कुटुंबाची मी झाले, तोच माणूस आज माझा राहिला नाही. मी अगदी संकोचून गेले. ह्या भरल्या घरात एकटं वाटत होतं. बाबा माझा हात धरून बसले. केवढा आधार वाटला त्याक्षणी.

'तुम्हा सर्वांना मी घरी बोलावलं, काही सांगायचं होतं म्हणून. सुशील, अपर्णा आम्ही सर्वांनी मिळून काही निर्णय घेतले आहेत. जोशीसाहेब, तुमची संमतीही आवश्यक आहे त्यासाठी. अपर्णा इथेच राहील. कायमची. ती ह्या घरची लक्ष्मी आहे.'

'ती इथेच राहाणार असेल तर मी इथे राहू शकत नाही.'

'ते तुझं तू ठरव. आम्ही तुला जा म्हणून सांगितलेलं नाही. तू आमचा एकुलता एक मुलगा आहेस. तूही आम्हांला हवा आहेसच. पण तुझ्या ह्या अहंकारी आणि खोट्या स्वाभिमानापायी मी अपर्णासारख्या मुलीवर अन्याय करू शकत नाही. तू चुकतो आहेस, त्याची शिक्षा हिने भोगली. आम्ही हतबल झालो. निदान आता आमच्याकडून तरी तिच्यावर कुठलाही अन्याय, कुठलीही शिक्षा भोगायची वेळ येऊ देता कामा नये आणि तसं होणारही नाही.'

'ठीक तर, मी जाईन.'

'अजूनही तुझ्या डोळ्यांवर झापडच असेल तर तू जाऊ शकतोस. सहा महिने तू कसा, कुठल्या परिस्थितीत राहिलास, एकटा होतास, तेव्हाही तुला सारासार विचार करण्यासाठी वेळ मिळाला नसेल आणि तसा विचार करता आला नसेल तर तुझं नशीब. ह्या सहा महिन्यांच्या काळात तू एकदाही ऑफिसात आला नाहीस ना कुणाची चौकशी केलीस.'

'मी कशाला हवा ऑफिसमध्ये! एवढी कर्तबगार सून होती ना तिथे!'

'होतीच आणि पुढेही असेल कारण आता तीच पुढे ज्ञानदाईची मालकीण असेल. प्रोप्रायटर सौ. अपर्णा सुशील कुरकुरे!'

'म्हणजे शेवटी ही हिच्या ध्येयात यशस्वी झाली तर! अभिनंदन! अपर्णा. तुला ज्ञानदाईच हवी होती तर सुरुवातीलाच तसं सांगायचं होतंस ना! इतकी वर्षं

माझी अशी मानहानी करून घेण्यात तरी गेली नसती. पण पपा एकच... ती आता अपर्णाच्या अगोदर सौ. लावू शकत नाही आणि अपर्णा नंतर सुशील कुरकुरे हे सुद्धा लावू शकत नाही. ती आता जोशी आहे. तुम्ही ज्ञानदाई कुणा जोश्यांना देणार?'

'नाव बदललं तरी त्या व्यक्तीचे गुण बदलत नाहीत. आणि ती जोशी नाही. ती कुरकुरेच आहे.'

'कायद्यात हे बसत नाही.'

'ते तू आम्हांला सांगू नकोस. कायदा आम्ही जाणतो.'

'मीही तेच सांगतोय. तुम्ही कायदा जाणता-तसाच तो पाळाही. सोहम अजून लहान आहे. पण तीन वर्षांनी तो अठरा वर्षांचा होईल. तोपर्यंत नाइलाजाने तो जोशी मॅडमकडे राहील. कारण ती त्याची आई आहे आणि तसा कायदा आहे. नंतर मात्र तो त्याच्या बापाकडे राहील. कारण तेव्हा कायदा हे बंधन घालू शकणार नाही. नाहीतरी, आई 'श्रीमती अपर्णा यशवंत जोशी, आणि मुलगा 'कुमार सोहम सुशील कुरकुरे' हे जरा विचित्रच वाटतं.' येतो मी. - नव्हे - जातो मी.'

सगळे जण सुन्न! कुणी कुणाकडे बघत नव्हतं. बाबा केविलवाणे झालेले. ममी रडून रडून लालेलाल झालेल्या. पपांनी माझ्या मस्तकावर थोपटल्यासारखं केलं. मी निर्विकार झालेले. बधिर, कुठल्याही भावना कळत नव्हत्या. एकच वाक्य सारखं कानांवर आदळत होतं. 'आई श्रीमती अपर्णा यशवंत जोशी आणि मुलगा 'कुमार सोहम सुशील कुरकुरे हे जरा विचित्रच वाटतं...'

'आई, आई, माझ्याकडे बघ. आई बघ ना गं माझ्याकडे! बाबा काय म्हणाले, त्याचा तू विचार करू नकोस. हे बघ, हे बघ आई, मी सांगतो तुला? माझ्यावर विश्वास ठेव, बघ ना गं. हा, हा फॉर्म बघ. अकरावीची ॲडमिशन घ्यायची आहे. हो ना? बघ ना गं. इथे मी काय लिहिलंय? बघतेस का? हे बघ Father's Name वाच ना. थांब चष्मा देतो तुझा. हं हा घे. वाच काय लिहिलंय मी? श्रीमती अपर्णा यशवंत जोशी. पुढे वाच. मदर्स नेम काय लिहिलंय? श्रीमती अपर्णा यशवंत जोशी आणि वर वाच, हे बघ वाचतेस ना? स्टुडंट्स नेम. सरनेम जोशी फर्स्ट नेम सोहम मिडल नेम अपर्णा...'

'सोहम.'

'तू बाबांना सांगून टाक. त्यांना सांग जे आईचं नाव आहे, तेच तिच्या मुलाचंही नाव आहे आणि हे अजिबात विचित्र वाटत नाही. अजिबातच नाही.'

◆

लालसा

आबांच्या अस्थी गंगार्पण करून रवी नुकताच परतला होता. एखादं मोठं साम्राज्य लयास जावं तसं काहीतरी त्याला वाटत होतं. आबा हेच एक स्वत: साम्राज्य होते. एक संस्थान. त्यांचं गडगडाट करून हसणं, भारदस्त आवाजातलं बोलणं, सगळं सुनसान झालं– नुकतंच काही दिवसांपूर्वी! अगदी अचानक.

नातेवाईक पांगले. घर अजूनच सुनसान झालं. रवी आणि किरण दोघंच राहिली त्या एवढ्या मोठ्या घरांत.

आबांचा एकुलता एक मुलगा रवी. आता त्यानेच सर्व कारभार सांभाळायचा होता. कम व्हॉट मे शो मस्ट गो ऑन.

आबांच्या गैरहजेरीत दैनंदिनी सुरू झाली. रवी ऑफिस सांभाळत होता आणि किरण घर.

एका रविवारी दोघांनी मिळून आबांची बेडरूम आवरायला घेतली. महिन्याभरात त्या रूममध्ये कुणाला जावंसंच वाटलं नाही. सतत वाटत राहायचं, भास व्हायचा. आता आबा दार उघडून बाहेर येतील आणि काहीतरी बोलून गडगडाटी हसतील. पण हे भासच होते. आबा तसे येणं कधीच शक्य नव्हतं.

आबांची टापटीप बेडरूम. एक सारख्या लावलेल्या फाईल्स कोपऱ्यातल्या एका कपाटामध्ये, त्याला लागूनच असलेल्या कपाटामध्ये हरीने लावलेली पुस्तकं. वॉर्डरोबमध्ये हँगरला लावलेले अगदी कडक इस्त्रीचे कपडे. आबा नेहमीच पांढरे शुभ्र कपडे वापरत. एक डाग चालायचा नाही. वॉर्डरोबला असलेला एक चोर कप्पा.

'रवी, काय करायचं ह्या सर्व वस्तुंचं? ह्या कपड्यांचं?'

'देऊया कुणा गरजवंताला. पण त्यांच्या कपड्यांचा एक जोड मात्र ठेवायचा. त्यांची आठवण म्हणून.'

'हा अल्बम बघ. तुझे लहानपणचे फोटो आहेत. अम्मांचेही आहेत.'

'बघू... अरे, हे सर्व फोटो तर आमच्या पुण्याच्या बंगल्यातले आहेत.'

'तोच ना बंगला, तुझ्या पणजोबांनी बांधलेला? आबांना नाइलाजाने विकावा लागला.'

'हो. तोच. खूप रडले होते म्हणे तेव्हा. मी तर खूपच लहान होतो. मला जास्त काही आठवत नाही. अम्मा सांगायची कधीतरी जुन्या आठवणी निघाल्या की.'

'हे आबांचं सर्वांत जुनं लाडकं घड्याळ.'

'कॉलेजला जायला लागलो तेव्हा मी हट्ट केला होता ह्या घड्याळासाठी. नव्हतं दिलं मला.'

'त्यांना 'का?' असं नाही विचारलंस?'

'नाही. तेवढी टाप नव्हती माझी. असेल त्यांचं पर्सनल काही कारण असंही वाटलं होतं. ए किरण, तू अशा एकेक वस्तू काढत जातेस आणि मी त्या काळात जातोय. त्रास होतोय गं.'

'तो तर होणारच. पण हेही काम महत्त्वाचं आहे ना? उद्यापासून पुन्हा रुटीन सुरू होईल आणि पुढे आठवडा जाईल. आज आहे जरा मोकळा वेळ तर आटपून घेऊ या. काय काय ठेवायचं. काय देऊन टाकायचं...'

'अरे, आबांची डायरी?'

'डायरी? आबा लिहायचे?'

'ही त्यांचीच डायरी आहे. म्हणजे ते लिहायचे...'

'तू वाचू नकोस हं. कुणाची डायरी वाचू नये.'

'ते ती व्यक्ती हयात असताना. आबा तर आता नाहीत. काय हरकत आहे वाचायला?'

'मला नाही बरं वाटत असं.'

'बघू तरी एक दोन पानं. तू तोपर्यंत हा बाकीचा पसारा आवरून घे. मी आपल्या खोलीत जातो.'

'रवी...'

'येतोय लगेच. तुझ्या मदतीला.'

रवीला उत्सुकता लागली. काय लिहित असतील? तो त्यांच्या रुममध्ये गेला. चष्मा डोळ्यांवर चढवला. पहिलं पान एक जानेवारी...

एक जानेवारी

चला, नवीन वर्षाची सुरुवात! नाविन्याने करायला हवी. म्हणजे काय करायचं? तसा कालच्या दिवसामध्ये आणि आजच्या ह्या दिवसामध्ये काहीच फरक वाटत नाहीये. काळ एक सलग आहे. माणसाने त्याचे तुकडे पाडले. कालगणना व्हायला

हवी. व्यवहार हवा. जग सुरळीत चालायला हवं. काळ म्हणत असेल. 'मोजत बसा. मला काही फरक पडत नाही.' पण आपल्याला फरक पडतो. नवं वर्ष, नवी सुरुवात, जे घडून गेलं त्याला नजरेआड करावं. उमेदीने नव्या वर्षाला सामोरं जावं. प्रत्येक जण हेच करत असणार. त्यात मीही आलो.

खरं तर हे वय नवीन काही सुरू करण्याचं नाही. आहे ते जपण्याचं. जो डोलारा उभारलाय त्याचा तोल जाऊ देऊ नये म्हणून कार्यरत राहायला हवं.

रवी आता बिझनेसमध्ये तरबेज होत चाललाय. अभिमान वाटतो मला त्याचा. किरणची त्याला चांगली साथ लाभतेय. आता तशी काहीच चिंता नाही. कधी कधी सिंहावलोकन करताना वाटतं, कुठून कुठे आलो! गर्व वाटतो स्वत:बद्दल. ढासळलेल्या आयुष्याला आकार देता आला. सावरता आलं.

नऊ जानेवारी

आज कालिंदीची पुण्यतिथी! सकाळपासूनच अस्वस्थता आली आहे. आज ती हवी होती. आता तर कुठे जरा विसाव्याचे क्षण आले आणि ही मधेच हात सोडून निघून गेली. उपचारात कुठेही कमतरता नव्हती पण डॉक्टरांना आजाराचं नीट निदानच करता आलं नाही. भारतात न मिळणारी इंजेक्शन्सही सज्ज होती तिच्यासाठी. पण निदान झालं तेव्हा फार उशीर झाला होता. एवढी मोठी औषधांची एजन्सी माझी, पण सर्व व्यर्थ!

खूप राबलीस कालिंदी माझ्यासाठी, ह्या घरासाठी. तुला आठवतं? रवी अगदी लहान होता. तेव्हा बाबांना ह्याच व्यवसायात अपयशाचा जबरदस्त फटका सहन करावा लागला. मेडिको फार्मास्युटीकल्सतर्फे पुरवलेली औषधं बनावट निघाली. त्यात भेसळही होती. बाबांनी ती औषधं सर्व हॉस्पिटल्समध्ये सप्लाय केली होती. भेसळ उघडकीस आली तेव्हा अनेकांना विषबाधा झालेली होती. बाबांवर आणि त्यांच्याचसारख्या इतर एजन्सी धारकांवर बंदी आली. कोर्टात जावं लागणार, बदनामी सहन करावी लागणार ह्या भीतीनेच त्यांनी हाय खाल्ली. खरं तर मेडिकोवरच केस होणार होती. पण त्यांना समजावूनही त्यांचा खचलेला धीर पुन्हा उभारी घेऊ शकला नाही. लायसन्स अगदी जाता जाता वाचलं. पण ते खचले ते खचलेच. त्यातच त्यांचा अंतही झाला. अवकळा आली घराला. आईचं मोकळं कपाळ बघवत नव्हतं. ढब्बू पैशाएवढं कुंकू लावायची ती. मेण आणि पिंजरचं. तो करंडा तिने मग नजरेआडच केला. तू खूप सांभाळलंस तेव्हा तिला. योगायोग, आबांच्या वर्ष श्राद्धाला तिने आपला प्राण सोडला.

जिद्दीने एजन्सी सुरू करायची ह्या माझ्या निश्चयाला तुझा पाठिंबा मिळाला. पण तेवढ्यावर मी समाधानी नव्हतो. 'औषध' जे जीवन देतं त्याचमुळे मृत्यूमुखी

पडावीत माणसं? आणि हे सर्व भेसळ करणारे कोण? तर माणसंच. केवळ पैशांसाठी. आपण जीवनतारक व्हायचं, हा निश्चय केला. बी. एस. सी. झालो होतो. तुझ्या प्रोत्साहनाने एम. फार्म झालो आणि आपली स्वत:ची औषधं बनवण्याची कंपनी सुरू केली. आजच्या काळात 'कर्ज घ्या कर्ज घ्या' म्हणून जो तो पाठी लागतो. पण तेव्हा तसं नव्हतं. तू तुझे दागिने गहाण ठेवलेस. तेवढा पैसा पुरला नाही. मग आपल्या दोघांच्या मताने पुण्याचा बंगला विकला. इथे फॅक्टरी काढली. दारोदार भटकलो. प्रत्येक डॉक्टर, कन्सल्टंट, हॉस्पिटल्स, आपल्या औषधांचे गुण सर्वांना सांगत हिंडायचो. मार्केटिंगकरता माणूस ठेवावा इतकी तेव्हा परिस्थिती नव्हती. तू साधी मॅट्रिक, पण तुला एका औषधाबद्दल माहिती दिली की तुलाही लगेचच सर्व कळत होतं. एवढ्याशा रवीला कडेवर घेऊन, सँपल्स घेऊन तूही भटकलीस.

नशीबाने साथ दिली. एका पत्र्याच्या टपरीत असलेली आपली फॅक्टरी हां हां म्हणता वाढली.

सौख्याचे दिवस आले. विश्रांतीचे दिवस आले आणि तू अंथरूण धरलंस. आपली स्वत:चीच औषधं. पण गुण आला नाही.

ह्या वयात का मला एकटं केलंस? ह्याच वयात जोडीदाराची जास्तीत जास्त गरज भासते. हे तुला का कळलं नाही?

'रवी काय झालं? तुझ्या डोळ्यात पाणी का?'

'किरण आबांचं...'

'मी तुला सांगत होते, नको वाचूस डायरी. ठेव ती बाजूला.'

'नको, वाचतो मी. मला कळतंय, आबांनी-अम्माने किती कष्ट घेतलेत. किती हालअपेष्टा काढल्या. त्यांनी कधीही माझ्यापर्यंत ह्या गोष्टी येऊ दिल्या नाहीत. मी दोघांनाही कायम हसतानाच बघितलं. आबांचं अम्मावरलं प्रेम, आपुलकी कळते. ते किती एकटे झाले होते गं अम्मा गेल्यावर! त्यांनी कधीच तसं बोलून दाखवलं नाही. पण ह्या डायरीने मात्र मला सांगितलं. वाचू दे. जे आयुष्यभरात कळले नाहीत, ते आबा आता कळतील.'

'बरं. पण अजून काही वस्तू मिळाल्यात. त्याचं काय करायचं ते...'

'ते तू बघ किंवा आपण नंतर बघू. आत्ता मला दुसरं काही सुचत नाहीये.'

'शांत हो. मी जाते हं.'

चौदा जानेवारी

रवीला कायद्याने कंपनीत पार्टनर करून घेतलं. मकरसंक्रांत. सर्व स्टाफला

त्याच्या हस्ते तीळगूळ वाटला. पोरगा अगदी हँडसम दिसत होता. काळा सूट, काळा शर्ट, लाल टाय. कालिंदी आज असती तर तिने घरी आल्या आल्या त्याची दृष्ट काढली असती. आम्ही दोघांनी मिळून पूर्ण फॅक्टरीत चक्कर मारली. जो तो सलाम करत होता. आमचे वयस्कर मॅनेजर काका म्हणाले, 'पांढऱ्याबरोबर काळं आणि काळ्याबरोबर पांढरं अगदी उठून दिसतंय.'

रवीला आठवलं. आबा संपूर्ण स्पॉटलेस पांढऱ्या कपड्यांत आणि तो काळ्या कपड्यांत होता. काकांच्या त्या वाक्यावर आबा नेहमीसारखे गडगडाट करत हसले होते. वर त्यांना म्हणाले पण होते, 'आम्हांला काळ्यावर पांढरं करायची सवय नाही काका!'

मी रवीला आज एक नवीन, सज्ज केबिन भेट म्हणून दिली. रवी–किरणने पटकन वाकून नमस्कार केला. उर भरून आला. आता मी निश्चिंत आहे. मी आता संध्याकाळचाच घरी परतणार. माझी ही बेडरूम, एखादा पेग आणि एखादं पुस्तकं. हेच आता रुटीन राहिलं.

एकवीस जानेवारी

रवीसाठी एक सेक्रेटरी आजपासून जॉईन झाली. मुलगी छान आहे. हुशारही आहे. पण थोडी लबाड वाटली. इंटरव्ह्यू मी घेतला. रवीनेही घेतला. मी तिला सहज प्रश्न केला, कुणाची सेक्रेटरी म्हणून नोकरी करणं पसंद करशील? माझी का रवीची? तिने बिनदिक्कत उत्तर दिलं रवीसाहेबांची!

बरोबरच आहे. तरुण पिढी आहे. सळसळत्या रक्ताबरोबर काम करणं केव्हाही पसंद केलं जाईल. छान. छान...

एक फेब्रुवारी

फॅक्टरीत छोटासा अपघात झाला. कांबळेला दुखापत झाली. त्याची बोटं कापली गेली. त्याला कॉंपेनसेशन द्यायला हवं.

रवी आज असं का वागला? त्याने कॉंपेनसेशन द्यायला नकार दिला. हे योग्य नाही.

मी जरा नाराजीनेच त्याच्या केबिनमध्ये गेलो तर तो नव्हताच. मी त्याला जरा शोधलं, पण तो नव्हताच.

हे मला पटलं नाही. ह्या कामगारांवरच तर ही फॅक्टरी चालू आहे. त्या कांबळेला अपघात झाला तो फॅक्टरी प्रिमायसेसमध्ये. ही माझी नैतिक जबाबदारी आहे. कांबळेची दखल घ्यायलाच हवी.

रवीला तो प्रसंग आठवला. त्याने कांबळेची चौकशी केली होती. त्याच्या डाव्या हाताची दोन बोटं तुटली होती. पण त्यावेळेला लंच टाईम होता. मस्ती मस्तीत साधं सफरचंद कापायला त्याने कटर मशीन ऑन केलं होतं. त्याला अंदाज आला नाही. आणि फळाबरोबरच बोटांवर कटर पडलं. कॉंपेनसेशन देण्याचा प्रश्नच येत नव्हता. पण माणुसकी म्हणून रवीने त्याला लगेचच डॉक्टरांकडे नेलं होतं. त्याच्या तुटून लोंबकळणाऱ्या बोटांवर ऑप्रेशनही केलं गेलं. तो खर्च कंपनीत दाखवला नाही. रवीने स्वखर्चाने उपचार केले. तरीही आबा नाराजच राहिले. का ते कळूच शकलं नाही.

सोळा फेब्रुवारी

कांबळे पुन्हा कामावर रूजू झाला. आला तो रवीचं गुणगान गातच. त्याने जी धावपळ केली, त्यामुळेच त्याची बोटं वाचली. असं ज्याला त्याला सांगत होता.

मला रवीचा अभिमान वाटला, पण मला काहीतरी खटकतही होतं. हे असं का होतंय? गेल्या दहा दिवसांत मी त्याच्याशी नीटपणे बोललोही नाही. का वागलो मी असा? हे असं होता कामा नये. कालिंदीला तर माझं हे वागणं अजिबातच आवडलं नसतं.

वीस फेब्रुवारी

बऱ्याच दिवसांनी आज रवी आणि किरणला घेऊन डिनरला गेलो. त्या दोघांनाही छोटीशी भेटही दिली. अगदी हसत खेळत वेळ गेला. बरं वाटलं. मनावरचं एक ओझं उतरलं.

आता रात्रीचा एक वाजलाय. झोप येत नाहीये. माझ्याच फॅक्टरीत बनलेल्या स्लिपींग टॅबलेट्स समोर पडल्या आहेत. एखादी घ्यावी का?

हल्ली बरेच वेळा स्लिपींग टॅबलेट् घेतली जाते. हे बरोबर नाही. त्याचे साईड इफेक्ट्सही आहेतच.

नक्की काय डाचतंय? मला कळतंय आणि कळत पण नाहीये.

कालिंदी.

एक मार्च

आज जनरल मीटिंग झाली. राऊंड टेबलवर बरोबर साडेदहाला सगळे जमले. एकंदरीतच वर्षभराचा सेल, प्रॉडक्शन, रिक्वायरमेंट, मार्केट पोझिशन सर्वच आराखडा बघायचा होता.

रवीने छान मॅनेज केलं सर्व. सर्व काही वेल् प्लॅन्ड. क्षणभर वाटून गेलं, मी आज मीटिंगला नसतो तरी काही फरक पडला नसता.

तेरा मार्च

आताशा काही करावंसं वाटत नाही. घर छान चाललंय. किरण अगदी कर्तबगार आहे. आला गेला, पै पाहुणे, व्यवस्थित बघते. रवी फॅक्टरी छान सांभाळतोय. मी नक्की काय करायचं आता?

त्या दिवशी मीटिंग झाली. रवीनेच हॅंडल केली. मी नुसतं बघत होतो. कौतुक वाटलं त्याचं. त्याला जे जे स्कूल ऑफ आर्टस्‌ला जायचं होतं आणि मी त्याला सायन्स घ्यायला लावलं. मनाविरुद्धचा, नावडीचा विषय असूनही त्याने माझ्या इच्छेखातर तो विषय घेतला. बी.एससी. झाला. मग त्यालाच गोडी लागली म्हणून एम. एससी. ही केलं आणि पुढे आणखीन शिकून फॅक्टरीत हाताखाली आला. तेव्हा खूप आधार वाटला त्याचा. पण मग हे आत्ताच असं का व्हायला लागलंय? कधी तरी वाटतं, त्याने आर्टस्‌ला जायला हवं होतं. माझ्या मनाविरुद्ध म्हणजे मग आज त्याचं विश्व वेगळं असतं. माझं वेगळं. मला काही काम करता आलं असतं. आता काहीही करायला जावं, विचार करावा तर रवीने ते आधीच करून टाकलेलं असतं. मग आता माझं प्रयोजन काय?

रवी थांबला. त्याला कळेना तो चुकला होता की बरोबर होता? आबांना नक्की काय त्रास होत होता?

'रवी, अरे वाजले बघ किती? चहा घ्यायला चल.'

'किरण, इथेच आणतेस का?'

'आणते हं. काय रे? असा चिंतेत का दिसतो आहेस? काही प्रॉब्लेम?'

'आबांनी जे लिहिलंय...'

'म्हणजे? अजून तुझं वाचनच चालू आहे? जरा आराम कर. उद्यापासून पुन्हा बिझी होशील. निदान आठवड्यातला एक दिवस तरी विश्रांती हवीच.'

'आपलं काही नव्हे, माझं काही चुकलं का गं आबांच्या बाबतीत? कुठे कमी पडलो का?'

'हे काय नवीनच आता?

'नाही, पण सांग ना?'

'काहीतरीच विचारतो आहेस. आबांना कायम तुझ्याबद्दल गर्वच वाटायचा. घरी-दारी कधी तुझा विषय निघाला की नुसते फुलून यायचे ते अभिमानाने. मला विचार ना. मी किती वेळा बघितलंय.'

'खरंच?'

'हो रे, पण तुला अशी शंका का येते?'

'मी त्यांना जास्तीत जास्त आराम मिळावा म्हणून प्रयत्नशील राहिलो. कुठे व्हिजिट्स, कसल्या मीटिंग, मीच जायचो. केवळ ह्या वयात त्यांची धावपळ होऊ नये, त्यांच्यावर कुठला ताण पडू नये म्हणून.'

'आणि तू जिथे जिथे बिझनेससाठी जायचास, किंवा आजही जातोस तिथे तिथे तुला यश मिळतं.'

'एकदा तरी अपयश यायला हवं होतं असं वाटतंय आत्ता.'

'हे काय बोलतोयस?'

'ते खरं सांगू तर मलाही कळत नाहीये.'

'तू ती डायरी बाजूला ठेव आता. चल, आपण जरा फिरून येऊ.'

'आज मूड नाहीये.'

'निदान टी. व्ही. बघायला तरी चल.'

'बरं चल.'

टी. व्ही लावून दोघंही सोफ्यावर बसले. समोर आबांची इझी चेअर होती. त्या खुर्चीवर ते दोघंही बसत नसत आणि इतर कुणाला बसूही देत नसत.

'अरे, ही अॅड...'

'झाली सुरुवात दाखवायला? बरं झालं. तू ह्या शुटिंगला आली होतीस ना?'

'हो तर!'

'आबाही होते तेव्हा. त्यांना नव्हती आवडली ही अॅड.'

'पण तू त्यांना समजावलं होतंस नंतर.'

'हो पण तरी काहीतरी खटकतच होतं. त्यांनी नंतर समजून घेतलं.' त्यात काही अर्थ वाटला नाही मला.'

'जाऊ दे. सिरिअल बघ.'

'तुला माहीत आहे, मला नाही आवडत ही सिरीयल. तू बघ. मी जरा पडतो.'

रवी त्याच्या बेडरूममध्ये आला. पलंगावर आडवा झाला. हाताला डायरी लागली. त्याने पुढलं पान उघडलं.

'जमाना बदलत चालला आहे. सर्व काही खूप प्रगत होत चाललंय. माझ्यासारख्या जुन्या माणसांना ही प्रगती खुपते. जग धावतंय. आणि मी थकलोय. मला आता धावण्याची शक्ती राहिली नाही. माझ्या लहानपणी काहीच नव्हतं. ना टी. व्ही; ना फोन, ना साधा फ्रिज. मला जे जे लहान वयात मिळालं नाही, ते ते मी माझ्या मुलाला दिलं. त्याचा आजही आनंदच होतो. कुठे तरी वाटत राहतं तरीही ह्या गोष्टी माझ्या लहानपणी मला मिळाल्या असत्या तर! एक निव्वळ वेडेपणा आहे

हे समजतंय.

जमाना बदलत चाललाय. साधी जाहिरात करायची असेल तर आता फक्त प्रॉडक्ट दाखवून चालत नाही हे रवीने मला समजावलं. मी खरा बिझनेसमन हे मला आधी कळायला हवं होतं, पण नाही लक्षात आलं. मी कमी पडतोय. सर्वच बाबतीत. कसंही करून स्वत:ला सावरायला हवंय.

आठ मे

कालिंदीची आज जयंती आणि फॅक्टरीचीही. छान सोहळा झाला. मोठ मोठे डॉक्टर्स, मोठमोठे शॉपकिपर्स, मित्र मंडळी सर्व जण पार्टीला उपस्थित होते. डॉ. लिमये, वा! दिलदार माणूस. खूप छान भाषण केलं त्यांनी. गेल्या पस्तीस वर्षांची मैत्री. सूर जुळले ते जुळलेच.

एकच गोष्ट खटकली आज. रवीने शहांना आमंत्रण द्यायला नको होतं. कितीही झालं तरी तो आपला प्रतिस्पर्धी. चुकलाच रवी. शिवाय शहाला बोलावल्याचं त्याने मला सांगितलंही नव्हतं. का असं न सांगता मधूनच वागतो, काही कळत नाही.

सर्व डॉक्टर्सनी, शॉपकिपर्सनी रवीची पाठ थोपटली. त्याने औषधांमध्ये जे बदल केले त्याने पेशंट्सना येणारे गुण त्यांना कसे फायदेशीर ठरत आहेत ह्याचं कौतुक झालं. छान वाटलं. कालिंदीलाही धन्य वाटलं असेल.

तीस मे

कहर झाला. मी एवढा माझ्या केबिनमध्ये होतो, रवीला मला साधं विचारताही येऊ नये? तीस लाखांचं कर्ज घ्यायचं? तेही मला अंदाज न देता? तसं तो आठ दिवसांपूर्वी म्हणाला होता. तेव्हा मी आपलं हो म्हटलं. म्हणजे काहीच खोलवर विचार वगैरे केला नव्हता मी. सहज म्हणून गेलो. पण त्याने लगेचच तो होकार माझा निर्णय ठरवला. कर्ज सँक्शनही झालं. आणि संध्याकाळी येऊन सांगतो मला हे? कहर झाला. अजून फॅक्टरी वाढवायची गरज काय? मी त्याच्या डोक्यावर कर्जाचा बोजा नको म्हणून सर्व कर्ज फेडून टाकली कधीचीच. छे!

पाच जून

माझं सगळं सरमिसळ होत चाललंय. रवीचं उमेदीचं वय आहे. चॅलेंजेस स्वीकारायचं वय. मीही त्या वयात असाच तर होतो. बाबांनी मला जरूर प्रोत्साहन दिलं असतं. मीही रवीला प्रोत्साहन द्यायला हवं. मला त्या वेळेला वडील नव्हते, पण रवीला वडील आहेत.

मग मी कसली स्पर्धा करतो आहे? का आनंद होत नाहीये मला? जनमानसात इतका प्रिय असणारा मी, त्यांना माझं हे माझ्या एकटेपणातलं रूप कळलं तर?

कालिंदी, तू हवी होतीस आत्ता ह्या क्षणी माझ्याजवळ.

रवीने डायरी मिटली. त्याच्या छातीत धडधडायला लागलं. पुढे वाचायची का डायरी. हा प्रश्न पडला. किरणचं ऐकायला हवं होतं. डायरी नकोच घ्यायला हवी होती हातात. पण आता ती सोडवतही नाहीये. वाचू का, एकच पान...

अठरा जून

आज मी घरात एकटा आहे. रवी-किरण पिकनीकला गेलेत. ते तरी त्यांचं मन कुठे रमवणार? मुलाची चाहूल अजून लागलेली नाही. दोघंही ठणठणीत आहेत. डॉक्टरांनीच सांगितलं तसं. फक्त आता 'कधी' एवढंच बघायचं. नातवंडं असायला हवं होतं. म्हणजे मी त्याला सांभाळलं असतं. अजून एक रवी घडवला असता. पण त्याला बापाच्या व्यवसायात गुंतवला नसता. वेगळं व्यक्तिमत्त्व घडू दिलं असतं.

आज बऱ्याच दिवसांनी माझी लायब्ररी उघडली. हाताशी येईल ते पुस्तक वाचायचं. सुरुवात केली. ययाति...

अकरा जुलै

आज मी रिटायर झालो. माझा मीच. नाहीतरी फक्त सही करण्यापुरतंच काम राहिलंय माझ्या हातात. त्यासाठी ऑफिसात जाऊन बसायची गरज नाही. नवीन फॅक्टरीचं काम जोरदार सुरू झालंय. नवीन आर्किटेक्ट, नव्या कल्पना, नवीन मशिनरी. मी एकटा काय तो जुना. म्हटलं नकोच. करू दे ह्या सर्व नव्यांना त्यांच्या पद्धतीने काम.

वीस जुलै

ययातिने पछाडून टाकलंय. किती वर्षांनंतर पुन्हा वाचतोय ही कादंबरी! पण आजही ती तितकीच भारावून टाकते.

कालिंदी, तू होतीस तेव्हा तुझ्याशी वाद-संवाद व्हायचा. चर्चा व्हायची. ह्या लेखकाने असं लिहिलंय, त्याने तसं लिहिलंय. तेव्हा ठरवलं, तुला सार्वजनिक वाचनालयांतून पुस्तकं आणायला लागतात. त्यापेक्षा स्वत:ची घरची लायब्ररी व्हायला हवी. जमतील तशी पुस्तकं घेत गेलो. तुझी आवड आज माझी आवड झाली.

बावीस जुलै

राहावलं नाही म्हणून फॅक्टरीत गेलो. फेरफटका मारला. सर्व सुरळीत चालू होतं. जुनी फॅक्टरी! मी बनवलेली. तो चिरपरिचित औषधांचा वास! अगदी भरभरून घेतला. इतर ह्या वासाला नाकं मुरडतात. पण माझ्यासाठी हा वास सेंटच्या वासाइतकाच सुंदर आहे.

मला अचानक आलेला बघून रवी धावत आला. त्याने नवीन बांधकाम चालू असलेली फॅक्टरी दाखवली. ती अगदी यच्चयावत. संपूर्ण नवीन टेक्नॉलॉजीने सजत होती. मनापासून त्याची पाठ थोपटली.

घरी आलो, तेव्हा किरण नव्हती घरात.

कालिंदी, हे रिकामं घर तू असताना भरलेलं असायचं. मैफिली सजायच्या. तुझ्या हातचे पदार्थ खायला खवय्ये यायचे. मेळा भरलेला वाटायचा. तू गेलीस आणि आता त्या मेळ्यातले रिकामे पाळणे, खुर्च्या फक्त राहिलेत. तुझ्यामुळे, तुझ्यासाठी किती माणसं जोडलेली राहिली होती हे समजतंय. मी एक प्रस्थान आहे, असं सर्व जण म्हणायचे. पण राज्य तुझं होतं गं! हे प्रस्थान आता डळमळतंय. तुला सांगू का? माझा ययाति होतोय.

तेरा ऑगस्ट

मला माझी भीती वाटायला लागली. मी रवीशी-किरणशी चांगला वागत नाहीये. ते हसरं जोडपं बघून मला काहीतरी वेगळं वाटतंय. त्यांचं वय आहे. निसर्गाचं सौंदर्य बघण्याचं, हसायचं, फुलायचं. मला त्रास होतोय.

अठरा ऑगस्ट

ययाति. मीही एक ययातिच. आता निदान मला माझ्यापाशी एक गोष्ट कबूल केलीच पाहिजे. मी म्हातारा झालोय. मला माझं हे म्हातारपण स्वीकारता येत नाहीये. मला तरुण व्हावंसं वाटतंय. काळाचं चक्र उलटं फिरवावं आणि पुन्हा नव्याने आयुष्य जगावं. माझा राग रवीवर नाहीये. माझी लालसा वाढत्ये. मी रवीचा हेवा करत नाहीये. मला माझी कीव येतेय. ती लोकं धन्य होत, ज्यांनी अगदी सहजतेनं म्हातारपण स्वीकारलं. आणि हेच जमत नाहीये.

बावीस ऑगस्ट

माझा चक्रमपणा थांबायलाच हवा. काल मी वेड्यासारखा नाचत होतो. रवीचे मित्र, त्यांच्या बायका घरी पार्टीसाठी आल्या होत्या. धुंद गाणी लावली होती. सर्वच जण नाचत होते. मला राहावलं नाही. तो तरुण मुलांचा सळसळता रंग बघून मीही त्यात सामील झालो. नाचत राहिलो. एक क्षण असा आला, पाय थरथरत होते.

मी पडतच होतो. रवीने सावरलं. पोरगा गुणी. किरणही गुणी. आज सकाळपासून दोघंही काही घडलंच नाही असे वागत होते माझ्याशी. शरम वाटते. शरम.

पंचवीस ऑगस्ट

मी ययाति नाही. मी माझं वार्धक्य माझ्या मुलाला घे म्हणून सांगणार नाही. रवीला मी माझ्यासारखा म्हातारा झालेला बघू शकत नाही. मी जर असाच वागत राहिलो तर वयाच्या अगोदरच तो वृद्ध होईल. माझ्या काळजीने, टेन्शनने. हा ययाति माझ्या डोक्यावर बसलाय. त्याला तरुणच राहायचं होतं माझ्यासारखं– अखंड! पण वेड्या, शेवटी तुलाही वार्धक्य स्वीकारावं लागलंच ना!

त्याला लागलं स्वीकारावं, पण मी नाही तसा होणार. मी अजून म्हातारा होणार नाही. ह्या दोनच गोळ्या आणि शांत झोप.

कालिंदी, मी तुझी क्षमा मागतो. पण मी रवीशी वाईट नाही गं वागलो, मी तारुण्याशी वाईट वागलो. जो तारुण्याचा काळ काही करून दाखवायचा, तसाच तोच काळ काही मिळवण्याचाही, आनंद उपभोगायचाही. आपलं तारुण्य फक्त कष्टातच सरलं आणि आता ह्या वयांत तुलना करायला लागलोय. उपभोगांची लालसा झाली. ही माझी लालसा रवीला, किरणला बरबाद करण्या अगोदरच फक्त त्या दोन गोळ्या... घ्यायलाच हव्यात. पळपुटा म्हणतेस मला? म्हण. घाबरलोय मी. आता कुणीही काहीही म्हणो. आता थांबायचं नाही. तुला माहित्ये ना, मला पूर्णत्वाची ओढ आहे. वर्तुळ पूर्ण व्हायला हवं. आतापर्यंत एक एक पेचप्रसंगाचं वर्तुळ पार करत करत इथपर्यंत पोहोचलो. माझ्या आयुष्याचंही हे वर्तुळ पूर्ण व्हायला हवं.

उद्या माझा वाढदिवस. आठवतंय ना? जन्मक्षण. तोच मृत्यूक्षण ठरला तर वर्तुळ पूर्ण होईल. हो ना? मी हे वर्तुळ पूर्ण करतोय. मी तुझ्यापाशी येतोय कालिंदी! आतापर्यंत आयुष्यात जशी साथ दिलीस, कवेत घेतलंस तसंच आताही घे. मी येतोय. वर्तुळ पूर्ण व्हायला आता फक्त दोन तास दहा मिनिटं आणि तेरा सेकंद बाकी आहेत. मी येतोय. येतोय...

◆

स्मॉल स्केल बिझनेस फ्रॉम रेसिडन्स

प्रिय भगिनींनो,

आज आपल्या तपस्या भगिनी मंडळात माननीय अतिथी सौ. गुंडाळे आल्या आहेत. त्या आपल्याला काही मार्गदर्शन देणार आहेत. सॉरी हं, मार्गदर्शन करणार आहेत. तत्पूर्वी आपण त्यांना आपल्या मंडळाची माहिती देऊ.

गुंडाळेबाई, आमच्या ह्या तपस्या भगिनी मंडळाला आज पाच वर्षे झाली. हा आमचा वर्धापन सप्ताह. आम्ही तुमच्यासमोर आमचं वार्षिक अहवालाचं मासिक ठेवलं आहेच. ते तुम्ही वाचा. तर सांगायचं काय की आम्ही ह्या मंडळाला तपस्या नाव का दिलं? नावावरून सार्वजनिक समज, चुकले हं सर्वसामान्य, नाही... हं, सर्वसाधारणपणे समज असा होतो की आम्ही आध्यात्मिक वगैरे आहोत. किंवा योगाचे वगैरे क्लास घेणारे आणि तसं मार्गदर्शन करणाऱ्या वगैरे आहोत. पण हे मंडळ असं वगैरे नाही. प्रत्येक स्त्री ही तिच्या संसारात कुठली ना कुठली तपस्या करत असते. आणि म्हणूनच त्या संसारातली बाकीची माणसं, मुख्यत: नवरा, सासू, सासरे आणि नणंद सुखाने राहात असतात. तपस्या करणाऱ्या ह्या अशा आमच्या भगिनी एकत्र आल्या आणि म्हणून तपस्या भगिनी मंडळ स्थापन झालं. हो ना भगिनींनो! इथे प्रत्येक भगिनी तिने केलेली- करत असलेली तपस्या अगदी मनमोकळेपणाने बोलू शकते. कुणीही आडकाठी करत नाही आणि पुन्हा त्याचा उल्लेखही करत नाही. त्याचं सर्वांत महत्त्वाचं कारण असं आहे की, ह्या भगिनी मंडळात एकाच घरातली सासूपण आहे आणि सूनही आहे. आमच्या मंडळाची तशी अटच आहे. इथे येऊन काय हवं ते बोला पण आपापल्या घरी गेल्यावर गुण्यागोविंदाने राहा. जी कुणीही अट मोडेल तिला आम्ही तिचं सभासदपत्र परत करून टाकतो. हो ना भगिनींनो? परवाच त्या चुरमुलेचं सभासदत्व आपण रद्द केलं की नाही? त्याचं झालं काय- तिची नणंद सौ. वखारे. ही काय समोरच बसलीये, तर हिने चुरमुलेबद्दल काही विधानं केली. आणि ती तरी काय? तर वखारेच्या

भावाने म्हणजे श्री. चुरमुल्यांनी ह्या दोघींसाठी दोन साड्या आणल्या. अगदी दिसायला सारख्या. पण एक होती भारी आणि एक होती हलकी. हल्ली ना काय साड्या मिळतात बाजारात! अगदी सुरेख. क्वालिटीतला फरकही जाणवत नाही. तसा तो सौ. चुरमुलेला जाणवला नाही. ही वखारे अगदी सहज गेल्या मीटिंगला बोलून गेली. भारी साडी हिला मिळाली म्हणून! आता आपल्या अटीप्रमाणे चुरमुलेने घरी गेल्यावर श्री. चुरमुल्यांसमोर हा विषय काढायचा नव्हता. पण ती लगेच जाऊन बोलली. श्री. चुरमुलेचा अगदी चुरगळा केला असं मग वखारेने आपल्याला सांगितलं. भावा-बहिणीत काहीही होईना. सौ. चुरमुलेने गप्प राहायला हवं होतं. हीच तर तपस्या! पण ती नाही करू शकली. मग अशा विनयभंग करणाऱ्या, सॉरी हं, अशा नियमभंग करणाऱ्या सभासद, तपस्या करता न येणाऱ्या सभासदांना ह्या मंडळात जागा नाही. हो ना भगिनींनो?

तर सौ. गुंडाळेबाई अशा अनेक तऱ्हेच्या तपस्या पावलोपावली स्त्री वर्गाला करायला लागतात. ह्या तपस्येची कुणी दखल घेत नाही ह्याचा स्त्रीवर्गाला त्रास होतो. कुठेतरी सर्व बोलून टाकावं अशी सबळ सॉरी हं, प्रबळ इच्छा असते. त्यासाठी हे मंडळ सज्ज आहे.

ह्या व्यतिरिक्त मंडळाचं अजूनही काही कार्य आहेच. घरगुती पदार्थ इथे विकले जातात. एका मीटिंगमध्ये ठरलं जातं, पुढल्या मीटिंगला कोण कुठला पदार्थ विकण्यासाठी घरून करून आणेल. पदार्थ स्वादिष्ट हवाच अशी अट नाही पण एक पदार्थ एकच भगिनी करून आणेल. रिपीट होता कामा नये. त्याचं काय आहे. टी. व्ही. वर नवनवीन पदार्थांच्या तऱ्हा दाखवल्या जातात. जे दाखवतात ते स्वत: उत्तम स्वयंपाकी असतात. त्यांना जे जमतं ते प्रत्येक भगिनीला जमेलच असं नाही, पण म्हणून तिने तिची पाककौशल्याची आवड मारून टाकायची का? अजिबात नाही. तिने तिचं कौशल्य दाखवलंच पाहिजे. घरातली इतर मंडळी चक्षूपक्षांत, सॉरी हं, शत्रूपक्षांत जाऊन बसतात आणि भगिनींच्या पाककौशल्याची यथेच्छ टिंगल करतात. मग भगिनींचा उत्साहलोलूप असा स्वभाव लिलावात, सॉरी हं, लयास जातो. त्या स्वभावाला उमेद मिळावी म्हणून हे मंडळ घरगुती पदार्थांची इथे विक्री करतं. भगिनी भगिनींमध्ये एकमेकींना ह्या पदार्थांवरून नावं ठेवणं होऊ नये म्हणून कुठला पदार्थ कुणी केला आहे हे आम्ही सुप्त नव्हे हं, गुप्त ठेवतो.

अजून एक कार्य म्हणजे इथे आम्ही एकमेकींना येत असलेल्या कला एकमेकींना शिकवतो. कुणी रांगोळी छान काढतं, तर कुणी भरतकाम छान करतं, कुणी शिवण, तर कुणी चित्रकला. सौ. गुंडाळेबाई इथे शोकेसमध्ये आम्ही प्रत्येक कलेचे नमुने लावून ठेवले आहेत. तुम्हांला आम्ही हे कोडं घालत आहोत, ते कसले नमुने आहेत हे ओळखून दाखवायचं. दाराशी जी रांगोळी आहे ना ती सौ.

गिचमिडे ह्यांनी काढली आहे. त्यांची कलात्मकता तुम्हाला कळलीच असेल. त्यांनी वेलकम लिहिलंय हं रांगोळीने. कळतंय ना? वेल म्हणजे लता हा झाला मराठी अर्थ, पण त्यांनी इंग्रजीतल्या वेलला मराठीचं रूप देऊन वेल कम मधल्या वेलच्या जागी फक्त मराठीतली वेल काढली आणि पुढे कम इंग्रजीतून लिहिलंय. अशी दोन भाषांतली धन्यता.. नाही घनता कुठे दिसणार! अशी घनता असणारी एक व्यक्तिरेखा आपल्यामध्ये आहे हे किती ॲक्झॉस्टिंग ओ.. इंटरेस्टींग आहे नाही?

अशीच अजून एक व्यक्तिरेखा सौ. गुंडाळेबाई, मी तुम्हांला दाखवू इच्छिते. ती आहे सौ. अतिमती. आडनावाप्रमाणेच त्यांच्या कविता अति-मती गुंग करणाऱ्या असतात. एकच दाखला देते हं..

'ह्याही वर्षी श्रावणात चक्क पडला पाऊस
पण आलं नाही ऊन
म्हणून नाही दिसलं इंद्रधनु
चिमुकला माझा हिरमडु'

जसं ज्ञानेश्वर माऊली कवितेचा शेवट गोड वाटावा म्हणून प्रत्येक शेवटचा प्रश्न उकारू लिहायच्या तसंच अतिमतीबाईंनी ह्या कवितेत केलं आहे. पण दुर्दैव असं की, त्यांच्या कविता साभार परत येतात. रसिकांना त्यांची जाण नाही. म्हणून आमच्या भगिनीमंडळाने मिळून त्यांचा कवितांचा संग्रह म्हणजे हस्तलिखित काढायचं ठरवलं आहे. मग त्या हस्तलिखिताच्या झेरॉक्स करून सर्वांना वाटण्यात येतील. किंमत राहिल पर प्रेत, सॉरी हं, पर प्रत रुपये अठ्ठ्याण्णव आणि पैसे नव्याण्णव. आता मी माझं हे छोटुकलं, छानसं भाषण संपवते आणि सौ. बोंबिलांना प्रमुख अतिथींची ओळख करून देण्यास सांगते. टाळ्या...हं'

'नमस्कार भगिनींनो. मी इथे प्रमुख अतिथी सौ. गुंडाळेंची ओळख करून देते. हो... हो सांगते. त्या अगोदर मी सौ. अडखळे ह्यांना मन:पूर्वक धन्यवाद देते आणि त्यांचं अभिनंदनही करते की त्यांनी आता फार छान भाषण केलं. हं ठीक ना? बोलू पुढे? हं, तर गुंडाळेबाई ह्यांचा परिचय असा.

वय - सत्तेचाळीस वर्षं, शिक्षण - बारावी नापास, व्यवसाय - आधी गृहिणी आणि आता स्मॉल स्केल बिझनेस फ्रॉम रेसिडन्स. मुलं - तीन. दोन मुली, एक मुलगा. मिस्टर म्युन्सिपालटीत सिनियर कारकून. राहणार - शिवडी. मेंबर्स सासू, सासरे आणि हे पाच जणं. तर आपण लकी आहोत अशा अतिथी मॅडम आपल्याला आज मिळाल्या. गुंडाळे मॅडमचा स्मॉल स्केल बिझनेस फ्रॉम रेसिडन्स असा आहे

की, त्या लायब्ररी चालवतात. इंटरेस्टींग असं आहे की, त्या बुक्सची लायब्ररी नाही चालवत. तर एकदम डिफरंट लायब्ररी आहे. एनी गेस? नो ना; चला मीच सांगते. त्या साड्यांची लायब्ररी चालवतात. सरप्राईज ना? ज्या साड्या आपण रोज स्वत:भोवती गुंडाळतो त्यांची लायब्ररी ह्या गुंडाळे मॅडम गेली दोन वर्षे सक्सेसफुली चालवत आहेत. आज आपण ह्याच गोष्टीची माहिती करून घेणार आहोत. साडी म्हणजे आपल्यासारख्या मॉड बायकांचा आणि जुन्या बायकांचासुद्धा वीक पॉईंट! आपल्याला कायम दुसऱ्यांच्या साड्या जास्त आवडतात. एवढ्या मोठ्या फॅमिलीत असूनही गुंडाळे मॅडमनी त्यांच्या आवडीला व्यवसायांत ट्रान्सफॉर्म केलं हे अगदी फँटॅस्टिक आहे. तर गुंडाळे मॅडम, कृपया टेक माइक आणि माहिती द्या आम्हां भगिनींना! थँक्स. प्लीज क्लॅप.

'प्रिय भगिनींनो, सर्वप्रथम मी आभार मानते ह्या छानश्या ओळखीबद्दल. मी माझ्या स्वत:च्या कल्पनेतून निर्माण केलेल्या व्यवसायाची सविस्तर माहिती देईनच आणि नंतर तुम्ही मला विनासंकोच प्रश्न विचारा. मी त्या प्रश्नांना साडीची जशी एकेक घडी अलगद उघडत जाते तशी उत्तरं देत जाईन...

'एक मिनीट, एक मिनीट प्लीज.'

'मी जरा मधे मोडता घालते. काय झालंय की जेवणाची ऑर्डर दिली होती ना, ती घेऊन हॉटेलवाले आलेत. त्यांना त्यांची भांडी लवकर परत द्यायची आहेत. मॅडम आपण आधी जेवून घेऊ. मग दिवस आहेच पदर नि निऱ्या उलगडायला. कसं?

'हो-हो मॅडम आधी जेवूनच घेऊ या.'

'चला भगिनींनो. ज्यांनी ज्यांनी नॉनव्हेजचे पैसे भरलेत त्यांची वेगळी लाईन करा. व्हेजवाले डाव्या हाताला येऊ द्यात आणि संपूर्ण जेवण प्लस स्वीट डिशचे पैसे ज्यांनी भरलेत त्यांची वेगळी लाईन करा. आजच्या अतिथी पाहुण्यांचे पैसे मी भरलेत त्या तीनही प्रकाराचं जेवण जेवतील. टाळ्या... हं. चला तर.'

'पैशांच्या मानाने जरा सो सोच होतं जेवण.'

'अठरा रुपये ताट, मग ह्याहून वेगळं काय मिळणार! दोन चपात्या, एक भाजी, एक कांदा, वरणाचं पाणी आणि अर्धी वाटी भात.'

'नॉनव्हेजवाल्यांची मजा झाली मग.'

'काही नाही. चार ब्रेड स्लाईस, दोन तुकडे चिकनचे आणि भात, टोमॅटो एक चकती, कांदे दोन चकत्या.'

'गुंडाळे मॅडमना हे सर्वच मिळालं तेही फुकट.'

'मिळू दे गं. नवीन आयडिया तर देतील ना त्या. वसूल होतील पैसे.'

'कसली खीर ती. नुसतं पांढरं रव्याचं पाणी. भरमसाठ साखर.'

'मला मधुमेह. म्हणून तर तेही खायला मिळालं नाही.'

'पुढल्या मीटिंगमध्ये समथिंग ग्रेट ठरवायला हवं.'

'उगीच खाजखूज, सॉरी हं कुजबूज करू नका. भाषणाला सुरुवात करू दे सौ. गुंडाळेंच्या.'

'चला गं - चला.'

'भगिनींनो, शांत व्हा. शांत व्हा. अगेन गुंडाळे मॅडम स्टार्ट करत आहेत त्यांचं भाषण.'

'काय ही अशी! सारखे बडीशेपमध्ये दगड लागतात तसे इंग्रजी शब्द टोचतात हिचे कानांमध्ये.'

'अगं, मुलगा शिकायला गेलाय ना नेपाळमध्ये. हिला वाटतं फॉरेनलाच गेलाय. मग इंग्रजी यायला नको?'

'हो. इंग्रजी. ते नेपाळी इथे येऊन हां शाब, हां शाब करत असतात. काय शिकायला गेलाय गं? राखणदार कसं व्हायचं हे?'

'ही-ही-ही.'

'सायलेन्स म्हणून सांगितलं ना! हां मॅडम करा सुरुवात!'

'आता पुन्हा सुरुवात करायची म्हणजे...'

'हो ना. इतकं जड झालंय जेवण. थोडा वेळ भेंड्या खेळुया का?'

'चालेल, चालेल.'

'नको... उशीर होईल.'

'चालेल हो.'

'अरे, नको म्हणते ना.'

'थांबा सर्वजणी. अतिथी मॅडमना ठरवू देत. O.k.?'

'भेंड्या खेळलो असतो, पण आज माझा आवाज जरा बसलाय. भाषण करू शकते. घरी तर मला प्रतिलताच म्हणतात.'

'अय्या खरंच?'

'हो ना, पण आत्ता नाही बाई गाऊ शकत. शिवाय जेवणावर तर गाताच येत

नाही. हेवीनेस आलेला असतो ना. तर मी आपली भाषणालाच सुरुवात करते. चालेल?'

'हो, चालेल.'

'मघाशी आपण एकेक घडी अलगद उघडण्यापर्यंत आलो होतो. आता पुढे. माझे मिस्टर फार हौशी आहेत. तसेच ते एकेकाला गुंडाळण्यात पण तरबेज आहेत. काय आहे की म्युन्सिपालटीमध्ये काम करायचं तर उलटं पालटं काही ना काही करायलाच लागतं आणि मीही अशी बारावी नापास. मला नोकरी वगैरे मिळणं दूरच. आम्ही खानदानी माणसं, म्हणून हलक्या लेव्हलचं काम करूच शकत नाही. मग राहता राहिला बिझनेस. काय करावं? असा बराच विचार केला. पापड वगैरे करणं मला शोभा देत नाही. शिवण वगैरे माझ्या मापांत बसत नाही. मग असे दोन प्रसंग घडले की मला नवी कल्पना सुचली. तशी लहानपणापासूनच मी कल्पक होते. माझे आईवडील तसं सांगायचे. त्याचं एकच उदाहरण देते हं.

माझी भातुकली खेळायची एक पद्धत होती. त्या खोट्या खोट्या खेळातही मला सर्व खरंखरं लागायचं. असंच खेळता खेळता एकदा मला भाजीवाली व्हावंसं वाटलं. मग मी आईची सहावारी साडी नऊवारी करून नेसले. म्हणजे तिनेच नेसवली. दोन ताटल्यांना तिला भोकं पाडायला लावली. दोऱ्या बांधल्या आणि त्या एका काठीला लावून तराजू केला. सगळं मी केलं हं, एकटीनं. एकटीने दगड गोळा केले. आईने नुकताच पालक निवडला होता. त्याच्या दांड्या उचलल्या आणि फरसबी म्हणून वापरल्या. त्या तराजूत दगड आणि ही नवी फरसबी तोलून आईलाच विकल्या. माझी पहिली कमाई, पाच पैसे! अजून जपून ठेवलेत मी. हे बघा. मुद्दामच घेऊन आले तुम्हांला दाखवायला. अशी मी. लहानपणापासूनच स्मॉल स्केल बिझनेस फॉर रेसिडन्स करण्यात तरबेज! ह्या माझ्या वृत्तीचा मला माझ्या संसारात उपयोग झाला.

मी मघाशीच सांगितल्याप्रमाणे मिस्टर गुंडाळे सर्वांना गुंडाळण्यात तरबेज असल्यामुळे इतर बायकांच्या तुलनेत माझ्याकडे साड्या जरा जास्त आणि अधिक चांगल्या आहेत. म्हणजे त्यांची जी काही कमाई होते, जी कष्टाची असते, त्यात माझ्या साड्या येतात. आता तुम्ही म्हणाल की, 'गुंडाळण्यात कष्ट कसले?' तर तुमचा प्रश्न बरोबर आहे. पण सांगू का? कष्ट असतात. तीही एक कला आहे. तर सांगायचं काय? मी बारावी नापास. त्याचा मला फायदाच झाला. कसा? तर नोकरी नाही. आम्ही हलकी कामं करीत नाही. मग कसं काय निभायचं?

माझे शेजारीपाजारी साधारणपणे हे सर्वजण आपल्यावरती जळण्यासाठीच असतात. तसे तेही आहेत. माझ्या साड्या बघून बघून त्यांची जळण्याची क्रिया आपली चालू.

यू नो, वन फाईन डे, माझ्या शेजारी राहणारी भिकमंगे माझ्याकडे आली. ती जेव्हा जेव्हा गोड बोलते ना, तेव्हा तेव्हा समजावं की तिला काहीतरी हवंय. तर तशी ती गोड बोलायला लागली. 'वहिनी, चार दिवसांपूर्वी तुम्ही जी बदामी रंगाची काळी साडी नेसला होतात ना, ती जरा दाखवा ना.' तिला म्हणायचं होतं' बदामी रंगाची काळी बॉर्डर असलेली. मी हुशार ना, मला लगेचच समजलं ते. मी बापुडी. दाखवली. तर लगेच म्हणाली कशी, 'वहिनी, काय छान पोत आहे हो.' मी म्हटलं 'हो.' 'वहिनी, किती छान रंग आहे हो. चमकणारा!' 'मी म्हटलं-काय? बरोबर, हो.' मग पुढे म्हणाले, 'मुद्यावर ये.' वहिनी देता का नेसायला?' मी हुशार ना! घेतले जरा आढेवेढे. 'श्री. गुंडाळेंना विचारून सांगते.' तर म्हणते कशी 'वहिनी, ते तर तुमच्या मिठीत- अय्या रागावलात? मला म्हणायचं होतं. मुठीत, लाजलात? किती छान लाजता हो. गाल पण बघा ना कसे रक्त का आरक्त वगैरे म्हणतात, तसे झालेत.'

मी जरा खूषच झाले. दिली नेसायला.

पण भगिनींनो तुम्हांला सांगते, कुणाला बोट देऊ नये. पण मी तर दिलं मग हात धरायला तिला वेळ का लागणार? मग हे नेहमीचंच झालं. मी देत गेले.

मला की नाही वाचनाची भारी आवड. मी लायब्ररीत जायची. लेखक कागदे. लेखिका कॉपीकर हे माझे आवडते साहित्यकार. एकदा अशीच गेले. पैसे भरले. पुस्तक घेतलं. नंतर अशीच गेले, पैसे भरले, पुस्तक बदललं. गंमत सांगू, असं करता करता मला त्या पुस्तकांच्या कपाटात साड्याच दिसायला लागल्या. योगायोग असा त्याच दिवशी भिकमंगे आली, लाडीगोडी लावायला. एकदम लायब्ररी आठवली. मग मी काही रक्त की आरक्त वगैरे झाले नाही. तिला ठणकावून सांगितलं,

'पैसे भर. साडी घे.'

'अय्या, हे काय नवीन?'

'हो. नवीनच. उद्या ये परत मग कळेल.'

रात्री माझ्या साड्या मोजल्या. साडेचौसष्ट निघाल्या. एक जरा अर्धी फाटली होती. मनात म्हटलं दोन महिने तर आरामात जातील. आणि पुन्हा दोन महिन्यांनतर पहिली साडी कुणीही नेसतं. मग रात्रीच एक फॉर्म तयार केला. साध्या साड्या : एक साडी एक दिवस भाडं रु. पंधरा. भारी साड्या : एक साडी एक दिवस रु. शंभर! अट घातली साड्या धुवून इस्त्री करून परत करायच्या. आणि भारी साड्या लाँड्रीतून धुवून द्यायच्या. महिना डिपॉझिट रु. पाचशे. आठवड्याला दोन साड्या. साडी फाटली, फॉल उसवला तर भरपाई करायची.

दुसऱ्या दिवशी ह्या अटींसोबत तिच्यासमोर फॉर्म ठेवला. म्हटलं, 'भर हा

फॉर्म आणि डिपॉझिट ठेव इथे. मग भाडं ठेव आणि घे ह्यातली तुला हवी ती साडी.' म्हणाली कशी, 'हे काय वहिनी?'

'लायब्ररी. साड्यांची. आता फुकटांत मिळणार नाही.'

'नको बाई आज मला साडी. माझी एक जी आहे ना ब्लू कलरची, चॉकलेटी साडी. तिच नेसेन म्हणते.'

मी तिला अच्छा केलं. पण मला माहीत होतं. आज ना उद्या ती नक्की साडी मागायला येणार. जसं एकदा चटक लागली की दारुडा जसा राहू शकत नाही एका ग्लासाशिवाय, तसंच हेही. चांगल्या साड्या नेसायची सवय झाली की झाली. ऑफिसात कौतुक होतं, चार नजरा बघतात. तिचंही तसंच. आली पाचशे रुपये आणि वर पंधरा रुपये घेऊन. महिनाभर नेसली साड्या. पैसे जमले माझ्याकडे. मग मीच अजून साड्या आणल्या जाऊन. गेले सरळ क्रॉफर मार्केटला. निम्म्याने मिळाल्या किंमतीत. घरीच फॉल लावले. तिच्या रोज वेगवेगळ्या साड्या बघून इतर बायका चौकशी करायला लागल्या. तिने माझा पत्ता दिला. मी हुशार ना. डिपॉझिट, भाडं वाढवलं. आणि अशी माझी घर बसल्या साड्यांची लायब्ररी सुरू झाली. कुणाला काही प्रश्न विचारायचे आहेत का?'

'हो. विचारायचे आहेत.'

'भगिनींनो, त्याआधी आपण चहा-कॉफी घेऊ या. अखंड इतकं मोठं भाषण ऐकल्यावर घशाला कोरड पडली.'

'हो, हो, चला गं.'

'बाकी तुमचा आवाज अगदी बिघाड', सॉरी हं, मधाळ आहे हो!'

'आवडला ना? मी सांगितलं ना, अगदी प्रतिलताच...'

'हो ना. माईकची खरखर आणि आवाजाची खरखर कशी एका सुरात होती.'

'जसं वाद्य वाजतं, तसा मी आवाज फिरवते. आमच्या खोली शेजारी पाण्याचा पंप आहे. त्याचा एक विशिष्ट घर्ऽऽ असा आवाज येतो. मी लगेच तसं बोलते. एखादी लकेरपण तशीच घेते. पंपाचा आवाज कुठला, माझा कुठला अजिबात ओळखू शकत नाही कुणी.'

'चहा घ्या.'

'ह्याचे पैसे?'

'मंडळाचे. वार्षिक मासिक वर्गणीतून देणार आम्ही. दोन कप हवा असेल तरी खुशाल घ्या.'

'घेते ना.'

'गुंडाळे मॅडम, मी इंट्रो करून देते. हं हिचा. ही सौ. ढिले. हिची आवड आहे विणकाम करण्याची. छंद आहे तिला, स्वेटर विणायचा.'

'आणि विणला की उसवण्याचा. गेले वर्षभर तिने बारा स्वेटर विणले आणि उसवले. एकच लोफर सॉरी, हं लोकर बरं का. बारा नवीन डिझाईन्स शिकली त्या एकाच लोकरीवर. गिरमिट बुकात सॉरी, गिनिज बुकात नाव देणार आहोत आम्ही तिचं. कारण बारा वेळा स्वेटर विणूनही तो बार्बी डॉलपासून हिच्या वडिलांपर्यंत कुणालाच होऊ शकला नाही.'

'मॅडम. मी आणलाय स्वेटर. दाखवू का?'

'हो. हो. जरूर. पण आपली प्रश्नोत्तरं झाल्यावर.'

'हो. त्यानंतर गेम्सही खेळायचेत. म्युझिक खुर्ची. टिप्पर बिल्ला, आणि...'

'आणि सागर थोटे- अहं- सागर गोटे.'

'चला गं. वेळ कमी आहे. आटपा लवकर.'

'मॅडम करू या सुरुवात?'

'हो.'

'पहिला प्रश्न मी विचारते. माझं नाव सौ. कोडे. काय आहे की ह्या साड्यांच्या लायब्ररीत, कुठली साडी कोण बाई घेऊन गेली हे तुम्हांला कसं कळतं?'

'सोपं आहे. मी एक वही तयार केली. तारीख, गिऱ्हाईकाचं नाव, साडी परत करण्याची तारीख, साडीचा रंग, पोत आणि भाडं, शेवटी तिची सही. आणि खास कॉलममध्ये साडीची भाड्यावर नेण्यापूर्वीची आणि आणून दिल्यानंतरची कंडिशन. एक पान उघडलं की त्या गिऱ्हाईकाचा आणि साडीचा संपूर्ण इतिहास डोळ्यांसमोर तयार! काय? मस्त आहे ना?'

'वा! छानच.'

'मी सौ. लुडबुडे. मला सांगा एकाच रंगाच्या दोन साड्या एकाच दिवशी दोन वेगवेगळ्या गिऱ्हाईकांना दिल्यात तर कसं?'

'मी चुकले मघाशी. आपण गिऱ्हाईक नको म्हणू या. क्लाएंट म्हणू या. म्हणजे कसं जरा दर्जा उंचावतो. तुमचा प्रश्न अगदी छानच आहे. काय आहे की दोन साड्या एकाच रंगाच्या पण त्यांचं टेक्श्चर वेगळं असतं ना. सहज ओळखता येतं. आणि अगदी नाहीच आलं ओळखता तरी हरकत नाही. कारण मी प्रत्येक साडीला नंबर दिले आहेत ना. पदराच्या आतल्या बाजूने शिक्के मारलेत नंबर्सचे. मी म्हटलं ना तशी मी हुशारच!'

'अय्या!'

'आता माझा प्रश्न. मी सौ. कोनेरी'

'किती छान आडनाव आहे हो. हा बिझनेस तुम्हांला करायला काहीच हरकत नाही. बघा ना, जेवढी साड्यांची मोठमोठाली दुकानं आहेत, त्या दुकानांच्या नावाला आणि तुमच्या नावाला जोडून बघा पानेरी, सोनेरी, चंदेरी, कोनेरी. तुम्ही

कराच हा बिझनेस. अगदी फेमस व्हाल.'

'खरंच?'

'हो. मी सांगते ना. हं काय प्रश्न आहे?'

'आता काय प्रश्न विचारू? मला अगदी गहिवरून आलंय. तुम्ही मला इतकं प्रोत्साहन दिलंत म्हणून!'

'तू कशाला गहिवरत्येस? नवऱ्याला थँक्स दे. त्याने ह्या आडनावात जन्म घेतला म्हणून आणि त्यानंतर तुला पसंत केलं म्हणून!'

'हे, हे अपमानित होतंय हं मला.'

भगिनींनो, भांडू नका. तपस्या करणाऱ्या स्त्रिया आहात तुम्ही हे विसरू नका. बरं मग प्रश्न कोण विचारतंय आता?'

'गुंडाळेबाई. प्रत्येक बिझनेसमध्ये स्लॅक्स सिझन, सॉरी हं, स्लॅक सिझन असतो. तसा ह्याही बिझनेसमध्ये असतो का?'

'अतिसुंदर प्रश्न! मी अगदी सविस्तर उत्तर देते हं. ऐका. आपल्याकडे तीन मुख्य ऋतू आहेत. उन्हाळा, पावसाळा आणि हिवाळा. बरोबर? उन्हाळ्यात गरम गरम, पावसाळ्यात ओलं ओलं होतं आणि हिवाळ्यात थंड थंड होतं. ह्या सर्व गरम, ओलं आणि थंड ह्या प्रमाणेच मी साड्यांची वर्गवारी केली आहे. कुठलाही व्यवसाय करायचा म्हणजे त्याचा गहन अभ्यास व्हायलाच हवा, तरच यश मिळतं. तसा मी अभ्यास केला. म्हणून वर्गवारी करता आली. गरम - उन्हाळा, सुती कपडे, कॉटनचे म्हणून कॉटनच्या साड्या. ओलं - पावसाळा म्हणून नायलॉन. सिंथेटिक साड्या आणि थंड, हिवाळा - कुठल्याही प्रकारची साडी चालते. कॉटनच्या साड्या, स्टार्च वगैरे करून तयार असतात. त्याचं भाडं डबल. पावसाळ्यात - सिंथेटिक साड्या. नुसत्या धुवायच्या, त्यांना इस्त्री लागत नाही. पण ह्या साड्या क्लाएंटस् धुवून आणून देतात. अटीप्रमाणे. तुम्ही प्रश्न विचारलात स्लॅक सिझन कुठला? अहो हाच. पावसाळा. बायका ड्रेस घालणं पसंत करतात ना, म्हणून. हल्लीच्या सासवांना काही परंपरा, एथिक्स, घराणेशाही काही राहिलेलंच नाही. खुशाल सुनांना ड्रेसेस घालू देतात. त्या सासवांना मॉड म्हणवून घेण्यात आवडतं पण बिझनेस स्लॅक होतो ना.'

'मग ह्यावर उपाय?'

'आहे ना. बारा महिन्यांपैकी आठ महिन्यांत ह्या चार महिन्यांचा लॉस वसूल करायचा.'

'जमतं?'

'आरामात.'

'ते कसं?'

‘अगं, सगळंच काय विचारता असं? हा बिझनेस आहे. त्यांचं काही क्रिकेट, सॉरी हं सिक्रेट असेल. हो ना हो गुंडाळेबाई?’

‘अगदी बरोबर. ते नाही बाई मी सांगू शकत.’

‘बरोबर आहे तुमचं मॅडम, आम्हांला एवढं स्पून फिडींग करूच नका.’

‘भगिनींनो रागावू नका. पण प्रत्येकीने स्वबळावर अनुभव घ्यावेत ह्या मताची मी आहे.’

‘मी एक प्रश्न विचारते हं. ब्लाऊज कसं काय?’

‘हो, हं हे मात्र सांगेन. शक्यतो बायका त्यांच्याकडचे तीन-चार रंगाचे ब्लाऊज घेऊन येतात. जी साडी मॅच होईल तीच घेतात. पण अगदीच नाही तर काळा, पांढरा रंग मदतीला येतो. शक्यतो अशा साड्या ठेवाव्यात ज्या दोन्ही रंगांवर मॅच होतील. नाही तर अजून एक पर्याय आहे. जरा महागडा आहे. पण बायकांना सारखं नवीन हवं असतं ना नेसायला. महाग असूनही घेतात त्या. हल्ली बाजारात रेडिमेड ब्लाऊज मिळतात. कुठल्याही आकाराला फिट्ट बसणारे, दिसायलाही छान असतात. तसे मी आणून ठेवलेत. ह्याचं भाडं मात्र जरा जास्तच आहे. पण तरी ह्याच ब्लाऊज-साड्यांना जास्त मागणी आहे. आता बोला.’

‘काय बोलणार? पण भाडं एवढं भरायचं तर नवीन साडीच का नाही घेऊ?’

‘जे आपल्याकडे आहे, त्याचं अप्रूप वाटत नाही. नेहमी दुसऱ्याच्या गोष्टी चांगल्या वाटतात. हे एक कारण. दुसरं- एकदा साडी घेतली, नेसली तर पुन्हा तीच साडी त्याचठिकाणी पुन्हा नेसता येत नाही. सर्वांनी बघितलेली असते ना. प्रत्येक वेळी नवी साडी परवडत नाही. म्हणूनच माझी लायब्ररी मस्त चालू आहे.’

‘पण त्यासाठी जागेचं काय? यू. नो, आपल्याकडे स्पेस पाहिजे ना?’

‘जरुरी नाही. बॅगा चालतात. पत्र्याच्या मोठ्या. इतर वेळेला त्यावर चादर टाकली की बसायला उपयोगी पडतात. पण ह्या बिझनेसवर पूर्ण घर मात्र चालू शकत नाही. नवऱ्याची नोकरी हवीच. त्यातून ती जर श्री. गुंडाळ्यांसारखी असेल तर उत्तमच. मी सध्या एक मुलगी ठेवली आहे हाताखाली. फॉल लावायला. एक रुपया देते एका फॉलचे. बेकारी इतकी वाढली ना, कितीतरी मिळतील मुली अशा. पण नवऱ्याची नोकरी मस्ट हं!’

भगिनींनो, ऐकलंत ना? मग करा सुरुवात बिझनेसला. सध्या जर नवीन साड्या विकत घेता येत नसतील तर जी कुणी हा बिझनेस करू इच्छित असेल तिने माझ्या साड्या घ्याव्यात. आणि काही पर्सेंटेज भाड्यातले मला द्यावेत. खुली ऑफर आहे. एक मात्र लक्षात असू द्या. हा बिझनेस स्वत:च्या गरजा, पर्सनल नीड्स पूर्ण करण्यासाठी उत्तम आहे. नवऱ्याकडे हात पसरायची गरज नाही. नवऱ्याच्या पगारात होम चाललं पाहिजे. गुंडाळे मॅडम ह्या अमूल्य इन्फर्मेशनबद्दल थँक्स.

टाळ्या... आता समारोपाचं भाषण कोण करतंय?'

'अर्थातच, मीच. सौ. गुंडाळेबाई आमचं अहवालाचं त्रासिक सॉरी, हं मासिक वाचा हं. तुम्हांला घरी जाताना बस नं. चारशेवीस आहे जी अगदी तुमच्या दारात थांबते. तर भगिनींनो सौ. गुंडाळेबाई इथे आल्या, त्यांना आपल्या तपस्या भगिनी मंडळाचं कार्य समजलं, तपस्येचा गर्भ नव्हे मर्म समजलं, आम्ही धन्य झालो. त्यांनी त्यांचं हे स्मॉल स्केल बिझनेस फ्रॉम रेसिडन्स, असंच चालू ठेवावं आणि श्री. गुंडाळे ह्यांनी सर्वांना गुंडाळण्यात दिवसेंदिवस अधोगती चुकले हं, प्रगती साधो, अश्या ह्या आमच्या तपस्या भगिनी मंडळ, चिंचपोफळी- अहं- चिंचपोकळी कडून शुभेच्छा. धन्यवाद.'

'अहो, हे काय?'

'काय?'

'तुम्ही ह्या वेळेला घरात?'

'आता कायमच्याच घरात.'

'का?'

'एकाला गुंडाळता गुंडाळता मीच गुंडाळलो गेलो.'

'मग आता?'

'बिझनेस फ्रॉम रेसिडन्स.'

'तो कुठला?'

'ही बॅग उघड.'

'काय आहे?'

'उघड तर!'

'हे काय, केवढे शर्टस्? आणि पॅन्टस्पण आणि कोटपण? एवढे?' पैसे कुठून आले?

'मी लायब्ररी सुरू करतोय. जेन्ट्सची. एकाला गुंडाळलंय असंच 'शेवटचं.' उद्या इथे बोर्ड लावणार 'लायब्ररी फॉर जेन्ट्स' सुपर डुपर क्लॉथस्.'

◆

पाऊस पाणी

निबंध- पावसाळा

इयत्ता- चौथी अ

पाऊस मला खूप आवडतो. खूप पाऊस पडला म्हणजे मज्जा येते. पाणी साचतं. शाळेला सुट्टी मिळते. मी आणि बाळ्या कागदाच्या बोटी बनवतो. सरांनी शिकवल्या आहेत. हस्तकलाच्या तासाच्या वेळेस. मग त्या बोटी आम्ही पाण्यात सोडतो. टाळ्या वाजवतो. मज्जा येते.

पावसात भिजायला मला आवडतं. बाळ्याच्या अंगावर मी पाणी उडवते. आई मग छान छान खायला करते. मी भिजले तरी ती मला रागवत नाही. बाळ्या आणि मी खाऊ खातो. खूप मजा येते. मग आम्ही गाणं म्हणतो, बाईंनी शिकवलंय ना तसं.

ये रे ये रे पावसा
तुला देतो पैसा
पैसा झाला खोटा
पाऊस आला मोठा

मग अजून पाऊस येतो. आणि अजून मजा येते.

निबंध - पाऊस

इयत्ता - सहावी ब

माझा आवडता ऋतू पावसाळा. मला उन्हाळा नाही आवडत, खूप घाम येतो, उकडतं, थंडी पण नाही आवडत. कुडकुडायला होतं. पाऊस आवडतो.

परवा खूप पाऊस पडला. धमाल आली. मी आणि आई गॅलरीत उभ्या होतो. पावसाबरोबर वारंही होतं. रस्त्यावरची माणसं पळत होती. दुकानांच्या पत्र्याखाली उभी होती. वाऱ्यामुळे लोकांच्या छत्र्या उलट्या होत होत्या. मला खूप हसू येत होतं. आमच्याबरोबर शेजारचा बाळ्याही ही गंमत पाहात होता. तोही हसत होता. मला आठवलं, आम्ही लहानपणी कागदाच्या बोटी करायचो, टाळ्या वाजवायचो. बाळ्यालाही ते आठवलं. आम्ही पुन्हा बोटी केल्या. खाली पाण्यांत सोडल्या. त्या हवेबरोबर दूर गेल्या. आम्ही खूप हसलो आणि टाळ्या वाजवल्या. मला पाऊस आवडतो. कारण माझा वाढदिवस पावसाळ्यात येतो. रात्री बाबा पावसात भिजून आले. त्यांना मी सर्व गंमत सांगितली. झोपताना गाणं म्हणत राहिले. 'ये रे ये रे पावसा...'

विषय - ऋतू पावसाळा

इयत्ता - नववी क

पाऊस हा एक मनुष्याच्या आणि सर्व जीवमात्रांच्या जगण्यासाठी आवश्यक असा घटक आहे. जसं सूर्यप्रकाशाशिवाय जीवमात्र जगू शकत नाहीत, तसंच पाण्याशिवायही जगू शकत नाहीत.

अगदी लहान असल्यापासून पाण्याचं महत्त्व आणि ते आपल्याला कसं मिळतं हे शास्त्रामधून शिकवलं गेलं आहे. हे एक चक्र आहे. सूर्य किरणांमुळे समुद्राच्या पाण्याची वाफ होते. ती हलकी असल्यामुळे वरवर जाते. तिथे त्या वाफेचं ढगांत रूपांतर होतं. आणि तेच ढग पुन्हा पाणी होऊन पावसाच्या रूपांत पृथ्वीवर बरसतात. ही निसर्गाची करामत आहे. माणूस किंवा इतर कुठलाही जीवमात्रं ह्या स्वरूपाची करामत करू शकत नाही.

पाऊस नुसता पडत नाही. किंवा पाऊस पडणं म्हणजे 'निसर्गाची किमया' एवढाच अर्थ राहात नाही. पावसाबरोबर अजूनही बऱ्याच गोष्टी येतात. सृष्टी सुंदर होऊन जाते. कविता वाचायला मिळतात. 'हिरवे हिरवे गार गालिचे...' हे असं काही वाचलं की शास्त्र राहातं बाजूला. कवी मन जागृत होतं. रूक्षातल्या रूक्ष विषयांकडे पाठ फिरवली जाते आणि बहरलेल्या सृष्टीकडे बघून मन फुलून येतं. हे असं मन बहरून येणं अजून दुसऱ्या कुठल्याही ऋतूत होत नाही. पावसांत असं वेगळं काहीतरी आहे, जे मनाला चिंब करून टाकतं.

निसर्गासाठी मात्र ही एक प्रक्रिया आहे. दुसरं काही नाही. जसे सूर्य चंद्र उगवतात- मावळतात. जसा शिशिर येतो. तसाच वसंतही येतो. तसाच हा पाऊसही येतो.

हा एक शापित ऋतू आहे. आम्ही माणसं. ह्याला कायम नावं ठेवतो. पाऊस पडला तरी, नाही पडला तरी, माणसं ह्याची वाटही बघतात आणि हा कधी थांबतो? असंही म्हणतात. खरं तर हा स्वत:बरोबर जसं जीवन आणतो, तसंच इंद्रधनुही आणतो. तो देत राहतो. आपण घ्यायला शिकायला हवं. आजही लहान व्हावंसं वाटतं. ये रे ये रे पावसा म्हणावंसं वाटतं. त्या साचलेल्या पाण्यात बागडावंसं वाटतं. पाऊस आला की लहानपण परतून येतं. शास्त्र मागे राहतं, आणि मन झिम्मड होतं.

हायर सेकंडरी– सीट नं. ०१४५६

विषय : मराठी

निबंध : पावसाचा दिवस

पावसाची संतत धार! विविधभारतीवर सिलोनवर अखंड पावसाची गाणी लागत होती. मधे मधे सूर हरवत होते ते जाहिरातींमुळे. पण पुन्हा अमिन सयानीचा सुरेल आवाज कानी पडत होता. आणि नंतर लता, रफी, किशोर, आशा, मुकेश ह्यांच्या एखाद्या गाण्याची लकेर ऐकू येत होती. छायी बरखा बहार, किंवा बरखा रानी, सावन आया बादल छाये अशा ह्या गाण्यांचीही संतत धार.

खिडकीत बसून मी ह्या पावसाच्या आणि गाण्यांच्या सुरेल धारेची तुलना करत होते. दोन्ही चमत्कारच! एक निसर्गाचा, एक मानवाचा. आभाळ कसं अगदी गच्च भरलं होतं. ढग अगदी जवळून वाकुल्या दाखवत पळत होते. जरा हात वर करावा आणि त्यांना थांबवावं असं वाटत होतं. तेवढ्यात सूर ऐकले. काली घटा छायी... पुन्हा दोन्ही चमत्कारांत अडकले. ह्या दोन चमत्कारांची तुलना होऊ शकत नाही. दोघेही एकमेकांना पूरक आहेत. कलाकारांना त्यांची कला उद्युक्त करायला लावणारा हा पाऊस आणि कलाकारांनी ह्या पावसाला त्यांच्या कलेतून दिलेला मान दोन्ही अपूर्व.

ह्या पावसाची एक मजा आहे. तो आपला पडत राहतो. पाऊस पडताना कसा दिसतो ह्याबद्दल प्रत्येक व्यक्तिचं मत वेगळं. हे मत त्या त्या व्यक्तीच्या मन:स्थितीवर अवलंबून! ऑफिसात जाणाऱ्या माणसांना तो वैताग वाटतो. शेतकऱ्याला तो देव वाटतो. लहान मुलांना तो त्यांचं खेळणं वाटतो, तर वयस्करांना तो त्यांच्या जीवनाचा आलेख आणि अनुभव वाटतो. म्हणून तर आपल्यात म्हणतात, 'तुझ्यापेक्षा चार पावसाळे जास्त बघितलेत मी!' कुणी हिवाळा किंवा उन्हाळ्याचा दाखला देत नाहीत.

आणि माझ्यासारख्या तारुण्यात येऊ पाहणाऱ्यांना? त्यांच्यासाठी पाऊस

म्हणजे एक आशा, एक हुरहूर. एक प्रतिक्षा! मीही आता ह्याच मन:स्थितीत आहे. कुणीतरी यावं, लतासारखं म्हणावंसं वाटतंय 'ये रे घना, ये रे घना, न्हाऊ घाल माझ्या मना...' आता पावसाला खोटा पैसा देऊन तू पड असं म्हणावंसं वाटत नाही. खरं तर त्याला लाच नकोच असते. आपण अगदी खरा पैसा जरी देऊ केला तरी त्याला त्याचं काय महत्त्व? तो तर बिनाशर्त बरसतो. आणि स्वत:बरोबर रंगही घेऊन येतो. त्या इंद्रधनुष्यातल्या सप्तरंगांतून प्रत्येकाने आपल्या आवडीचा रंग निवडावा, घ्यावा. सर्व रंग घेतले तरी हरकत नाही. कारण हे न संपणारे रंग आहेत.

ह्या खिडकीतून दिसणारं हे आभाळ. किती वेळ अशीच बघत बसले! काही कळलंच नाही. हे वेडं मन, एक आशा घेऊन बहरलेलं.

ही आशा होती नाविन्यतेची. काहीतरी नवं घडतंय. वेगळंच. ह्या बरसणाऱ्या पाण्यात काहीतरी छानसं होतं. जे अगदी कवटाळून बसावं. हातचं निसटू देऊ नये.

एक सुंदरशी लकेर मनांतली-उभारून येत होती. मी मान खाली घातली. गुडघ्यांवर टेकवली. माझ्याशीच हसले. आता तर मलाही एक लकेरच व्हावंसं वाटत होतं आणि ह्या पावसासारखं अखंड बरसावंसं वाटत होतं.

बी. ए.– आसन क्र. ००१८९

विषय - (मराठी)

'जो बरसतो तो गर्जत नाही.'

हां हां म्हणता आभाळाचा रंग बदलतो. पांढरं शुभ्र-दिसणारं आभाळ. हलकंसं निळं आणि नंतर चक्क गुलाबी होतं. समोरच्या मळलेल्या अथांग सागरातही काही बदल होतो. त्याचा मळकेपणा जाऊन तिथे गुलाबी झाक येते.

मी ही अशी समोर, सागराला समक्ष बसलेली. त्या लाटांच्या हेलकाव्याबरोबर माझ्याही भावना हेलकावत राहिलेल्या. क्षितिजाची बारीक काळसर रेषा अस्पष्टशी. ही रेषा पुसली जाऊन दोन्ही एक झाले तर? सागर आणि आकाश. आकाश! हा असा माझ्याजवळ बसलेला. आम्हा दोघांतही एक अशीच क्षितिजासारखी अस्पष्टशी रेषा. ही रेषा पुसली जावी अशी इच्छा.

हा किती शांत. काही बोलत नाहीत, हुंकारही नाही. जे माझ्या मनात हेलकावे घेत आहे, तेच ह्याच्याशी मनांत हेलकावत असेल का? असलं तरी हा बोलेल का? ह्याच्या अबोलतेपायी माझ्या मनातले हेलकावे मंदावत आहेत.

मला त्याची आणि माझी पहिली भेट आठवते. मी ज्या ऑफिसमध्ये काम

करते, तिथे तो नुकताच जॉइन झाला होता. ओळख होत होती, बोलणं होत होतं ते फक्त कामाच्या संदर्भात.

त्यादिवशी सकाळपासूनच पावसाला सुरुवात झाली होती. आम्ही सर्वच जण कसेबसे ऑफिसला पोहोचलो होतो. कामाच्या व्यापकतेमुळे बाहेर काय गोंधळ चाललाय ह्याची सुतराम कल्पना नव्हती. काचेची बिल्डिंग, एअर कंडिशनर चालू, बाहेरच्या वातावरणाचा पत्ता लागणं शक्यच नव्हतं. संध्याकाळी एक एक जण बाहेर पडले. मीही माझ्या कामाची आवराआवर करून निघाले. बिल्डिंग- बाहेर पडले मात्र, पावसाचा धुमाकूळ दिसला, काय करावं? कसं जावं? ह्या विचारांत स्तब्ध उभी राहिले. ऑफिसातले काही सहचारी तिथेच होते. त्यात आकाशही होता. पाण्याच्या झडीने त्याच्या केसांवर मोती तरळत होते. उंचा-पुरा, गोरा, कंबरेवर हात ठेवून, सिगरेट शिलगावत उभा. मी त्याचं निरीक्षण प्रथमच करत होते. मला एकदमच आवडून गेला तो. चक्क लाजले. मग बावचळले. कुणी बघत तर नाहीये ना माझ्याकडे?

पाऊस थांबत नाही हे बघून आम्ही सर्वजण पुन्हा ऑफिसात येऊन बसलो, पाऊस कमी व्हायची वाट बघत. दिवसभर सैरावैरा धावणारं ऑफिस आता दमल्याप्रमाणे शांत झालं होतं.

मी आकाशकडेच झुकलेली. त्याची प्रत्येक हालचाल मोहवणारी. त्याला ते जाणवलंसं वाटलं. मधूनच हसलाही.

खरं तर ह्याहून जास्त त्यादिवशी काही झालं नाही. पाऊस कमी झाला आणि आम्ही आपापल्या घरी परतलो.

पण माझ्या मनांत प्रेमाची भावना त्या दिवशीच उमलली. नेहमीच आवडणारा पाऊस, आता जास्तच आवडायला लागला. पुढे मग भावनेला आकार द्यायला फारसा अवधी लागला नाही. आकाशला पावसाळा अजिबात आवडत नाही. मला आश्चर्य वाटलं. असाच केव्हातरी सहज विषय निघाला, तेव्हा मी त्याला माझ्यासाठी पाऊस म्हणजे काय, किती महत्त्वाचा, किती आनंद देणारा हे सांगत राहिले. एका वाक्यात त्याने मला थांबवलं. म्हणाला, 'कवी मन घेऊन आलीस, जरा वास्तवात ये.' आणि आज मी वास्तवात आले आहे. माझं हेलकावे घेणारं मन थंडावलेलं. तो आकाशाचा गुलाबी रंग हळूहळू करडा होत चाललेला. काही तासांपूर्वीच घडलेला प्रसंग!

आकाशचं घर, उलट तपासणी घ्यावी तसे त्याचे आईवडील माझ्यावर प्रश्नांचा भडिमार करत होते. त्यांना हे लग्न पसंत नाही हे स्पष्टपणे सांगत होते. कारण काय? त्यांना ब्लॉक हवा होता. जो माझ्या आईवडिलांना देता येणं शक्य नव्हतं. त्यांना हिऱ्याची अंगठी हवी होती. जी आम्हांला झेपणारी

नव्हती. ह्या काळातही अशी मागणी करणारी मंडळी आहेत, हे बघून मी चक्रावलेली.

आकाश मला सागरकिनारी घेऊन आलेला, शांत बसलेला. माझी त्याच्याकडे नजर, आशा लावलेली, आशेने बघणारी. तो निश्चल.

थंडगार वारं सुटलंय, कुठल्याही क्षणी पावसाला सुरुवात होण्याची शक्यता. निघावं आता. असं वाटून मी स्वत:ला गोळा केलं. वाळू झटकत उभी राहिले. वाळूभरली चप्पल झटकायला वाकले आणि आकाशने हात धरला. इतका वेळ माझ्याकडे दृष्टीही न देणारा, अक्षरही न बोलणारा आकाश!

'बस.'

'कशाला?'

'बस गं!'

'हं!'

'तुला चाळीत राहायला जमेल? माझ्या मित्राची चाळीत एक खोली आहे. तो ती आपल्याला देऊ शकतोय. नंतर आपणही जागेची शोधाशोध करू. तोपर्यंत आपल्या डोक्यावर निदान छप्पर तरी असेल. तू राहशील चाळीत! सार्वजनिक टॉयलेट असेल. तुला जमेल?'

दोघांमधली क्षितिजासारखी अस्पष्टशी रेषा साफ पुसली गेली. आकाश-सागर एक झाले. पावसाची लय सुरू झाली. हा आकाश कुठलाही ताण न ठेवता अजिबात न गरजता बरसायला लागला. मी चिंब झाले.

एम. ए.

विषय - मराठी

लेख - जो गरजतो तो बरसत नाही.

आयुष्यातले एक एक टप्पे नजरेसमोरून फिरत आहेत. असं मी म्हणते, पण मी म्हणजे कुणी पोक्त व्यक्ती नाहीये. मग असं कितीसं वय झालंय की मी 'आयुष्यातले टप्पे' असं म्हणावं? तरीही असं म्हणते कारण अनुभव माणसाला कधी कधी वयापेक्षा मोठं करतात. किती आयुष्य जगले ह्यापेक्षा किती काळात कसकसे अनुभव आले ह्याला महत्त्व नाही का?

निरागसता केव्हाच ओसरली. हेलकावे देणाऱ्या सुरेल लकेरी मागे पडल्या. व्यवहाराचा हात हातात धरावा लागला. व्यवहार काय सांगतो? त्या त्या वयांत त्या त्या गोष्टी समाजाने घालून दिलेल्या नियमांप्रमाणे घडायला हव्यात. मग ते शिक्षण असो, कुठला व्यवसाय असो, किंवा लग्न असो. समाजाने घालून

दिलेल्या नियमांविरुद्ध जर कुणी काही करू धजतं तर लगेचच हजारो भुवया कपाळांना भिडणार. शेवटी आपण घाबरतोच. फरफटत चालत राहतो. पण विरुद्ध आवाज उठवू शकत नाही. काव्यातून वास्तवात येतो आणि व्यवहारी होतो. नंतर नंतर तर व्यवहारच कसा खरा, हे आपल्या पुढल्या पिढीच्याही माथी बिंबवतो. आपण इतके बदलतो? हो, बदलतो. दुसरा इलाज नसतो.

त्या परीकथा, तो वेताळ, ती इसापनीति, ते सातबुटके, त्या छान छान कविता आणि कवितेत नाचणारा मोर! पिसारा फुलवणारा, ऐटबाज त्याचं ऐश्वर्य मिरवत पावलं टाकणारा. 'थुई थुई नाच माझ्या अंगणात मोरा.' डोळ्यांसमोर, घरासमोर ना अंगण असतं ना मोर, पण त्या वयात मनात मात्र दोघंही असतात. जिथे थुई थुई नाचणारा मोर हवा असतो तिथे थयथयाट करणारा जोडीदार का येतो?

लहानपणी एक गोष्ट ऐकली होती, असं म्हणतात की, स्वाती नक्षत्रांत पडणाऱ्या पावसाचा थेंब शिंपल्यात पडतो आणि त्याचा मोती होतो. हा मोती धरायला जावं आणि हाताला माती लागावी.

अखंड बरसणाऱ्या पावसाने चिंब झालेलं मन आता पाऊस पडत असूनही कोरडं ठाण का राहू लागलं?

व्यवहार इतकी रूक्षता आणतो?

आता अशा बरसणाऱ्या पावसाकडे लक्षही जात नाही आणि दिसत राहते, जाणवत राहते ती पावसाची रिपरिप! हा ना थांबत, ना कोसळत, ह्या रिपरिपीचा कंटाळा येतो.

रिपरिप आणि पिरपिर. किती साम्य आहे दोघांत! एक निसर्गाची तक्रार, दुसरी माणसाची तक्रार.

का सर्व दृष्टिकोनच बदलून जातात? भुरळ घालणारा, मोहवणारा पाऊस आता कंटाळवाणा का वाटायला लागलाय? आता पाऊस म्हणजे फक्त चिखल. साचलेलं डबक्यातलं पाणी. कुबट होणारं, डासांना जन्माला घालणारं. आणि मळभ आलं की नुसती जीवाची घालमेल. उकाडा आणि घामाच्या धारा.

उमेदीने व्यवहाराला सुरुवात केली. म्हणजे काय केलं? लग्न केलं. तोही एक व्यवहारच ना? तो तर करावा लागतोच. मग उमेदीने का करू नये? म्हणून तशी सुरुवात केली. दोन विभिन्न वातावरणात वाढलेली, विभिन्न संस्कार मिळालेली माणसं एकत्र आली, एक होण्यासाठी. ही विभिन्नता केव्हातरी डोकं वर काढायची. मग जरा नमतं घ्यायचं. त्या डबक्यातल्या पाण्याप्रमाणे अहंकार साठला जायचा. त्याचा मग उद्रेक व्हायचा. डबक्यातल्या पाण्यावर डास शांत

बसलेले असतात. कुणीतरी खोडकर पोर त्यात दगड मारतं आणि डासांचा फैलाव होतो. तसं त्या अहंकाराचं होतं. कुणीतरी डिवचतं, का एवढं नमतं घेतेस? आणि मग वाटतं, खरंच, का मी नमतं घेते? आता नाही नमणार! मग जीवाची नुसती तगमग. सर्व मळभच मळभ. ही घालमेल सहन होत नाही आणि व्यवहार सुटत नाही. सप्तरंग मिरवण्याची, बाळगण्याची त्या रंगांत न्हाऊन जायची हौस. बरसणाऱ्या, कोसळणाऱ्या पावसांत ओलेती व्हायची तहान, श्रावणांतल्या पावसासारखं ऊन-पाऊस खेळण्याची गोडी. कधी सरलं हे सर्व?

तुला नाही ना मी आवडत? खटकते ना? मग घे मार्ग मोकळा करून. हे नुसतंच दाटून आलेलं मळभ घेऊन किती काळ जगायचं? तू नि मी सुद्धा. सतत मला त्या पत्र्यावरून खाली पडणाऱ्या एक एक थेंबासारखं. टप टप करीत टोचत राहतोस, त्यापेक्षा कोसळ एकदाच वादळ घेऊन.

तुला काय हवंय?

तू बदलतो आहेस?

तुझी टप-टप. रिपरिप थांबली?

गडगडाट करायला लागलास?

मुलं घाबरतील. जरा हळू.

किती आरडाओरडा हा तुझा? मुलं दचकून उठली. दिसत नाहीये का तुला? त्यांचे तर आता मनसोक्त भिजण्याचे दिवस. तू त्यांना प्रेमाने, वात्सल्याने चिंब करून टाकायला हवंस. ते सोडून नुसता अक्राळ-विक्राळ का होतो आहेस? एखाद्या राक्षसी काळ्या ढगासारखा?

थांब. मला तुझा हा अक्राळ-विक्राळ स्वभाव परिचयाचा नाही. नुसताच गडगडाट करू नकोस. तुला जे काही डाचतंय ते सांग, पण शांत होऊन. तुला मी अहंकाराने त्या डबक्यातल्या डासांसारखं चावत होते का? हे बघ. ते डबकं बुझवून टाकलंय मी. आता तू बरस, पाणी साचणार नाही. वाहत राहील. पण असा गर्जून बोलू नकोस. निसर्गातलं, मनातलं मळभ मला असह्य होतंय. गुदमरायला होतंय. तूही आता ह्या पावसासारखं बरसून घे. मोकळा हो. हमसाहमशी रडून घे. सर्व छान होईल. मोकळं होईल. भरभरून श्वास घेता येईल. दोघांनाही आणि आपल्या पिल्लांनाही.

दैनिक - 'वर्तमान'

आमच्या वार्ताहराकडून

हाहाकार. पावसाचं वर्णन करायला शब्द अपुरे पडत आहेत. मुंबईतल्या प्रत्येक जीवमात्राने पावसाचं हे रौद्र रूप अनुभवलंय. मी वेगळं असं काय सांगणार? दृष्टी जाईल, पोहोचेल तिथपर्यंत आणि दृष्टीच्याही पलीकडे फक्त पाणीच. त्यात अडकलेली, खोळंबलेली माणसं, ट्रेन्स, मोटारी, प्राणी. सर्व जगच.

जग म्हणजे तरी काय? आपल्याला ज्ञात असलेला भूभाग. हे आपल्यापुरतं जग.

प्रत्येक जण आधार शोधतंय. तास न् तास वाट बघतंय, स्वतःच्या घरकुलात परतायची. ते घरकुल तरी वाचलंय का ह्या पावसाच्या तडाख्यातून? अशी चिंता करत ताटकळलंय, पाणी ओसरावं आणि अव्याहत कोसळणारा हा वरुणराज शांत व्हावा अशी मनोमन प्रार्थना करत.

टी. व्ही. वरच्या छोट्या पडद्यावर पावसाचं रौद्र रूप प्रत्येक चॅनेलवर दाखवलं जात होतं. वाहून गेलेली माणसं, गाई, म्हशी, बायका, मुलं. पाण्याने भरलेली घरं, झोपडपट्टी. पाण्यात पूर्णपणे बुडालेल्या गाड्या. त्यात अडकलेली माणसं आणि त्यांचीच झालेली प्रेतं.

मी अडखळले. ह्यापुढे काय लिहावं? कसं लिहावं? डोळ्यांसमोर कालचा संपूर्ण प्रसंग तरळतो आहे. तेव्हापासून एक बधीरता आली आहे. शेजारची सखी, माझी जीवाभावाची, दुखलं, खुपलं तर साथ देणारी, तिचा चिरंजीव गेले काही महिने आजारी होता. आम्ही सर्वच जण चिंतेत होतो. परवा रात्रीपासून तो जास्तच आजारी होता. डॉक्टरांनी हॉस्पिटलमध्ये ॲडमिट करायला सांगितलं. सकाळी मी त्यांच्याबरोबर निघाले. ॲब्युलन्स दारात उभी राहिली तेव्हा संपूर्ण सोसायटी त्याच्यासाठी गोळा झाली. पावसाला सुरुवात झाली होती म्हणून त्याला तिघाचौघांनी छत्रीत घेऊन ॲब्युलन्सपर्यंत आणलं. आणि प्रवास सुरू झाला. ट्रॅफिक जॅम. पावसाचा तडाखा. तीन-चार गाड्या बंद पडलेल्या. आणि वाढता पाऊस, आणि साचू लागलेलं पाणी. त्या सर्व बंद पडलेल्या गाड्यात अजून एकीची भर. एक ॲब्युलन्स. रस्त्याच्या मधोमध अडकलेली. सर्व ठिकाणी आजुबाजूला पाणीच पाणी. ॲब्युलन्सचा सायरन काही काळ वाजत राहिलेला. वरचा लाल दिवा फिरत राहिलेला. हॉस्पिटल गाठणं अतिशय जरुरीचं. आत स्ट्रेचरवर एक उमदा तरुण. सलाईन आणि रक्ताची बाटली आलटून, पालटून लावलेली. तो तरुण एका वेगळ्याच विश्वात. त्याला आजुबाजूच्या प्रलयाची कणही जाणीव नाही. शांत मुद्रा,

हलकंसं हास्य असलेली. त्याच्या चिंतेत त्याच्या जवळ बसलेली दोघं, बेचैन. सतत ड्रायव्हरला त्यांची चाललेली विनवणी. 'काढा कशीतरी गाडी, पण आम्हांला लवकरात लवकर हॉस्पिटलला पोहोचवा.' सायरनचा आवाज वाढतो. लाल दिवा जास्त गरगर फिरतो, पण ॲब्युलन्स इंचभरही पुढे सरकू शकत नाही.

ते दोघेही हतबल. पाण्याची पातळी वाढत चालल्याची जाणीव होत राहते आणि हळूहळू धीर खचत जातो. आठवत राहतं चिरंजीवचं हसणं, बागडणं. त्या तशा अवस्थेतही ते त्याच्या लहानपणाच्या आठवणीत रमतात. एकमेकांना आठवतील त्याप्रमाणे त्याच्या गोष्टी सांगत राहतात. कदाचित खचणारा धीर गोळा करायचं आणि एकमेकांना सावरायचं हेच एक साधन!

'तुला आठवतं, किती घाबरली होतीस तू चिरंजीवच्या वेळेस? हॉस्पीटलमध्ये तरी मी सतत तुझ्याबरोबर होतो. डिलिव्हरी नॉर्मल होईल की नाही? हजार वेळा तरी विचारलं होतंस.'

'हो. आठवतं ना. तुम्ही माझी खूप काळजी घेतलीत. तरी पण त्रास झालाच. पायाळू झाला चिरंजीव.'

'त्याच्या जन्मापासून मात्र आपलं जीवनच बदललं. मला प्रमोशन मिळालं. आपण चाळीतून ब्लॉकमध्ये राहायला गेलो. हक्काची टिचभर का होईना पण ह्या अजस्त्र दुनियेतली काही जमीन स्वत:च्या मालकीची झाली.'

'तो पायाळू जन्मला, पण आपल्यासाठी पायगुण घेऊन आला. त्याचं मोठं होणं, पहिलं पाऊल, पहिली हाक, आई... अजूनही गुंजतेय कानात आणि आता हा असा मूक होऊन पडलाय. काहीतरी करा हो. निदान डॉक्टरांशी संपर्क तरी साधा.'

'ह्या पावसाने आज कहर मांडलाय. मोबाईलही बंद पडलेत वाटतं. नेटवर्क येत नाहीये.'

'घरांतून निघेपर्यंत काहीच धोका जाणवला नाही पावसाचा.'

'पाऊस पडतोय तसा सकाळपासूनच, पण एवढं पाणीच पाणी होईल असं वाटलं नव्हतं.'

'आपल्यापुढे दुसरा काही पर्यायही नव्हता. हॉस्पीटल गाठणं अत्यावश्यकच झालं.'

'का असं झालं ग? किती आनंदाचं घर होतं आपलं. चिरंजीवच्या रूपाने आनंदाचा झराच व्हायला लागला.'

'तो आहेही तसाच. किती लहान वयातच यशाची मालिका सुरू झाली ह्याच्याबाबतीत. आठवतं, त्याला पहिलं बक्षिस मिळालं, हेल्दी चाइल्डचं. 'दृष्ट

लागेल.' असं प्रत्येक जण म्हणत होतं. आईने किती वेळा त्याची दृष्ट काढली.'

'आणि ते दुसरं बक्षिस? चौथीत असेल ना तेव्हा तो. वक्तृत्व स्पर्धेत पहिला आला होता. बाबा त्याला लहानपणापासून संस्कृत श्लोक शिकवत राहिले म्हणून त्याची वाचा कशी एकदम शुद्ध! कधी बोबडं बोलला नाही.'

'त्याच वर्षी त्याला स्कॉलरशिपही मिळाली.'

'हो ना! सगळ्यातच चमकला तो. पुढे व्यायामाचा नाद लागला. हां हां म्हणता उंच झाला.'

'एकदा आठवतं? तुम्ही ऑफिसला जाण्याच्या तयारीत होतात. रोजच्या सवयीप्रमाणे तुम्ही तुमचे कपडे, शर्ट-पँट, टाय, सॉक्स आणि रूमाल पलंगावर काढून ठेवले होतेत. हा लबाड कुठूनसा आला, मला वाटतं व्यायाम शाळेतूनच आला होता. पटापट तयार झाला आणि कॉलेजसाठी बाहेर पडला. मी तुमच्या डब्याच्या तयारीत होते. नुसतं हं हं केलं, त्याला बघायलाही माझ्याकडे वेळ नव्हता. तुम्ही स्नान करून आलात आणि बघता तर शर्ट गायब. तुमची धावपळ, आरडाओरडा. हा पठ्ठ्या तुमचा शर्ट घालून पळालेला.'

'काळ कसा गेला ते कळलंच नाही. आता तर त्याला माझेही शर्ट छोटे होतात.'

'हो ना. आत्ताही असंच झालं नाही? मला वाटलं तो पांढरा शर्ट ह्याचाच आहे. घालायला गेले तर ह्याला होईनाच. तो तुमचा शर्ट होता.'

'किती अभिमान वाटतो! पोरगा बापापेक्षाही ताडमाड झालाय. वा.'

'अहो, समोर बघितलंत का? ॲम्ब्युलन्सच्या काचेपर्यंत पाणी आलंय. आणि-आणि माझी साडीही ओली झाली.'

'बाप रे, अँम्ब्युलन्सच्या आत पाणी आलंय. आणि पावसाचा जोरही वाढलाय.'

'काय करायचं?'

'काय करणार?'

पाण्याची पातळी वाढतच जाते. आभाळ फाटलंय. थांबवा ह्या पावसाला. किती-एक शोध लावले माणसाने. चंद्रावर पोहोचला. अण्वस्त्र निर्माण केली. सागरावर सेतू उभारला. हिमालयाचं शिखर गाठलं. 'माणसाची निसर्गावर मात.' स्वत:ची पाठ त्याने वारंवार थोपटून घेतली. एक पोकळ शाबासकी. पण शेवटी तो निसर्ग आहे. बराच काळ त्याने माणसाला खेळवलं, माजू दिलं. आणि नंतर तो बेसावध असताना बरोबर त्याला एकच चपराक मारली. त्याला जाणवून दिलं, निसर्गापेक्षा माणूस कधीही मोठा होऊ शकत नाही.

स्ट्रेचरला पाणी लागलं. चिरंजीव तसाच, सर्वांच्या पलीकडे गेलेला. ती दोघं ताडकन उठली. त्यांनी स्ट्रेचरवर उचलला. मीही. नर्सने हातभार लावला. वॉर्ड

बॉयने आधार दिला. अजून पाणी, स्ट्रेचर अजून वर. शेवटी ॲम्ब्युलन्सच्या टपाला चिरंजीवच्या शरीराचा स्पर्श झाला. आम्ही खांद्यापर्यंत पाण्यात. अर्धवट बसलेले. अर्धवट उभे. पायांना रग लागली. हातांना बधिरता आलेली. पण चिरंजीवला खाली ठेववेना. किती काळ गेला असा? गुदमरायला लागलं. श्वास घेता येईना. नुसती कोंडी. सलाईन संपलं. रक्ताची रिकामी बाटली स्टँडवर हेलकावे खात होती. पाण्यावर तशीच तरंगत होती. दोघांनी एकमेकांकडे केविलवाण्या नजरेने बघितलं. त्यांना कळून चुकलं. ह्यातून सुटका नाही? सात तास? की आठ तास! काळाचं भान होतं कुणाला? कधीतरी त्या चौघांपैकी कुणीतरी म्हणालं, पाणी ओसरतंय. आंबलेल्या, निथळत्या बधिर झालेल्या शरीरांची हालचाल झाली. स्ट्रेचर खांद्यावरून खाली उतरवला गेला. जेव्हा स्ट्रेचर उचलला गेला होता. तेव्हा तो एक मनुष्य होता आणि वर उतरवताना ते एक कलेवर होतं. दोघांनी तिथेच मनसोक्त रडून घेतलं.

'एक ओझं होतं मनावर.'

'कुठलं?'

'चिरंजीव पायाळू जन्मला होता. त्याला पाण्याची भीती वाटायची. म्हणूनच तर तो कधी पोहायला शिकला नाही. आपणही त्याला पाण्याचा स्पर्श होऊ दिला नाही.'

'पण तो गेला. तो मात्र पाण्यामुळेच.'

'टाहो फोडावासा वाटतोय.'

'तो आपल्याशिवाय अजून कुणालाच ऐकू जाणार नाहीये. चिरंजीवला तर नाहीच नाही.'

'निदान. ह्या पावसाला तरी?'

'बघ. ऐकू जातोय का? पण आता काय उपयोग त्याने ऐकलं तरी. उशीर झाला. खूप उशीर झाला.'

दोघंही त्यांच्याच दुनियेत त्यांच्याच विश्वात होते. दुसरं कसलंही भान त्यांना नव्हतं. चिरंजीवला त्यांनी घट्ट धरून ठेवलं होतं. मला ते दृश्य सहन होईना. ॲम्ब्युलन्सचं दार उघडून मी पायउतार झाले. गुडघाभर पाणी होतं. थोडी वाट चालले तर अगदी पुढ्यातून एक लहानसं प्रेत वाहत गेलं. मन आक्रोशत होतं. डोळ्यातलं पाणी पावसाच्या पाण्यात मिसळत होतं. सैरभैर झाले. एका गाडीत तिघं जण दिसले. मी त्यांची मदत मागण्यासाठी धाव घेतली. दार वाजवते, काचेवर हात मारते. पण 'प्रेतांना हालचाल करता येत नाही, त्यांना ऐकूही जात नाही.' ते भयाण, भीषण बघून हंबरडा फोडला. पाण्यातून स्वत:ला खेचत पुढे

गेले. चार खांदे हवे होते ते शोधत होते. चिरंजीवला घरी आणण्यासाठी.

दैनिक वर्तमान. मी एक वार्ताहर. बातमी देणं हे माझं काम. माझ्या नावाचा एक कॉलम. रोजच्या रोज तो भरला गेलाच पाहिजे. कशी सुरुवात करू? काय लिहू? माणसांनी निर्माण केलेल्या गोष्टी ज्या आज ह्या संहाराला कारणीभूत ठरल्या आणि दोष द्यायचा तो मात्र निसर्गाला? पावसाला? आता समित्या नेमल्या जातील. कारणमीमांसा होईल. सरकारच्या माथी आरोप ठोकले जातील. कुणीही विचार करणार नाही की आपणही प्रत्येक जण संहाराला कळत नकळत जबाबदार आहोत. पण वार्ताहराने त्याचं मत द्यायचं नाही. तर फक्त बातमी द्यायची. भावविरहीत. तटस्थपणे. अनेक चिरंजीव ह्या वादळाने इतस्ततः झाले, पण वार्ताहराने फक्त त्यांची माहिती द्यायची. लोकसंख्या, काळा पैसा, राजकारण, हडेलहप्पी, काहीही उच्चारायचं नाही. 'नैसर्गिक आपत्ती एवढंच सांगायचं. आणि आजच्या ह्या काळ्या छापील, रूक्ष ओळींची पानं उद्या रद्दी म्हणून विकून टाकायची.

लिही, तू वार्ताहर आहेस. सांग. किती इंच पाऊस पडला? वेधशाळेचा उद्याबद्दलचा अंदाज काय? मच्छिमारांना संदेश काय आहे? कार्यालय, शाळा, कॉलेज दोन दिवस बंद हे सर्वांना कळायला हवं.

'बांद्रा, अंधेरी, सांताक्रूझ, कुर्ला ह्या भागांमध्ये पाण्याची पातळी वाढती राहिली. अनेक ठिकाणचे दूरध्वनी बंद पडले. वीज सेवा कोलमडली.... अनुमान आहे. उद्या बुधवारीही पावसाच्या अशाच जोरदार सरी येतील. पश्चिम रेल्वे आणि मध्य रेल्वे....'

◆

सेलिब्रेशन

सलोनीची रोजच्यासारखी धावपळ, धांगडधिंगा चालू होता.

कॅथरीन चिडचिडी झाली होती. यशला त्याच्या मीटिंगकरता तातडीने बाहेर पडायचं होतं.

श्वेता तिघांचीही मर्जी सांभाळत एक एक काम उरकत होती. आणि मग घर एकदम शांत झालं.

आता राज्य श्वेताचं होतं. ती आधी दहा-पंधरा मिनिटं शांत बसून राहिली. नेहमीप्रमाणे तिने तिच्या मनाशी कामाचा आलेख आखला. आधी सर्व कपडे आवरायचे. इस्त्रीचे कपाटात हँगरला लावायचे. पारोसे मशीनमध्ये धुवायला टाकायचे. मग भांडी घासून ठेवायची. मग केरवारे, घर पुसून स्वच्छ करायचं. त्या अगोदर एक कप छानपैकी गरमागरम चहा घेतला तर?

चहा पिऊन श्वेता कामाला लागली. अगदी ठरवल्यानुसार. मधेमधे व्यत्यय येत होता. कधी फोन वाजायचा, तर कधी दाराची बेल, पण हे सर्व सरावाचं होतं. मॅडमचा फोन असेल तर त्यांचा मोबाईल नंबर द्यायचा. साहेबांचा असेल तर ते मीटिंगमध्ये आहेत असं सांगून निरोप लिहून ठेवायचा. आणि सलोनीचा फोन असेल तर तिचा मोबाईल नंबर द्यायचा. श्वेतासाठी फोनची बेल कधी वाजायचीच नाही. तिचं घर, तिचे नातेवाईक म्हणजे ही तीन माणसं.

तिघंही तसे स्वभावाला चांगले होते. पण आपआपल्या व्यवसायात मग्न! कॅथरीन समाजकार्यकर्ती होती. ती मिशनरीमध्ये जायची. तिथल्या अनाथ मुलांना शिकवायची. हवं, नको बघायची. चर्चमध्ये प्रे करायला घेऊन जायची. एका हिंदू माणसाशी लग्न करूनही तिने तिचा धर्म बदलला नव्हता. घरातलं वातावरणही असंच तर होतं. एका भिंतीवर क्रॉसवर लटकलेला येशू ख्रिस्त तर दुसऱ्या भिंतीवर गणपती बाप्पा. दिवाळीही साजरी व्हायची आणि ख्रिसमसही. कॅथरीन एकदा का सकाळी बाहेर पडली की रात्री घरी परतायची.

यशला हे आवडायचं नाही. त्याची तिच्या समाजकार्याला ना नव्हती. पण बहुतेक दिवशी संध्याकाळी तिच्या कुठल्या ना कुठल्या मैत्रिणीकडे पार्टी असायची. पार्टी-बर्थ डे, मॅरेज ॲनिव्हर्सरी किंवा कुणाचं तरी डेथ, नाहीतर भिशी तरी किंवा पत्त्यांचा अड्डा तरी! महिन्यातून एकदा हा अड्डा कॅथरीनच्या घरी बसायचा. तोकडे फ्रॉक्स घातलेल्या, भरपूर मेकअप केलेल्या श्रीमंती बायका जमायच्या. त्यादिवशी श्वेता त्यांची सरबराई करकरून थकायची. वाईनच्या बाटल्या उघडल्या जायच्या आणि सोबतीला वेफर्स, खारे काजू, कुणी कुणी सिगरेटही ओढायच्या. ह्याचा यशला राग असायचा.

यश, दिवसागणित एक एक यशाची पायरी चढत होता. त्याचा बिझनेस फैलावत होता. त्याला उसंत अशी नव्हतीच. ना रविवार, ना बँक हॉलिडे. अखंड मेहनत. कसली एवढी स्पर्धा आहे, हे काही केल्या श्वेताला समजत नसे. एवढा पैसा कमवायचा, पण त्याचा उपभोग कधी घ्यायचा? पण हे असले प्रश्न ह्या दोघांनाही कधी पडले नाहीत. दोघंही आपापल्या रन वे वरून धावत होते.

सलोनी एकुलती एक मुलगी. खरं तर यशला अजून एक मूल हवं होतं. पण कॅथरीनने साथ दिली नाही. त्यावरून दोघांमध्ये अगदी कडाक्याचं भांडण झालं.

'का नाही?' यश नाराजीने म्हणाला.

'सलोनी आहे ना? बास झालं की मग.'

'तिला निदान एक तरी भावंडं हवं. तिच्यासाठी.'

'एवढेच जर कारण असेल तर मी आणते एक लहान बाळ माझ्या मिशनरी मधून.'

'तसं तर मीही आणू शकतो, एखाद्या अनाथालयातून.'

'तू काय तुलना करतो आहेस?'

'कशाची तुलना?'

'हिंदू बेबी की ख्रिश्चन?'

'धर्माचा प्रश्न नाही आहे हां. तसं असतं तर तुझ्याशी लग्नच केलं नसतं. माझ्या घरातल्या सर्वांच्या विरोधातूनही मी तुझ्याशी लग्न करण्याचा निर्णय घेतलाच ना?'

'तसं तर मीही केलं. आपल्या दोघांनाही आपली घरं कायमची बंद झालीत.'

'तरीही तू मला आता धर्माबद्दल विचारलंसच ना?'

'तू स्टेटमेंटच तसं केलंस.'

'खरं आहे. पण त्याला कारण आहे. तू लग्न होऊनही कॅथरीनच राहिलीस. यश कामत नाही होऊ शकलीस. तुझ्या मनात आजही प्रथम मिशनरी येते. अनाथालय येत नाही. आणि प्रश्न हा नाहीच आहे. आपण दोघंही सक्षम असताना

का कुणाला दत्तक घ्यायचं? आपलंच स्वत:चं मूल तुला का नको?'

'तुझा उद्देश काय आहे? सलोनीला साथीदार हवा. तिचं स्वत:चं भावंडं तिला हवं. हो ना?'

'अर्थातच.'

'मग ते आपलं स्वत:चं असलं काय, आणि अनाथालयातून किंवा मिशनरीमधून आणलेलं असलं काय, कुठला फरक पडणार आहे?'

'कॅथरीन, तू हे काय बोलतेस? शेवटी आपलं ते आपलं.'

'टिपिकल मिडल क्लास थिंकिंग. आय डोंट अॅग्री.'

'इफ आय ॲम अ मिडिल क्लास, व्हाय डीड यू मॅरी मी?'

'या. आय वॉज इन लव्ह वुईथ यू.'

'यु वेअर? नाऊ यू डोंट?'

'डोंट टॉक रॉट?'

'सो, यू स्टील लव्ह मी?'

'अफकोर्स, आय डू. पण त्यासाठी वन मोर किड आय कान्ट?'

'व्हाय?'

'आय वॉंट टू मेंटेन माय सेल्फ.'

'ते तर तू करू शकतेसच. सलोनीच्या वेळी किती शेपलेस झाली होतीस. पण त्यानंतर? अगेन यू आर बॅक टू युवर नॉर्मल शेप.'

'त्यासाठी किती कष्ट घ्यावे लागले मला.'

'तसेच तू आताही घेऊ शकतेस.'

'पण का तू इतका मागे लागतोस माझ्या? सलोनीला आपण आपला वेळ देऊ शकत नाही आहोत. यू आर बिझी. सो इव्हन आय.'

'तू तुझं समाज कार्य बंद कर मग.'

'यू आर चेंज्ड!'

'कसं काय?'

'माझ्या ह्या कामामुळे, माझ्यातल्या ह्याच गुणांमुळे तू माझ्यावर प्रेम केलंस. मी तुला आधीच सांगितलं होतं, काहीही झालं तरी मी माझा धर्म आणि माझं हे काम सोडणार नाही. तेव्हा तू कबूल केलं होतंस. ती मिशनरीमधली मुलं माझ्याशिवाय राहूच शकणार नाहीत. आय कांट क्वीट.'

'म्हणजे मी हा अट्टहास सोडून द्यायला हवा.'

'दॅट इज दी ओन्ली वे.'

सलोनीला पाळणाघरांत सोडायचं. कामावर जायचं, येताना तिला तिथून घेऊन

घरी यायचं. एकंदरीतच सर्व धावपळ व्हायची. जसजसा यशचा बिझनेस वाढत गेला तसतसा दोघांच्या राहणीमानात फरक होत गेला. बोरीवलीमधून मजल दरमजल करत ते मलबार हिलला राहायला गेले. आलिशान फ्लॅट, संपूर्ण फ्लॅट एअर कंडिशन्ड, वॉल टू वॉल कारपेट, टेरेस गार्डन. दोघांना दोन गाड्या, दोघांचे दोन शोफर्स. यशचा शोफर होता दिनकर तर कॅथरीनचा सॅम.

उच्चभ्रू लोकांचं राहणीमानच वेगळं. त्यांची तुलना बोरीवलीशी होऊ शकत नाही. अशा लोकांमध्ये, अशा वस्तीत राहायला लागल्यामुळे बाकीच्या गरजाही वाढल्या. त्या पूर्ण करण्यासाठी अजून काम, अजून मेहनत, अजून अजून सर्व काही. श्रीमंत लोकांच्या बायका सर्वसाधारणपणे अशीच काही कामं करतात, जसं कॅथरीन करत होती. समाजसेवा तिची आवड होती. पण आता ती फॅशन झाली होती. ती ज्या उच्चभ्रू लोकांत वावरत होती, तिथे तिची ही समाजसेवा एक कौतुकाचा विषय होता.

यशला तिच्या ह्या समाजकार्याचं कौतुक वाटत नसे. आधी तो हरकून गेला होता. जेव्हा तिने तिचे समाजाबद्दलचे, त्यांच्या अडीअडचणींबद्दलचे, त्या झोपडपट्टीवासियांबद्दलचे विचार त्याला ऐकवले होते, तेव्हा ती खरंच तशी कामंही करी. जेव्हा तिचा नूर थोडा बदलत चालला तेव्हा मात्र यशने तिला टोकलंच.

'तू बरेच दिवसांत वांद्र्याच्या झोपडपट्टीत गेली नाहीस?'

'वेळच मिळत नाही रे.'

'वेळ काढायला हवास. जसा आधी काढत होतीस.'

'तेव्हा मिशनरीमध्ये नव्हते जात. आणि खरं सांगू का? झोपडपट्टी ती झोपडपट्टी. त्यांना किती वेळा काय काय शिकवलं, पण त्यांना शिकायचंच नसतं. ही ऽऽऽ पोरं! फॅमिली प्लॅनिंगवर किती भर दिला मी. पण नाहीच.'

'अडाणी-अशिक्षित लोकं आहेत. त्यांना एक गोष्ट दहा वेळा समजवावी लागते, हे तूच मला सांगितलं होतंस.'

'पण आम्ही मिशनरीमध्ये करतो ना इतर अनेक कामं. फादर जोसेफ फार छान गाईड करतात. त्यांचं स्पीच नुसतं ऐकत राहावं. अँड नॉट ओन्ली दॅट, ही बिहेव्ज द सेम वे, दॅट इज मोर इम्पॉर्टंट!'

'सो, नाऊ यू वॉंट टू वर्क ओन्ली फॉर हिम.'

'नॉट फॉर हिम. आय वॉंट टू वर्क फॉर हिज पिपल, हिज किड्स, हू आर हेल्पलेस, हू आर हॅन्डीकॅप!'

'अँड व्हॉट अबाऊट स्लॅम एरिया!'

'आय कांट वर्क ऑन मेनी फिल्डस् ॲट अ टाईम! फादर हॅज गिव्हन मी अ

डिरेक्शन. द वे.'

'हिअर यू आर. नाऊ यू वॉट टू वर्क ओन्ली फॉर मिशनरीज! फॉर कॅथलिक्स.'

'इट्स नॉट सो. बट मे बी. अँड व्हाय नॉट?'

'येस. व्हाय नॉट? तुझी समाजसेवा फक्त तुझ्या धर्मापुरती मर्यादित राहणार असेल, त्याला समाजसेवा म्हणत नाहीत.'

इतकं सगळं दोघांत घडत राहिलं आणि सलोनी मात्र एकटी पडत चालली होती. तसं काहीही न घडता बरंच घडत होतं. हळूहळू चित्रं पालटत होतं. हे पालटत जाणारं चित्रं बघायला दोघांकडेही ती नजर नव्हती.

सलोनी असेल सात आठ वर्षांची. तिला कुठल्या क्रशमध्ये ठेवणं हे कॅथरीनला योग्य वाटेनासं झालं. तसंही ह्या हाय सोसायटीत प्रत्येकाच्या घरी चोवीस तास सर्व्हंट्स होते. कॅथरीनही अशीच काही सोय व्हावी ह्यासाठी प्रयत्नशील राहिली. यशकडे इतकाही विचार करायला सवड नव्हती. शेवटी एका रात्री कॅथरीननेच विषय काढला.

'यश, आपल्याला सलोनीसाठी काहीतरी करायला हवं. तुला घरी यायला रोजच अकरा-बारा वाजतात. मीही नऊ-साडेनऊ आधी येऊ शकत नाही.'

'तू येऊ शकतेस. तुझं मिशनरीमधलं काम तर पाच वाजेपर्यंत संपतं. पुढे मात्र...'

'तेवढंच तर माझं सोशल लाइफ आहे. आय नीड इट!'

'ती गरज होऊ शकत नाही.'

'असं तुला वाटतं. तू मीटिंगच्या निमित्तानं कुठे कुठे जातोस. हॉटेलिंग तर रोजचंच आहे.'

'आय ॲम फेड्अप. मला हॉटेलचं जेवण आवडत नाही. यू नो इट.'

'बट देन ऑल्सो यू गो फॉर इट!'

'बिकॉज देअर इज नो अदर ऑल्टरनेटीव्ह. मला क्लाएंट्सना एंटरटेन करावं लागतं. तेव्हा कुठे काही बिझनेस होतो. आधी हजारो खर्च करावे लागतात, तेव्हाच लाखो दिसतात.'

'आय नो. मी काही तुला ब्लेम करत नाहीये. पण त्यामुळे आपलं लाइफ असं काही राहिलेलं नाही. देअर इज नो फॅमिली लाइफ!'

'मग? सोडून देऊ का सगळं? ॲम्बिशन पूर्ण करायची तर त्याची किंमत मोजावीच लागणार. हे सर्व सोडून दिलं तर परत बोरीवली!'

'दॅट इज नॉट पॉसिबल नाऊ.'

‘एक्झॅटली! पण स्पर्धा जबरदस्त आहे. ह्या स्पर्धेत तग धरायची असेल तर काही काळ तरी असंच चालणार.’

‘पण, सलोनी? वुई हॅव टु डू समथींग.’

‘क्रश?’

‘नको आता. तिथे काही वेगळे प्रॉब्लेम होतील. शिवाय आपल्या स्टँडर्डची मुलं नसतात तिथे. मी कुणी बाई शोधते. चोवीस तास घरात राहणारी. मेड! शी वुईल टेक केअर ऑफ हर.’

‘असं कोण मिळणार माणूस?’

‘तुला आवडणार नाही. पण फादर सांगत होते, आहे अशी एक गरजू बाई.’

‘कॅथलिक?’

‘त्याने काय फरक पडणार?’

‘निदान कॅथलिक तरी नको. ती सतत तिला ओ गॉड, ओ गॉड करायला लावेल.’

‘मग तू आण कुणी अरे देवा, अरे देवा करायला लावणारी! आय हॅव नो प्रॉब्लेम. फक्त सलोनीला तिने व्यवस्थित सांभाळलं पाहिजे.’

‘तुला एक विचारू?’

‘बाय ऑल मिन्स.’

‘तू इतर मुलांसाठी जीव पाखडतेस. तुला स्वतःच्या मुलीकरता काही करावं असं वाटत नाही?’

‘वाटतं ना! मी करते की. सकाळी तिला प्रेमाने उठवते. तयार करते. टिफीन बनवते. तिची क्रशची बॅग भरते. तिला स्कूल बसला बसवून देते. तिचं सामान क्रशमध्ये पोहोचवते. रात्री तिला घरी घेऊन येते. मग आमचं डिनर होतं. मग ती झोपते. व्हॉट एल्स?’

‘नो. नथिंग!’

‘सो. यू स्टार्ट फॉर द मिशन. आय वॉंट मेड!’

कामाच्या गडबडीत यश विसरूनच गेला होता. कॅथरीनने पुनःपुन्हा आठवण करून दिली तेव्हा त्याने दोन तीन ठिकाणी सांगून ठेवलं. पेपरला जाहिरात दिली. मध्ये काही दिवस गेले आणि दिनकर श्वेताला घेऊन आला. त्याने मॅडमची आणि साहेबांची ओळख करून दिली. तो ज्या ठिकाणी राहात होता, त्याच चाळीत ती राहायची. गरजू होती. विधवा होती. पुढे-मागे कुणी नात्यातलं नव्हतं आणि मूलबाळही नव्हतं. दहावी पास, असेल तीस-पस्तीसची.

तिला ना आगा ना पिछा हे बघून कॅथरीनने लगेचच होकार दिला. ती रजेवर

जायचा प्रश्न येणार नाही. तशी दिसायलाही साधीशीच होती. घट्ट आंबाडा, एक छोटीशी काळी टिकली, पांढरी शुभ्र लाल काठवाली कॉटनची साडी. हातात एक गाठोडं, एक पत्र्याची बॅग. होकार मिळेल ह्या खात्रीनेच जणूकाही ती तिथे आली होती.

श्वेता जाधव घरात राहायला लागली आणि हळूहळू घराचा नक्षा बदलू लागला. वस्तू जागच्याजागी मिळू लागल्या. प्रत्येक गोष्ट विचारायच्या आधी हजर होऊ लागली. तीही ते तिचं हक्काचं घर असल्यासारखी वागू, वावरू लागली. कॅथरीन, यश निश्चिंत झाले. पूर्वी थोडी तरी आई सलोनीच्या वाटेला यायची, तीही येईनाशी झाली. रात्र जागरणात जाऊ लागली म्हणून कॅथरीनची गुड मॉर्निंग आठ-साडेआठला होऊ लागली. तोपर्यंत सलोनी शाळेत पोहोचलेली असायची. रात्री फक्त 'हाय बेबी हाऊ आर यू? हाऊ वॉज द डे? व्हॉट अबाउट युवर स्टडीज? डीड यू प्रे टुडे?' असं विचारलं की संपलं.

आपलं घर काहीतरी वेगळं आहे, हे सलोनीला जाणवायला लागलं. ती मोठी होत होती. शाळेतल्या इतर मुलांच्या बोलण्यातून तिला स्वत:चं वेगळेपण जाणवायचं, खटकायचं. प्रे आणि प्रार्थना! नक्की काय करायचं? तिचा गोंधळ व्हायचा. ममीला आई म्हटलेलं आवडत नाही आणि बाबांना पपा! आई म्हणून हाक मारली की कॅथरीन तिच्याकडे फक्त एकच कटाक्ष टाकायची. तिला चूक कळून यायची. चुकून बाबांना पपा म्हटलं तर ते चिडायचेच. किती साध्या गोष्टी ह्या पण ह्या साध्या साध्या गोष्टींनीच ती वेगळी होत गेली. आधार होता तो एकच– श्वेतादी! श्वेतालाही वेदना सहन न करता आईपण मिळालं. ती सलोनीची जास्तीत जास्त काळजी घेई. तशी एकंदरीत घडी नीट बसली.

ज्या दिवशी सलोनी कुमारला घरी घेऊन आली तेव्हा श्वेताला आश्चर्य वाटलं. तिला कुमार अजिबात आवडला नाही. सलोनीने ओळख करून दिली.

'श्वेतादी, हा कुमार. आणि कुमार ही माझी श्वेतादी!'

'हाय.'

'काय करतोस तू?'

'मी कॉलेजमध्ये आहे. फर्स्ट इयर!'

'सलोनी तर शाळेत आहे. मग तुझी तिची ओळख?'

'ओ, श्वेतादी, हा माझ्याच शाळेच्या कॉलेजमध्ये आहे. कंपाऊंड एकच आहे ना! जाता येता भेटलो असेच. ओळख झाली. आमच्यासाठी कोल्ड्रींग आण ना. मी ह्याला माझी रूम दाखवते.'

'तुम्ही बसा इथेच. मी आणते.'

श्वेता कोल्ड्रींक घेऊन येईपर्यंत दोघंही सलोनीच्या रूममध्ये गेली. हॉल रिकामा होता. श्वेताला राग आला. तिने सलोनीच्या रूमचा कानोसा घेतला. दोघं खळखळून हसत होते.

किती वेळ गेला. कोल्ड्रींक्स झाली, स्नॅक्स झाले तरी ह्याचा जायचा पत्ता नाही. शेवटी श्वेताने त्याला 'आता निघ. वाजले बघ किती?' असं म्हणून पिटाळून लावलं. सलोनीला हे आवडलं नसल्याचं तिच्या चेहऱ्यावर स्पष्टपणे दिसत होतं.

'सलोनी, सलू, रागावलीस?'

'यस्.'

'हे बघ. तो कुमार मला काही चांगला मुलगा वाटला नाही.'

'तुला तो माहितीये कुठे? आजच पहिल्यांदा भेटलीस ना त्याला?'

'नजर बघूनच कळतं! त्याची नजर चांगली नाही.'

'तुझं काहीतरीच. तो तसा अजिबात नाहीये.'

'तुझं वय काय? तुला कळतं की मला? मोठं कोण आहे?'

'तूच.'

'मग ऐक माझं. तू त्याच्याशी मैत्री ठेवू नकोस.'

'ठीक आहे.'

ह्या ठीक आहे, मध्ये म्हणावा तसा जोर वाटला नाही. श्वेताला विश्वास वाटला नाही आणि तसंच झालं.

त्या दिवशी मॅडमचा दुपारी अचानक फोन आला. कुणी गेस्ट येणार होते, रात्री डिनरला. फोनवरूनच मेनू सांगितला. सर्व लागणारं सामान आणून डिनर रेडी ठेवायला सांगितलं. श्वेता मार्केटला गेली. सलोनीची शाळेतून यायची वेळ झाली होती. पण तिच्याकडे घराची चावी होती म्हणून श्वेता बाहेर पडली. हातात जड पिशव्या, खांद्यावर झोळी तिने बेल वाजवली. खूप वेळ गेला दार उघडलं गेलं नाही. शेवटी तिने पिशवी खाली ठेवली. झोळीतून पर्स काढली. पर्समधून चावी काढली. लॅच उघडलं. घरात सामसूम. सलोनी आली नाही की काय? का तिच्याकडे आज चावी नव्हती? पिशव्या किचनमध्ये ठेवून ती सलोनीच्या रूमकडे गेली आणि समोरचं दृश्य बघून थक्क झाली. कुमारने सलोनीला घट्ट पकडलं होतं. तो तिला किस करत होता. त्याचे हात... श्वेता थरथरायला लागली आणि तिने शक्य होईल तेवढ्या मोठ्यांदा सलोनीला हाक मारली. श्वेताला बघून कुमार सटकला.

किती दिवस श्वेता अस्वस्थ होती. तिला हा प्रकार मॅडमना, साहेबांना सांगायचा होता. तिने तसा प्रयत्न केला पण कुणालाच वेळ नव्हता.

तिला ह्या मोठ्या माणसांचं आश्चर्य वाटायचं. तिला सलोनीची काळजी वाटायची. पण ती आता मोठी झाली होती. तिला कावेबाजपणा चांगला जमत होता. येशूची प्रार्थना केली की ममीची पर्स सैल होते, हे ती जाणून होती. चार श्लोकांबद्दल कधी बाबांना वेळ असला तर डिस्कस केलं की बाबा खूष होतो. एके ठिकाणी मेणबत्ती जाळायची तर त्यांच्याच समोर दुसरे ठिकाणी उदबत्ती. ही कामंही श्वेताचीच. अधून मधून ह्या तिघांची. दोन विरुद्ध संस्कृतीत सलोनी वाढत गेली. संस्कार करणारं कुणी मोठं अनुभवी माणूस नाही. तिला रान मोकळं होतं.

अशा वातावरणात वाढणारी मुलं बेफाम तरी होतात किंवा एकलकोंडी तरी होतात. सलोनी बेफाम होत चालली होती. मूलबाळ नसलेल्या श्वेताला सलोनीच सर्वस्व होती. पण ती फक्त एक घरातली सर्व कामं करणारी बाईमाणूस म्हणूनच राहिली.

श्वेताला ह्या गोष्टीचं वाईट वाटायचं पण तिचाही नाइलाज होता. ह्या घराने तिला आश्रय दिला. दोन वेळचं उत्तम जेवण मिळायचं. सणावारी नवीन कपडालत्ता मिळायचा. ती जे काही करेल ते विनातक्रार जेवलं जायचं. एक प्रकारे ती मालकीणच होती. कधी पैशांचा हिशोबही विचारला जायचा नाही. हे सर्व ठीक होतं. कारण तिला मिळालेल्या स्वातंत्र्याचा तिने कधी गैरफायदा घेतला नाही. ती आपखुशीने नवनवीन तऱ्हेने घर लावायची. सजवायची अगदी टेरेस गार्डन सुद्धा! इतकं हे घर तिला तिचं वाटायचं आणि तितकीच सलोनीही.

दिवसेंदिवस श्वेताची अस्वस्थता वाढत चालली होती. नुकतीच मॅट्रिक होऊन सलोनीने कॉलेजच्या उंबरठ्यावर पाय ठेवला होता. त्या विश्वात ती रममाण झाली. इतकी की कॉलेज संपलं तरी तासन्‌तास मित्रमंडळींबरोबर कट्ट्यावर किंवा कँटिनमध्ये ती घालवायची. ज्या दिवशी सलोनी रात्री नऊ वाजता घरी आली तेव्हा मात्र श्वेता चिडली.

'काय चाललंय हे तुझं? किती वाजले? ही काय घरी यायची वेळ झाली?'

'कमॉन, डोंट शाउट. मला जेवायला वाढ.'

'काय वाढू? तुझ्या काळजीने नुसती घरभर फिरत बसले. काही करावंसं वाटलं नाही. कुठे होतीस तू?'

'आता मी काय तुला उत्तरं देत बसू? ममी, बाबांनीही कधी हे प्रश्न विचारले नाहीत मला.'

'तो त्यांचा प्रश्न आहे. पण मी विचारणार. इतकीशी होतीस तेव्हापासून

वाढवलंय तुला मी. एवढा अधिकार तर आहेच माझा तुझ्यावर.'

'डॅम इट'

'अशी बॅग फेकू नकोस. पुस्तकं आहेत त्याच्यात. विद्या आहे ती.'

'श्वेतादी, तू आता म्हातारी झालीस. कसली विद्या नि कसलं काय? ऑल हंबग!'

'असं बोलू नये. शिक्षण मिळतंय तुला तर त्याची पर्वा नाही. मला बघ. आज शिकली सवरलेली असते तर कुठल्या तरी ऑफिसात असते.'

'बट् व्हाय शूड आय वर्क? बाबाचा एवढा मोठा बिझनेस असताना? आय वील बी द ओनर लेटर ऑन. हे कॉलेज वगैरे... जस्ट टाईमपास अँड एन्जॉयमेंट! धमाल चालू असते.'

'हे चुकतंय तुझं सलोनी.'

'ए, लेक्चर नको. ऑर्डर कर हॉटेलमधून. भूक लागली.'

पाठमोऱ्या सलोनीकडे श्वेता हताश होऊन बघत राहिली. सलोनी तिची बॅग, चप्पल तिथेच टाकून तिच्या रूममध्ये गेली. श्वेताने निमूटपणे चपला कपाटात ठेवल्या. बॅग उचलली तर त्यातून सिगरेटचं पाकीट पडलं. सलोनी सिगरेट ओढायला लागली? ही हद्द झाली. मॅडमला सांगितलंच पाहिजे.

रविवार. कधी नव्हे ते घरांतली तीनही डोकी घरांतच होती. अकरा, साडे-अकरा वाजता त्यांची सकाळ उगवली. टेरेस गार्डनमध्ये मॅडम, साहेब बसलेले बघून श्वेताने धीर करून विषय काढला.

'मॅडम, साहेब, एक सांगायचं होतं.'

'बोल.'

'सलोनीला सावरायला हवं. ती वाईट वळणाला लागली.'

'म्हणजे काय?'

'परवा मला तिच्या बॅगेत सिगरेटचं पाकीट मिळालं. नंतर सगळी बॅग चेक केली, तर लायटरही होता. ती सिगरेट...'

'व्हॉट?'

'खरं सांगतेस?'

'मी कशाला खोटं बोलू?'

'कॉल हर.'

'मी नको साहेब, तुम्हीच हाक मारा. आताच उठली ती.'

'सलोनी, ए सलोनी...?'

'यस मॉम.'

‘इकडे ये.’

‘मॅडम रागावून बोलू नका हं. नुसती चौकशी करा.’

‘दॅट आय वील सी.’

‘यस मॉम.’

‘श्वेता काय सांगते?’

‘कशाबद्दल?’

‘तुझ्या बॅगेत तिला सिगरेट आणि लायटर मिळाला?’

‘नो नॉट पॉसिबल.’

‘खरं सांग.’

‘व्हेरी ट्रू! इम्पॉसिबल.’

‘काय गं श्वेता?’

‘मी काय सांगू आता? सलोनी, तू परवा रात्री नऊ वाजता घरी आलीस मी काळजी करत होते, त्यादिवशी तू तुझी बॅग हॉलमध्येच टाकून गेलीस. तेव्हा ती उचलताना सिगरेटचं पाकीट मला मिळालं. आठवतंय?’

‘हां हां बॅग तू मला माझ्या खोलीत आणून दिलीस. पण त्यात सिगरेट्स कुठे होत्या? ममी, मी कॉलेजला अभ्यास करायला जाते. टू लर्न! अँड नॉट फॉर स्मोक. हिचा काहीतरी गैरसमज झाला असेल.’

‘आय वॉज शुअर. सलोनी वोंट डू एनिथिंग रॉंग. यू मे गो.’

‘थँक्स ममी.’

एक जळजळीत कटाक्ष श्वेताकडे टाकून सलोनी निघून गेली.

‘श्वेता, तू फक्त तुझ्या कामाशी मतलब ठेव. सलोनी मोठी झालीये. तिला तिचं भलंबुरं कळतं. ह्या वयातल्या मुलांना थोडं तरी फ्रीडम द्यावं लागतं. बांधून ठेवायला गेलं तर त्याचे परिणाम उलटे होतात. आणि तिला तिचे पेरेंट्स आहेत, तिची काळजी घ्यायला. ओ. के?’

‘पण मॅडम...’

‘तू कामाला लाग. सलोनी...’

‘यस ममी?’

‘आय नो बेटा, तू काही चूक करणार नाहीस. पण रात्री नऊ वाजता घरी येणं हे मात्र बरोबर नाही.’

‘कॉलेजमध्ये गॅदरिंग होणार आहे. आम्ही एक प्ले करतो आहोत. आय ॲम देअर वुईथ वन ऑफ द लिडिंग रोल. वुई आर प्रॅक्टिसिंग डेली. सो धीस इज कॉज व्हाय आय वॉज लेट.’

‘कॉंग्रॅटस्, वुई आर हॅपी टू हिअर धीस. यश, मला वाटतं, आपण हिला

एक मोबाईल द्यायला हवा. सो शी कॅन इनफॉर्म अस अबाउट हर प्लान्स.'

'शुअर.'

'थॅंक्स बोथ ऑफ यू. अँड यू मस्ट अटेंड अवर गॅदरिंग!'

'डेफिनेटली!'

श्वेता खोटी ठरली. तिला त्याचा मनःस्ताप झाला नाही. सलोनी कशी तयार होत्ये लपवा-छपवी करण्यात, ह्याचा मनःस्ताप मात्र भरपूर होत राहिला.

मोबाईल हातात आला आणि सलोनीचं विश्व बदललं. ती अखंड फोनवरच राहू लागली. घरांतून बाहेर पडायच्या अगोदरच सर्व कार्यक्रम आखला जायचा. नुसती हुल्लड! तिच्या फोन बुक मधली एकेक नावं वाचून तर श्वेताला घाम फुटायचा. सर्व मित्रच! कुणी पंजाबी, कुणी ख्रिश्चन, तर कुणी मुसलमान सुद्धा! आणि मेसेजेस? बाप रे! सलोनी अंघोळीला गेली की श्वेता तिचा मोबाईल चेक करायची. मेसेजेसमधली घाणेरडी चित्रं बघून तर ती हबकूनच गेली. मॅडमना विश्वास नाही, तर निदान साहेबांना तरी हे सांगायलाच हवं. श्वेताने तसा निश्चय केला. ती जायला निघणार तो अचानक सलोनी तिच्या मित्रमंडळींबरोबर घरी धडकली.

हॉलमध्ये नुसता धिंगाणा चालू झाला. मोठ्ठ्या आवाजात डेकवर इंग्लिश गाणी सुरू झाली. स्नॅक्सची ऑर्डर दिली गेली.

'श्वेतादी, खायला कर. एकदम मस्त पाहिजे. खारवलेले काजू दे. वेफर्स, बॉईल्ड एग्ज, एकदम फास्ट. वुई वॉंट टू एंजॉय'

'ए, तिला इंग्लिश काय कळणार!'

'डोंट बी अंडर रॉंग इंम्प्रेशन. शी कॅन टॉक इन इंग्लिश. माझ्या बाबाची मेहरबानी! तिला त्याचे मेसेजेस घेता आले पाहिजेत म्हणून त्याने हिला रॅपिड इंग्लिश बुक आणून दिलं. तसा हिलाही आमच्याकडे आरामच असतो. शिकल्या बाईसाहेब. आता तर ती इंग्लिश न्यूज पेपरसुद्धा न अडखळता वाचते.'

'माय गॉड!'

'यस्. सो देअर इज नो प्रायव्हसी हिअर! तुम्ही जे जे बोलाल, ते ते तिला कळतं. बी केअरफूल.'

सर्व धिंगाणा संध्याकाळी संपला. श्वेता खरकटं काढत होती. बिअरच्या बाटल्या गोळा करत होती. बिअर इज अ वॉटर. फॉरेनला तर बिअर पाण्यासारखी, पाण्याऐवजी पितात. नथिंग रॉंग! सो इथेही ते चुकीचं कसं असेल? उद्या साहेबांना

ऑफिसमध्ये गाठलंच पाहिजे.

श्वेता साहेबांच्या ऑफिसात पोहोचली. आलिशान बिल्डिंग! रिसेप्शन काउंटर, वेटिंग हॉल, सुरेख पिक्चर्स, सुंदर रंगसंगती. ती जरा बिचकलीच. तिने रिसेप्शन काउंटरवरच्या मुलीला यशला भेटण्याबाबत सांगितलं.

श्वेताला ऑफिसमध्ये बघून यश चक्रावला. कपाळावर जाळं तयार झालं.

'काय काम आहे! इथे का आलीस?'

'साहेब, मला जरा बोलायचंय. सलोनी...'

'ओफ्, त्यासाठी तू इथे आलीस? सलोनीबद्दल बोलायला? ही घरची मॅटर आहे तिथेच बोलू. कांट यू सी, आय एम बिझी?'

'पण हे जास्त महत्त्वाचं आहे.'

'बोल.'

श्वेताने थोडक्यात मोबाईल मेसेजेसची कल्पना दिली. बिअर पार्टीबद्दलही सांगितलं.

'ठीक, रात्री बोलू घरी. तू जा आता.'

मोठ्या मुष्किलीने यश रात्री साडेदहा वाजता घरी पोहोचला. कॅथरीन-सलोनीला आश्चर्य वाटलं.

'आज लवकर?'

'यावं लागलं.'

'पण तुझी तर मीटिंग होती सिंघानीयाबरोबर!'

'कॅन्सल केली.'

'एवढं काय महत्त्वाचं होतं, की तू मीटिंग कॅन्सल केलीस?'

'जरा बसू आधी? फ्रेश तरी होऊन येतो. बोलू.'

श्वेताला धडधडायला लागलं.

'श्वेता, बाहेर ये. हं. ही आज माझ्या ऑफिसात आली होती.'

'कशाला?'

'सांगतो. सलोनी तुझा मोबाईल घेऊन ये.'

'त्यात काय बघायचं आहे?'

'सांगतो. तू आण तर!'

'आणते. चार्जिंगला लावलाय. बॅटरी डाऊन आहे.'

'हं घ्या.'

'श्वेता, तू म्हणालीस, त्याप्रमाणे ह्यात तर काहीच नाहीये.'

'काय म्हणाली श्वेता?'

'काय सांगितलं श्वेतादीने तुम्हांला?'

'तिने तुझे मेसेजेस बघितले. त्यात काही अश्लिल मेसेजेस होते.'

'ही हाइट झाली. माझ्या गोष्टी ही चोरून बघते? धीस कॅन नॉट बी डन. आणि दाखवा ना मेजेसेज. आहेत का?'

'तू डिलिट केले असशील.'

'मला स्वप्न पडलं होतं का, की तुम्ही आज माझा मोबाईल चेक करणार आहात म्हणून?'

'तू परवा घरांत मित्रांबरोबर बिअर घेतलीस?'

'जस्ट फॉर द फन. वन बिअर अँड फाइव्ह ऑफ अस. त्याला पिणं म्हणतात का? ममी सेज, बिअर इज अ किड्स ड्रिंक, जस्ट वॉटर.'

'श्वेता, काय म्हणतेस आता?'

'साहेब, विश्वास ठेवा माझ्यावर. सलोनी मला माझ्या मुलीप्रमाणे आहे. तिला मी माझीच मुलगी म्हणून पाहते. तिला कुणी चुकीच्या मार्गावर नेतंय, मी बघते ना रोज. मला नाही सहन होत. तुम्हाला कामामुळे वेळ मिळत नाही. पण ही माझी जबाबदारी आहे तुम्हांला वेळोवेळी सावध करण्याची. सावध व्हा. तिला सांभाळा. तिला योग्य-अयोग्य दाखवा. मी तिची तक्रार नाहीये हो करत. उलट काळजीने सांगते.'

'तू जे काही सांगतेस तसं तर ती काही करताना दिसत नाही.'

'सलोनी, यू टेल मी, व्हॉट इज द मॅटर?'

'मॉम, आय डोंट नो. व्हाय श्वेतादी सेईंग सो दॅट आय रिअली कांट अंडरस्टँड. इज शी जेलस?'

'जेलस फॉर व्हॉट सलू? व्हाय शूड आय?'

'बिकॉज, यू आर अलोन. नो वन इज देअर फॉर यू. हे घर आणि आम्ही तिघं एवढेच तुझे ओळखीचे. मॉम-बाबाबद्दल तू काही बोलू शकत नाहीस. राहता राहिले मी. तू बुड्ढी होत चाललीयेस, काहीतरी रिकाम्या वेळेत इमॅजीन करत राहतेस. मग तुला ते इमॅजिनेशनच रिअल वाटतं. तू तक्रार करत राहतेस. प्लीज फॉर गॉड सेक लिव्ह मी अलोन. मॉम ही माझ्या रूममध्ये आलेली मला चालणार नाही. ऑर जस्ट आस्क हर टू लिव्ह द हाऊस.'

'श्वेता का करतेस तू असं?'

'चुकले मॅडम. चुकले. पाहिजे तर जाते सोडून. सलूला मी नको वाटते ना!'

'नो वेज. तू राहा इथेच. आम्हांला तुझी सवय झालीये. आणि तू आता जाणार

तरी कुठे? यू आर अ पार्ट ऑफ धीस हाऊस.'

'सलोनी फरगेट इट. तिने तुला लहानपणापासून सांभाळलंय. गेली तेरा वर्षे ती ह्या घरात आहे. चुकतात माणसं.'

'ठीक. पण ह्यापुढे तिने माझ्या पर्सनल गोष्टीत लक्ष घालायचं नाही.'

श्वेताने खरंच लक्ष घालणं सोडून दिलं, ती फक्त लक्ष ठेवून होती. वर्ष सरत होती. सलोनी बदलत होती. श्वेता मूक होती.

आज सकाळी सलोनीची रोजच्यासारखी धावपळ चालू होती. कॅथरीनला लवकरच चर्चमध्ये जायचं होतं म्हणून ती चिडचिडी झाली होती. यशलाही मीटिंग गाठायची होती.

चहा घेऊन, कामाच्या मनांतल्या मनांत आखलेल्या आलेखानुसार श्वेता कामाला लागली. एक एक करून तिने सर्व पसारा आवरला. ही दुपारची वेळ. तिची हक्काची! सवयीप्रमाणे स्नान करून तिने गणपतीच्या तसबीरीपुढे दिवा लावला, उदबत्ती लावली, हार घातला. येशूच्या तसबीरीवर लावलेला खोट्या प्लॅस्टिकच्या फुलांचा हार ओल्या फडक्याने पुसला. मेणबत्ती पेटवली. दोन्ही तसबीरींना नमस्कार केला. सलोनीने हजार वेळा तरी शिकवलं असेल. गुडघ्यावर बसून क्रॉस करायला, पण श्वेताला कधी ते जमलं नाही. ते तिचं त्यावेळचं गोजिरवाणं रूप आजही तिच्या डोळ्यांसमोर तरळतं. ती निरागसता कुठे शोधायची आता? तीळ तीळ जीव तुटतो पोरीसाठी पण तिला आता आपली अडचण व्हायला लागली हे श्वेता जाणून होती.

तिच्याही नकळत तिने एक लांब सुस्कारा सोडला. तिचा बटवा घेऊन ती हॉलमध्ये येऊन बसली. चष्मा काढला आणि पेपर वाचायला घेतले. घरात तीन माणसं आणि पेपर केवढे? महाराष्ट्र टाइम्स, लोकसत्ता, टाइम्स ऑफ इंडिया, इंडियन एक्सप्रेस, सामना, फिल्मफेअर मासिक, स्क्रीन, यादीच यादी. पेपरची घडीही मोडली जायची नाही. रद्दीचे पैसे मात्र भरपूर मिळायचे. संपूर्ण दुपार एक एक पेपर वाचण्यात सरायची. काय एक एक बातम्या! पण येऊन जाऊन प्रत्येक पेपरमध्ये तेच ते. राजकारण, कुठे खून, कुठे दरोडा, तर कुठे फसवणुकीच्या बातम्या.

पेपर वाचता वाचता एका बातमीवर श्वेता अडखळली. हेडींग होतं, 'वेलकम टू द वर्ल्ड ऑफ एड्स...'

वाचता वाचता ती थक्क झाली. दु:ख, चीड, थरथर, मिश्र भावना! डोळ्यातून पाणी कधी ओघळायला लागलं हे तिचं तिलाच कळलं नाही. तिला तिचा नवरा आठवला. एड्सग्रस्त. त्याची झालेली दैना. चाळीतल्या लोकांनी दिलेली वागणूक.

तिची असहाय्यता. सर्व नातेवाईकांनी पाठ फिरवली. एक काळ असा होता की त्याला मान होता. त्याच्या सांगण्यानुसार घरातील माणसं वागायची. कंपनीतही त्याचं वर्चस्व होतं. कामगारांचा लिडर होता. काय झालं असं अचानक? कळलंही नाही. कधी त्याला बाहेरचा नाद लागला? का लागला? मूल होऊ शकलं नाही म्हणून? झालंही असतं. जरा वाट बघितली असती तर? पण नशिबाचे भोग होते. अगदी पिचून पिचून मेला. मरेपर्यंत त्याला आशा होती जगण्याची. कुणी येतील, विचारपूस करतील. पण सताड उघडं राहणारं दार कधी कुणाची सावलीसुद्धा दाखवू शकलं नाही. तिला तिचा भूतकाळ गदगदून गेला. तो मेल्यानंतर चाळीतल्या लोकांनी तिचं तिथे राहाणं नकोसं करून सोडलं होतं. घर मालकानं खोली सोडायला सांगितली होती. एखाद्या अस्पृश्य व्यक्तीला जसं वागावलं जायचं तसं तिला वागवलं गेलं. दिनकरची बायको तिची मैत्रीण होती. पण तिची इच्छा असूनही ती श्वेताची सोबत संगत करू शकली नाही, समाजाच्या भीतीने. जेव्हा दिनकरने ह्या घराबद्दल, नोकरीबद्दल सांगितलं तेव्हा क्षणाचाही विचार न करता तिने होकार दिला. नकार देण्याची काही ताकदच नव्हती. मराठा स्त्री, पिढ्यान् पिढ्या तिच्या घराण्यातल्या बायकांनी उंबरठा ओलांडला नाही नोकरी-चाकरी- करिता. खानदानी, कडवे मराठा होते ते. आणि तिच्यावर मात्र प्रसंग आला तो दुसऱ्या घरची धुणी भांडी करण्याचा, उष्टं खरकटं साफ करण्याचा. गरजवंताला अक्कल नसते आणि पर्यायही नसतो. त्यातही एकच गोष्ट चांगली घडली ती म्हणजे तिला दिनकरच्याच साहेबांकडे नोकरी मिळाली. घर मिळालं, आसरा मिळाला.

आताही ही बातमी वाचताना तिचा थरकाप झाला. ह्याच रोगाने तिचं आयुष्य बदललं, तिला आश्रित केलं. कणाकणाने झिजत झिजत मरणारा तिचा नवरा, पश्चात्ताप करत गळा काढून रडणारा तिचा नवरा तिच्यासमोर उभा राहिला.

समाज, नीतिमत्ता, संस्कार, विश्वास, प्रेम, माया सर्व व्यर्थ! सत्य एकच शारीरिक भूक. त्यातही नावीन्य हवं. पाच टिकल्या फेकल्या तर हे नावीन्य कुठेही मिळतं. पण ह्या मुलीला हे असं का करावंसं वाटलं असेल?

कॉलेजात जाणारी. चांगल्या घराण्यातली. तिच्याच कॉलेजमधल्या एका मुलाला तिने फसवावं? तो तर बिचारा तिच्यावर प्रेम करत होता. तिने त्याला भुरळ पाडली. त्याच्या खऱ्या प्रेमाशी तिने मात्र प्रेमाचं नाटक करून बेईमानी केली. ती त्याला चक्क एका हॉटेलमध्ये घेऊन गेली. रात्रं जागवली. तो धन्य धन्य झाला असणार. जेव्हा सकाळी त्याला जाग आली, तेव्हा ती खोलीत नव्हतीच. बाथरूममध्येही नव्हती. तेव्हा त्याला किती आश्चर्य वाटलं असेल? किती एकाकी झाला असेल. जेव्हा तो तयार होऊन निघाला तेव्हा त्या खोलीच्या दाराला आतल्या बाजूने मोठ्ठ्या अक्षरात चिट्ठी लावलेली दिसली. 'वेलकम टू वर्ल्ड ऑफ एड्स' काय

झालं असेल त्याचं त्याक्षणी? कोसळलाच असेल. पश्चात्ताप, प्रेमाचा अपमान, भावनांचा चोळामोळा आणि एक असाध्य रोग. लाजवणारा, समाजात अपमानित करणारा, तिरस्करणीय. ही अवहेलना घेऊन तो जगू शकेल? प्रेमात केलेली घोडचूक त्याला जिवंत ठेवील? प्रेमाचा हा मोबदला? का तोही आता असंच करेल? कुणा दुसऱ्या पोरीला नादी लावेल. एक तशीच खोली, तशीच एक रात्र आणि तशीच एक चिठ्ठी हॉटेलच्या खोलीतल्या दारावर. आतल्या बाजूने... ही तर एक न संपणारी मालिकाच! बाप रे. जपायला हवं, सलोनीला जपायला हवं. ती ज्या मित्रांमध्ये असते, ती मुलं चांगली नाहीयेत. तीन चार दिवसांपूर्वी ती पुन्हा रात्री उशिराने आली होती. तिचं हे उशिरा येणं हल्ली खूप वाढत चाललंय. तिला अडवायला हवं. पुन्हा लहानपणासारखं कुशीत घ्यायला हवं. पोरी गं, जग चांगलं नाही. तू एकुलती एक, एका श्रीमंत बापाची मुलगी! जग फसवेल तुला, तुझा पैसा त्यांना हवा असणार. सर्व थांबायला हवं हे, उशीर होण्याआधी...

लॅच की चा आवाज आला. दार उघडलं गेलं. सलोनीला इतक्या लवकर घरी आलेलं बघून श्वेताला बरं वाटलं. ती एकटी नव्हती. बरोबर पाच-सात टाळकी होतीच. श्वेताला वाटलं, ‘हरकत नाही. येऊ देत. ह्या छताखाली ती सुखरूप आहे. माझं लक्ष राहील तिच्यावर.’

‘श्वेतादी, खायला आण. ड्रिंक्सही.’

श्वेताने शब्द उच्चारला नाही. सर्व वर्तमानपत्रं आवरून ठेवली आणि ती किचनमध्ये गेली.

गाण्यांचे आवाज, त्या आवाजाच्या बरोबरीने शरीरं हलायला लागली. जोक्स, टाळ्या देणं-घेणं, कंबरेत हात गुंफले, पावलं थिरकायला लागली.

श्वेता स्नॅक्स घेऊन हॉलमध्ये गेली. सर्वजण अधाशीपणे तुटून पडले. खाणं-पिणं, संगीत एकच धमाल. हास्याचे फवारेच्या फवारे उडत होते. श्वेता एकसारखी रिकाम्या झालेल्या डिशेस भरत होती.

‘ए साल्या, हळू खा. आम्हांला पण भूक लागलीये ना.’

‘ए भिकारी, तू भीक माग, मी देतो मग तुला खायला.’

‘तुझ्या बापाचं घर आहे काय रे? हॅ हॅ...

‘अरे यार. छोड ना. यस बेबी. स्विटी पाय.’

‘यस्. टप्पोरी बोल..’

‘अरे यार बोल ना, क्या हुआ?’

‘मी जाणार आणि काम होणार नाही?’

‘म्हणजे तू त्याला उल्लू बनवलंस?’

'येस्.'

'सो नाऊ कमॉन. वुई मस्ट सेलिब्रेट.'

मोठ्ठा हशा झाला.

'वेट वेट. म्हणजे तू आधी काय केलंस? कमॉन वुई वॉंट टू नो स्टेप बाय स्टेप.'

'यडचप होता रे. ही वॉज रियली इन लव्ह विथ मी. सो, आय ॲक्सेप्टेड. त्याला म्हटलं, 'राजा, मला तुझा विरह आता सहन होत नाही. निदान एकदा तरी तुझ्या कुशीत शांत पडून राहायचं आहे. सोन्या, एक रात्र दे रे. मी धन्य धन्य होईन.' ब्लडी इडियट, लगेच हो म्हणाला. अँड देन वन नाइट, अवर रेग्युलर हॉटेल, सेम रूम. इडियटला बारा वाजेपर्यंत खेळवलं आणि नंतर तो असला पेटला, असला पेटला, पुढे काय? तो झोपला कधी त्याचं त्यालाच कळलं नसेल. हॉटेलचंच रायटींग पॅड होतं. कागद फाडला आणि मोठ्या अक्षरात लिहून ठेवलं, वेलकम टू द वर्ल्ड ऑफ एड्स...'

हास्याचं कारंजं उसळलं आणि उसळतच राहिलं. आणखीन... आणखीन...! आवाज येत राहिले. लेट्स सेलिब्रेट, लेट्स सेलिब्रेट.

◆

भातुकलीचा खेळ

'कशी आहेस?'

'कशी दिसत्येय?'

'पूर्वी दिसायचीस तशीच, अगदी छान!'

....

'हसलीस का?'

'तू चक्क खोटं बोलतो आहेस.'

'अजिबात नाही.'

'मग तुझ्या नजरेत काहीतरी बिघाड झालाय.'

'साफ चूक!'

'राहू दे हा विषय.'

'नाही. मला कंटिन्यू करायचा आहे. तूच तर विचारलंस, 'कशी दिसत्येय?' माझ्या त्यावरच्या उत्तराची सांगड तू रूपाशी घातलीस. मी काही वेगळंच म्हणत होतो.'

'सांग ना!'

'तुला आठवते आपली शेवटची भेट!'

'हो. ती कशी विसरेन?'

'मी टाहो फोडत होतो, राणी, आपण नेहमी भेटलं पाहिजे. असं वारंवार म्हणत होतो.'

'आणि मी तुला थांबवलं होतं.'

'ती आपली शेवटची भेट. मीही शहाण्या मुलासारखा थांबलो म्हणून! तसं बघायला गेलं तर माझ्या हातात काहीच नव्हतं. तुझा निर्णय शिरसावंद्य मानायलाच हवा होता.'

'रागावला होतास का रे तेव्हा?'

'राग? आणि तुझा? राणी रागावणं तर मला ह्या क्षणापर्यंत जमलं नाही आणि पुढेही जमणार नाही.'

'मग काय वाटलं होतं तेव्हा!'

'खूप काही.'

'सांगतोस!'

'आता इतक्या वर्षांनंतर?'

'तेव्हा हे सर्व विचारायला अवधीच नव्हता.'

'सांगू शकतो. पण त्यावेळची तीव्रता, त्या भावना आता शब्दात सांगता येणं कठीण आहे. मधे बराच काळ लोटलाय. सल गेलाय असं नाही पण बोथट झालाय. काळाने त्याची वेदना कमी केली. किंवा संपूर्ण नाहीशी केली असं म्हणायलाही हरकत नाही. पण ठीक आहे. जातो तुझ्यासाठी त्या काळात.'

'त्रास होतोय का तुला?'

'नाही गं! आता त्या घटनेकडे त्रयस्थ होऊन बघता येतंय मला. आपण दोघंही तेव्हा तसे एकटेच होतो. मी अतिश्रीमंत, तरीही भिकारी होतो. मला माणसं हवी होती, सखी हवी होती, माझ्यातल्या माणसाला जपणारी. स्वप्नं समजून घेणारी, साथ देणारी. तुझीही अवस्था काही वेगळी नव्हती.'

'ती तर अजूनही तशीच आहे... चमकलास?'

'जरासा-'

'काय अपेक्षित होतं तुला?'

'निदान असा आविर्भाव तर नक्कीच नाही.'

'असा म्हणजे? उदास?'

'हो. कारण मला माहीत असलेली राणी वेगळी आहे.'

'किती वर्षांपूर्वीची!'

'पंधरा-सोळा!'

'जास्त.'

'वीस-एक.'

'बरोबर. एवढ्या काळात माणसं बदलतात.'

'शैलेश बदलला का गं?'

'.....'

'गप्प का?'

'तुझ्या ह्या प्रश्नावर मी काय उत्तर देऊ?'

'म्हणजे शैलेश अजूनही तसाच आहे. हो ना?'

'नाइलाजाने हो म्हणावं लागतंय उदय. माणसं बदलतात असं मी म्हणते पण

हे फक्त माझ्या पुरतंच मर्यादित आहे. कारण बिझनेसमन बदलत नाही. तू बिझनेसमन असायच्या अगोदर माणूस होतास आणि आहेस म्हणूनच तर आपली भेट आणि त्यानंतर ओळख, मैत्री वाढत गेली. तूही जर फक्त बिझनेसमन असतास तर मी तुझ्यासाठी कोरीव काम केलेलं निळसर रंगाचं ते लेटरहेड वापरलंच नसतं.'

'पण तेव्हा तर आपली काहीच ओळख नव्हती. मी कोण? कुठला?'

'माणसं पारखता येतात मला उदय.'

'मान्य! म्हणजे माझ्याशी मैत्री केलीस म्हणून नाही म्हणत आहे. पण ओळख झाल्यानंतरचे सर्व प्रसंग आजही जसेच्या तसे डोळ्यांसमोर आहेत.'

'खरंच?'

'खोटं का वाटावं तुला?'

'तसं नाही रे. मी तुझ्या इतकी लक्षात राहिले, म्हणून जरा वेगळं वाटलं.'

'तुला विसरता येणं शक्यच नाही राणी.'

'बास झालं माझं कौतुक! उदय तुला तुझे ते फोटो आठवतात का रे?'

'हो ऽ ऽ ऽ! तो येडचापपणा मी विसरेन का?'

'असं नको म्हणूस. माणूस स्वत:च्या प्रश्नांना काही ना काही उत्तर शोधत असतो. तू तुझ्या पद्धतीने तुझे प्रश्न सोडवत होतास. मीही काही वेगळं केलं नाही. आणि कितीही उत्तर शोधा, प्रश्न जसे आहेत तसेच राहतात.'

'राणी...'

'असा एकसारखा चमकू नकोस बाबा. जी उत्तरं आपण शोधतो ती एक तडजोड असते. जशी तू केली होतीस. तुझे वेगवेगळ्या मेकअपमधले फोटो काढून घेतले होतेस. हमालाच्या वेशातला तर हातगाडीवाल्याच्या वेशातला...'

'काय गंमत सांगू तुला तेव्हाची. दिवस न् दिवस राबायचो...'

'का पण?'

'ह्या का ला तसं काही उत्तर नाही. मी तुला सांगितलं होतं ना. आय वॉज बॉर्न विथ सिल्व्हर स्पून इन द माउथ...'

'तुझा तो एक खटकलेला शब्द विसरलास?'

'नाही. 'अनफॉर्च्युनेटली.. आय वॉज बॉर्न... तूही नाही ना विसरलीस?'

'श्रीमंतीचं दु:ख होणारा पहिलाच मानव बघितला होता ना मी! तुझ्यासारख्या माणसासारखं असावं असं प्रत्येक व्यक्तीला वाटावं अशी तुझी श्रीमंती!'

'म्हणूनच तर नाखूष होतो. तुला मी म्हटलं होतं, मागच्या पिढीने पुढच्या पिढीकरता विल करताना सर्वस्व द्यावं पण गुडविल मात्र ज्याचं त्याच्यावरच सोपवावं.'

'हो. तेही तुला रेडिमेड मिळालं म्हणून तू नाराज होतास.'

'ते वयही तसं होतं. स्वत:बद्दल खात्री होती. जिद्द होती. हुशारी, कल्पकताही होती. हे सर्व मला सिद्ध करायचं होतं. स्वबळावर. पण तशी संधी मिळाली नाही. शून्यातून निर्मिती व्हायला हवी होती म्हणजे त्या शून्याची किंमतही कळते आणि लाख कोटीचीही! पण मला ही संधी मिळाली नाही. मग माझं कर्तृत्व सिद्ध करण्यासाठी एकच मार्ग मोकळा राहिला. जे काही आहे ते टिकवण्याचा आणि त्यातच जास्त जास्त भर घालण्याचा. हे म्हणजे अवाढव्य सागरात मी बादली बादली पाणी ओतल्यासारखं चाललं होतं. त्याची कुणाला काय तमा? मला हवं होतं...'

'माहीत आहे तुला हवा होता दुष्काळग्रस्त भूभाग. थेंब थेंब जमा करायचा होता. असे असंख्य थेंब एकवटून त्या भूभागावर एक ओघळ ओघळावयाचा होता. त्याचाच पुढे पाट व्हायला हवा होता आणि नंतर तर तू धबधबाच बरसवणार होतास.'

'अगदी अगदी मनातलं बोललीस राणी. मघाशी तुला म्हटलं ना. 'तू छान दिसत्येस!' ह्याच अर्थानं. सगुण साकाराकडून निर्गुण निराकाराकडे मला नेणारी तूच होतीस. रूपापलीकडे जेव्हा दिसायला लागलं तेव्हाच मैत्रीची वीण घट्ट झाली. हो ना?'

'हो. पण आज तुला एक सांगावंसं वाटतं.'

'सांग ना! त्यासाठीच तर आपण आज इतक्या वर्षांनंतर भेटत आहोत.'

'तू तेव्हा एक म्हणाला होतास, जे आजही म्हणतो आहेस. तुला शून्यातून सर्व निर्माण करायचं होतं. तुझ्या सहचारिणीला त्याची जाणीव असावी अशी तुझी इच्छा होती. हा एक तऱ्हेचा अहंकारच झाला. पुरुषत्व सिद्ध करायला वाव हवा होता म्हणजे त्या अहंकाराला खतपाणी मिळालं असतं.'

'तसंही असेल.'

'मला वाटतं, तसंच आहे.'

'केवळ माझ्या त्या एका अपेक्षेमुळे मी स्वार्थी, अहंकारी ठरलो का?'

'स्वार्थी? अजिबात नाही. अहंकारी तुला मी म्हणते कारण तुला तुझं एकट्याचं असं कर्तृत्व दाखवावंसं वाटत राहिलं. त्याची नोंद व्हावी ही अपेक्षा ठेवत आलास.'

'त्या वयाला ही अपेक्षा साजेशी नव्हती का? इथे पुरुष अथवा स्त्री हा भेदभाव नाहीये राणी. कुठलीही कर्तबगार, ध्येय असणारी व्यक्ती ही अपेक्षा ठेवणारच. त्याशिवाय प्रगती नाही.'

'मग ते सर्व फोटो?'

'तुला मागेच सांगितलं होतं मी. स्वप्न जपत होतो. त्या हाय सोसायटीतल्या खोट्या खोट्या आपुलकीने, प्रेमाच्या नाटकाने मन उद्विग्न होत होतं. मला केवळ

माझ्यासाठी, असणारी अशी व्यक्ती हवी होती. जी मला माझ्या ध्येयासाठी, माझ्यातल्या कर्तबगारीसाठी कौतुकाने माझ्या पाठी उभी राहील. जिला माझ्या पिढीजात श्रीमंतीची ओढ नसेल अशी.

एखादा नट, कलाकार कसं अगदी गरिबीतलं जीवन जगतो, संघर्ष करतो, यश मिळवतो असं, चित्रपटातलं आयुष्य जगतो, तसं काहीतरी मी करत होतो. ह्या नटांचं बरं असतं, ते एकाच वेळेला सगळ्या तऱ्हेची आयुष्य जगू शकतात. प्रेक्षकांनाही माहीत असतं, की वास्तवात हे नट गर्भश्रीमंत आहेत. भिकाऱ्याचं काम करण्याकरिता मर्सिडीजमधून सेटवर पोहोचतात. तरीही त्या चित्रपटांपुरतं सर्व प्रेक्षक त्या नटाला भिकारीच समजतात. माझे ते फोटो ह्याच स्वरूपाचे होते. त्या त्या मेकअपमध्ये मी हमाल होतो, पण तसाच मी मनातूनही त्याक्षणी हमालच झालो होतो. तसाच गाडीवाला, तसाच रसवालाही. ते सर्व क्षणभंगूरच होतं, पण ते माझ्यासाठी ते ते क्षण जिवंत करून गेलं.'

'आणि मी तुला ते सर्व फाडून टाकायला सांगितलं. राजाच्या नावाखाली.'

'सांगितलंस, पण तेही माझ्या भल्यासाठीच ना? विचार तुझेच होते, पण राजा अवतरला तिथे! मी मग तुझ्या राजाचा शोध घ्यायला लागलो.'

'आणि तो भेटलाच नाही. कसा भेटणार! प्रत्यक्षात नसलेली गोष्ट कधी भेटू शकते का?'

'काय गंमत आहे गं ही! तू मला माझ्या स्वप्नांना फाडून फेकून द्यायला लावलंस. आणि तू वेगळं काय करत होतीस?'

'माझ्याजवळ ह्याचं उत्तर नाही.'

'पण माझ्याजवळ आहे. तूही तेच करत होतीस, जे मी करत होतो.'

'उदय...'

'खरं आहे हे. मी माझी स्वप्नं फोटोंच्या रूपांतून जपत होतो. आणि तू खेळ खेळत होतीस. चालता बोलता खेळ! तुला हवं तेव्हा तुझा सखा होणारा. मूल होणारा, प्रियकरही होणारा आणि वेळप्रसंगी वडीलही होणारा तुझा राजा. तुझं भांडण, रडणं, हसणं, सुखी होणं आणि दुकटं होणंही तुझ्यावरच अवलंबून! सर्व सारिपाट तुझाच. हरलीस तरी जिंकणारी तुझी खेळी. मी काही क्षणच घालवले त्या स्वप्नात, पण तू तर संपूर्ण आयुष्य घालवलंस, आता सांग खेळ जास्त कोण खेळलं? तू की मी?'

'जाऊ दे ना ते जुने विषय! आज इतक्या वर्षांनंतर भेटल्यावर हिशोब द्यायचेत का एकमेकांना?'

'कोण कुणाला हिशोब मागतंय राणी? तुला त्या काळात फिरून यावंसं वाटलं. मलाही साथ द्यावीशी वाटली. शेवटी कुठेतरी माणसाला एक मोजमाप

हवंच असतं, काय हरवलं, नि काय मिळवलं?'

'हरवल्याची संख्या मिळवलेल्या संख्येपेक्षा जर कमी असेल तर आयुष्य यशस्वीरित्या जगलो असं म्हणायचं का?'

'अर्थातच!'

'हे मोजमाप कसं होणार?'

'प्रत्येकाची मापं वेगवेगळी आहेत. जे तुझं माप आहे, तेच माझ्यासाठी असेल असं नाही. शिवाय कुठल्या घटनांना यश समजायचं आणि कुठल्या घटनांना अपयश समजायचं, ह्यालाही काही मोजपट्टी नाही. वाईटातून जर चांगलं घेता आलं तर यशच यश.'

'उदय! खूप बदललास. मला तो सैरभैर झालेला उदय आठवतो. सर्व स्वप्न फाडून टाकल्यानंतर ते कपटे हवेवर तरंगत तरंगत जमिनीवर पडताना बघून हलका फुलका झालेला, जो गगन भरारी घेतोय असं वाटावं इतका मोकळा झालेला उदय आठवतोय. राजाला भेटण्यासाठी तगमगणारा... तोही आठवतोय.'

'आणि त्यानंतरचं नाही आठवत?'

'आठवतं.'

'मला वाटतं तीच आपली शेवटची भेट होती.'

'हो.'

'का केलंस तू तेव्हा तसं?'

'तुला माहीत्येय ते.'

'तुला भीती वाटत होती?'

'कसली?'

'तुझा राजा प्रत्यक्षात येऊ घातला होता- त्याची?'

'कुठे हरवलास रे नंतर?'

'हे माझ्या प्रश्नाचं उत्तर नाही राणी!'

'हे माझ्याही प्रश्नाचं उत्तर नाही.'

'ठीक! नको सांगूस. मी मग तुझ्या घरातून बाहेर पडलो. मला अजूनही आठवतं तुझं घर!'

'घराची मांडणी तुला खूप आवडली होती.'

'तीही राजाचीच कल्पकता!'

'सोड ना रे ते सर्व. त्या घरात नंतर तीन चारच महिने होते मी. शैलेशने नवीन फ्लॅट घेतलाच. तो फ्लॅट ऑफिसपासून इतका दूर होता की जायला यायलाच दोन-दोन तास लागायचे. गाडीने अजूनही जास्त वेळ लागायचा. शेवटी मी ती नोकरीच सोडून दिली. तूही त्या सहा-सात महिन्यांत कधी आला नाहीस. सुरुवाती-

सुरुवातीला नकळत वाट बघत असायची. पण मग त्या न येण्याचीही सवय झाली. राजाची संगत अजूनच वाढली. पण तुझ्याबद्दल खास असं काहीच कळलं नाही.'

'माझं खास असं काय असणार? मी मग अजून अजून डुंबून गेलो माझ्या रोजच्या आयुष्यांत! शेअर्स, टेंडर्स, ही पार्टी, ती पार्टी. बायकोच्याही डिमांड्स वाढत गेल्या. हाय सोसायटी-अजून हाय सोसायटी. तिचं शॉपिंग, कुठल्यातरी मंडळाची अध्यक्षा- मीटिंग्ज, प्रमुख पाहुणी! चालूच राहिलं मग सगळंच.'

'तुम्ही भेटायचात तरी का एकमेकांना!'

'हो, भेटायचो तर! सकाळी ब्रेकफास्ट टेबलावर. तिथे तिच्या दिवसभरच्या अपॉईंटमेंट्सचं शेड्युल तिची सेक्रेटरी तिला सांगायची, तेव्हाच मलाही कळायचं.'

'कसं काय जगलास रे...'

'तुझ्यासारखंच. सर्व मान्य करत गेलो. 'का?' हा प्रश्न माझ्या हद्दीतून बाहेर घालवून दिला. मग शांत झालो.'

'आज हे सर्व सोपं वाटतंय नाही रे? पण तेव्हा किती झगडा दिला असशील. किती वेळा स्वतःच स्वतःला सावरलं असशील.'

'तू होतीस ना सोबत द्यायला. मी तुला तेव्हाही म्हणालो होतो. 'आय हॅव नेव्हर कम अॅक्रॉस ए लेडी लाईक यू!'

'आठवतंय!'

'असंही म्हणालो होतो, राणी, आपण रोज भेटलं पाहिजे.'

'आणि मी तुला थांबवलं. हेच करायचं नाही, हेही सांगितलं. आणि का करायचं नाही हे सुद्धा!'

'मान्य केलं मी. कारण तू खरी होतीस. तुझ्या विचारांप्रमाणेच तुझं वागणं होतं म्हणून तू भावलीस. मनाविरुद्ध, हळवा आणि पोरका होऊन निघून आलो तुझ्या घरातून. मग मुंबई मानवेना! शेवटी भारत सोडून निघून गेलो.'

'उदय, माझ्यामुळे तू...'

'फक्त तुझ्यामुळे असं नाही, पण निर्णय घेण्यासाठी तुझं कारण जास्त मदत करून गेलं.'

'मग कधी परतून आलासच नाहीस?'

'यायचो ना! कामाच्या निमित्ताने तर कधी समारंभासाठी, पण कायमचा निघून आलो तो आत्ता, एक दोन महिन्यांपूर्वी. साठी जवळ आली. आता करण्यासारखं आणि सिद्ध करून दाखवण्यासारखं काही उरलं नाही. तुझं कसं काय चाललंय?'

'तसंच, पूर्वीसारखंच. राजू पाचगणीला शिकायला होता. आठवतंय ना? नंतर तो शाळेचं शिक्षण संपवून घरी आला. निदान त्यानंतर तरी त्याला आपल्याबरोबर ठेवावं असा हट्ट मी शैलेशकडे केला. पण तोपर्यंत राजूलाच स्वातंत्र्याची एवढी

सवय झाली की, घरात राहणं त्याला कठीण पडू लागलं. माझं प्रेम त्याला बंधन वाटू लागलं. त्याचंही बरोबरच होतं. एकदा असाच एक प्रसंग घडला. मित्राच्या घरी कसली तरी पार्टी होती त्याच्या. मी नको सांगत होते कारण त्याचदिवशी त्याचाही वाढदिवस होता. तो जेव्हा तीन वर्षांचा होता, तेव्हा आम्ही सर्वांनी मिळून तो वाढदिवस साजरा केला होता. त्यानंतर शैलेशच्या अट्टाहासापायी त्याला पाचगणीला ठेवलं गेलं. नंतरचा एकही वाढदिवस एकत्र साजरा केला गेला नाही. त्यावेळेला तो घरी होता. खूप वाटत होतं, छानपैकी त्याला बाहेर घेऊन जावं, त्याला जिथे आवडेल तिथे मनसोक्त फिरून यावं. पण नाही जमलं. तो एकच वाक्य बोलला, 'जेव्हा मला जास्तीत जास्त तुझी गरज होती तेव्हा तू मला लांब ठेवलंस, आता मला तू नसण्याची सवय झाली. आता जर तू काही एक्सपेक्ट करत असशील माझ्याकडून तर मला जमेलच असं नाही. ह्या मित्राने मला माझ्या एकाकी दिवसांत खूप साथ दिली. त्याला मी नाही म्हणू शकत नाही.'

माझ्याजवळ उत्तर नव्हतं उदय तेव्हा. मी हे सगळं का सहन केलं? का? एकुलत्या एका मुलाला दूर ठेवलं? का नाही कडाडून विरोध केला? ह्या प्रश्नांना आता काहीही अर्थ नाही. त्यातल्या त्यात आनंदाची गोष्ट एकच. राजू शैलेशसारखा 'फक्त व्यवहारी' असा झाला नाही. त्याला भावनांची कदर आहे. कधी ना कधी कदाचित त्यालाही कळेल माझी हतबलता.'

'राणी, तुझ्यासारखी स्त्री इतकी हतबल?'

'माझ्यासारखी, माझ्यासारखी म्हणजे काय रे शेवटी? मला मन नाही? इच्छा, अपेक्षा नाहीत? मीही माणूस आहे. मलाही वाटतं की जो माझ्या भावना, माझ्या साध्या साध्या अपेक्षा पूर्ण करील असा साथीदार हवा होता. समरसून जगले असते. जितकं देता येईल तेवढं देत गेले असते.'

'राणी...'

'जगले मी चांगली त्रेपन्न वर्षं! काय मिळवलं? आज माझं असं काय आहे? स्वभाव पण इतका काहीतरीच आहे माझा की, आयुष्यात कुठल्या मंडळात किंवा कुठल्याही क्लबच्या वातावरणात रमू शकले नाही. सतत एकच राजा आणि राजा. तशी खूप रमले मी त्या भातुकलीत!'

'हो, मला माहीत आहे. मी राजाला भेटण्यासाठी तुला विनवत होतो आणि तू म्हणालीस, 'उदय' राजा खरा नाही. लहानपणची भातुकली मी आजही खेळते. राजकारणातलं ढोंग, समाजातील खोट्या प्रतिष्ठा, कुठलीही महत्त्वाकांक्षा नसलेली मुलं. भावभावनांचं स्तोम समजून न घेणारा जोडीदार, ह्या सर्वांवर उतारा, पर्याय म्हणून भातुकली आणि भातुकलीतला राजा. हा राजा जर प्रत्यक्षात अवतरला तर भातुकलीला दुसरा पर्याय आहे का?'

'तुला तर शब्द न् शब्द लक्षात आहे.'

'कारण शेवटी तेच सत्य आहे.'

'तुला एक सांगू? हे सत्य नाही. हा भास आहे.'

'राणी?'

'हो हा भास आहे उदय, आणि ह्या भासावर किती काळ आयुष्य कंठणार? कधी ना कधी हा भास संपायलाच हवा. आता वाटतंय, खूप थकल्ये. तो खोटा खोटा राजा, ती खोटी खोटी जेवणं, शैलेशसमोर सतत राजाची तुलना मनांतल्या मनांत करणं, जो अस्तित्वातच नाही. ह्या भातुकलीने मला थकवलंय. आता ओढ लागलीये, एका अस्तित्वात असलेल्या राजाची.'

'राणी...'

'पुन:पुन्हा चमकू नकोस रे! हे मीच बोलतेय. काय करणार? तुझ्याशिवाय कुणीही नाही, जो माझ्या राजाला ओळखत होता. दुसरा कुणीही नाही जो माझी भातुकली बघत होता. तू माझ्या राजाचा आणि माझ्या भातुकलीचा सन्मान केलास. हो, मी घाबरले होते तेव्हा माझ्या भातुकलीतला राजा तुझ्या स्वरूपात प्रत्यक्षात उतरू बघत होता. मी घाबरले ती फक्त मलाच, समाजाला नव्हे. म्हणूनच मी तुला अडवलं, थांबवलं. पुन्हा कधीही तुला न भेटण्याचा मनोमन निर्णय घेतला. तू, तू का साथ दिलीस? का नाही माझ्या ह्या निर्णयाला विरोध केलास? थोडासा हट्टी का नाही झालास उदय?'

'कसा होणार होतो? मी मान ठेवला तुझा. आदर्श मानलं तुला.'

'मला इतकी मोठी बिरूदावली नको होती.'

'हे तू आत्ता म्हणते आहेस. पण त्यावेळेस तू ठाम होतीस.'

'..........'

'गप्प का तू! मी म्हणतोय, ते चूक आहे का? तुझ्या मनाविरुद्ध मी कधी तरी वागणं शक्य होतं का? आणि तू तर माझ्यासाठी एक ठोस अशी दिशा ठरलीस.'

'आणि आणि आता मीच दिशा हरवून बसले.'

'राणी...'

'खरंच रे. हरवले, हरले. ह्या भातुकलीचा थकवा-कंटाळा आलाय. वाटतं, राजा प्रत्यक्षात यावा. आता अपेक्षा नाहीत काहीच. पण शांतपणे मान त्याच्या छातीवर टेकवावी. त्याच्या हृदयाची स्पंदनं ऐकावीत, त्या लयीत शांत शांत होऊन जावं. जीवाची होत राहणारी ही तगमग एकदा तरी कायमची थांबावी. आसुसलेपण संपावं. वाट बघून बघून थकवा आलाय. प्रवास उलटा सुरू झालाय. सगुण साकाराकडून निर्गुण निराकाराकडे जाणारी पावलं परतून येत आहेत. तेही ह्या वयात.'

‘त्याचं एकच कारण आहे. लहानपणातली भातुकली तू तरुणपण सरेपर्यंत खेळलीस.’

‘हो. हे आत्ता जाणवतंय. त्या उणीवा आता पुऱ्या व्हाव्यात असं वाटायला लागलंय. नुसतं वाटत नाहीये उदय, तर दिवसेंदिवस ती आस वाढत चाललीय. एकदा तरी मनासारखा साथीदार, काही क्षणापुरता तरी का होईना पण मिळावा ह्यासाठी बेचैन होते. चुकतंय का रे?’

‘चूक कसं म्हणू? तुझ्या भावना, तुझी तळमळ, तडफड खूप खरी आहे. जे इतकी वर्षं खोलवर कुठेतरी गाडून ठेवलं होतंस ते आता उभारून येऊ पाहतंय. पण राणी-उशीर झालाय ना आता? जे तुझ्याबद्दलचं मत, समाजामध्ये आणि त्याहीपेक्षा तुझं तुझ्यासाठी जपलंस, मोहाला बळी पडली नाहीस. ते आता तू का करू इच्छितेस? तू जी तुझी मूर्ती साकारली आहेस, तिला एवढ्या दीर्घ तपश्चर्येनंतर तडा जाऊन देऊ नकोस.’

‘मी मूर्ती नाहीये उदय. मी, मी माणूस आहे. भाव भावना जपणारी, त्यावरच जगणारी, वाहून जाणारी, कष्टी, आनंदी होणारी. मला आता माणूस म्हणूनच जगायचं आहे. मला आता हे सर्व कल्लोळ समजून घेणारी साथ हवीशी वाटते. माझा राजा होशील? तू मला ओळखतोस. तू मला जाणून घेतलंस. तुला राजा म्हणजे काय हेही माहीत आहे. होतोस का माझा राजा? जास्त काही नको आहे रे मला. ह्या वयात अपेक्षाही नसतातच काही. फक्त प्रवास करकरून दमलेल्या ह्या वाटसरूला गारवा हवा आहे. देतोस?’

‘राणी...’

‘नाही नको म्हणूस!’

‘ही आर्जवं कशाला? तुला सांगू? ऐक. मी त्यादिवशी तुझ्या घरातून बाहेर पडलो. समुद्रावर गेलो. त्या गार वाळूत कुणाचीही तमा न बाळगता आडवा झालो. फार छान वाटायला लागलं. समोर मावळता सूर्य, इथे उगवणारा चंद्र! अचानक काहीतरी जाणवलं. माझ्या शेजारी, माझ्या कुशीत हळूच कुणीतरी येऊन पहुडलं. मी दचकलो. उघड्यावर- समुद्र काठावर एक कुणीतरी माझ्याजवळ. मी तिची मान वर केली. आश्चर्यचकित झालो. ती राणी होती. ह्या उदयची राणी! खदखदून हसलो. कारण, कारण सांगू? माझी भातुकली सुरू झाली होती.’

‘उदय...’

‘मी रमलोय ह्या खेळात. ही राणी तुझ्या राजासारखीच आहे. ती पैशांसाठी हपापलेली नाही. तिला माझ्या श्रमांची महती कळते. ती माझ्या प्रत्येक सुख दुःखात माझ्यासोबत असते. आणि अजूनही एक सांगतो. ह्या राणीचा चेहरा तुझाच आहे.

आपण दोघांनी खेळ मांडलाय. मी तुझ्यासाठी तुझा राजा पहिल्या दिवसापासून होतो. मी तुला प्रत्यक्षात आणण्याचा प्रयत्न केला. यशस्वी झालो नाही. पण मग तू आत्ता आहेस त्यापेक्षा जवळची होऊन आलीस राणीच्या रूपात! आता हा खेळ मोडायचा नाही. दोघांनीही हा शेवटपर्यंत असाच खेळायला हवा. न हरता, न दमता, न रडता. तू जर अशी हरलीस, तर माझ्या राणीवर दुसरा पर्याय आहे का?'

◆